கடைசி வானத்துக்கு அப்பால்

கடைசி வானத்துக்கு அப்பால்

கவிதைகள்

தமிழாக்கம்

வ. கீதா | எஸ்.வி. ராஜதுரை

எதிர் வெளியீடு

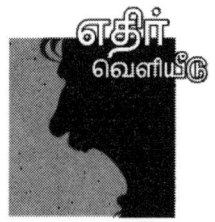

கடைசி வானத்துக்கு அப்பால்
கவிதைகள்
தமிழாக்கம்: வ. கீதா | எஸ்.வி. ராஜதுரை

முதல் பதிப்பு: டிசம்பர் 2016

எதிர்வெளியீடு,
96, நியூ ஸ்கீம் ரோடு, பொள்ளாச்சி - 642002.
தொலைபேசி: 04259 - 226012, 99425 11302.

வடிவமைப்பு: ஜீவமணி

விலை: ரூ. 300

kadaisi vaanaththukku appal
Poems
Translated by: V. Geetha | S.V. Rajadurai

First Edition: December 2016

Layout: Jeevamani

Published by
Ethir Veliyedu, 96, New Scheme Road. Pollachi - 2.
email: ethirveliyedu@gmail.com
www.ethirveliyedu.in

Price: ₹ 300

அன்புத் தோழர்
இன்குலாப்பின்
நினைவுக்கு

சண்டை முடிந்துவிட்டது
என நீ சொல்கிறாய்
சண்டை இன்னும் தொடங்கவே இல்லை
என்னும் போதிலும்.
களத்தில் யாரும் இறங்கவில்லை
நாமும் சரி, பகைவனும் சரி
கோடுகள் கிழிக்கப்படவில்லை
சிதறிக் கிடக்கும் தோழர்களை
அழைக்கவோ,
எதிரியின் இருப்பிடத்தைச் சொல்லவோ
கொடி இன்னும் ஏற்றப்படவில்லை.
சண்டை முடிந்துவிட்டது
என நீ சொல்கிறாய்
சண்டை போட நாம் இன்னும்
தொடங்கவே இல்லை என்னும் போதிலும்...

- ஃபெய்ஸ் அஹ்மத் ஃபெய்ஸ்

உள்ளடக்கம்

■ **முன்னுரை** 17

☐ இந்தியா | வங்காளம்

1. **பத்து மாதங்கள் பத்து நாள்கள்** 45
2. **உங்களால் முடியுமானால்** 46

☐ சுபாஷ் முகோபாத்யாய

3. **இன்று வசந்தம் தான்...** 47
4. **சிவப்பு ரோஜாவுக்கான நமது போராட்டம்** 49

☐ இந்தியா | வங்காளம் | சுனில் கங்கோபாத்யாய

5. **நீராவுக்கு உடல்நலக் குறைவு** 50

☐ இந்தியா | ஆந்திரா | சிவசாகர்

6. **மக்களின் உயிர்மூச்சைக் கொண்டு** 53

☐ இந்தியா | ஆந்திரா | செரபண்ட ராஜு

7. **அலைகளை வென்று கரையை அடைவது** 54

☐ இந்தியா | ஆந்திரா | வரவர ராவ்

8. **பாக்கியசாலிகள்** 55

☐ இந்தியா | கேரளம் | சிவிக் சந்திரன்

9. **நாங்களோ பலர்** 63

☐ இந்தியா | பஞ்சாப் | சுர்ஜித் பத்தார்

10. **இப்போது வீட்டுக்குச் செல்வது கடினமானது** 64

☐ இந்தியா | பஞ்சாப் | அவ்தார் சிங் பாஷ்

11. **வெய்யிலிலும் நிழலிலும்** 65

☐ இந்தியா | நாகாலாந்து | ஈஸ்ட்டெரைன் கைர்

12. **நீலமலைத் தொடர்கள்** 67

☐ இந்தியா | குஜராத் | நீரவ் படேல்

13. **குழப்பம்** 68
14. **பிரேதப் பரிசோதனை** 71

☐ இந்தியா | மகாராஷ்ட்டிரம் | நாராயண் சூர்வெ

15. **கார்ல் மார்க்ஸ்** 73

கடைசி வானத்துக்கு அப்பால் |

9

| இந்தியா | மகாராஷ்டிரம் | ஜோதி லஞ்செவர்
16. பெயரற்றவர்கள் 75

| இந்தியா | மகாராஷ்டிரம் | ஹூரா பன்ஸோடெ
17. யசோதரா 77

18. ஓ மாமனிதனே 80

| இந்தியா | மகாராஷ்டிரம்| பாஹினபாய் சௌதரி
19. இப்போது எனக்காக நான் இருக்கிறேன் 82

| இந்தியா | உத்தரப் பிரதேசம் | அர்ச்சனா வர்மா
20. கடவுள் 84

| காஷ்மிர்
21. என்னால் தண்ணீர் குடிக்க முடியவில்லை 86

| ஆஃப்கானிஸ்தான்
22. ஒரு பாடல் 87

| ஸ்ரீ லங்கா | பராக்ரம கொடித்துவக்கு
23. நம்மில் ஒருவன் 88

| நேப்பாளம் | மோகன் கொய்ராளா
24. எனது நேப்பாளிச் சொற்கள் உடைந்து சிதறுண்டுள்ளன 90

| பங்களாதேஷ் | ஷம்ஷூர் ரஹ்மான்
25. அம்மா 92

26. சுதாங்ஷு 94

| பங்களாதேஷ் | ரவீந்திர கோபெ
27. ஒரு பறவையின் அகால மரணம் 95

| பாகிஸ்தான் | சயீதா கஸ்தர்
28. சாட்சியம் 96

| பாகிஸ்தான் | கிஷ்வர் நஹூத்
29. ஒரு கதை 98

30. அந்தப் பெண்ணல்ல நான் 99

| பாகிஸ்தான் | ஃபெமிதா ரியாஸ்
31. உருவம் 101

| பாகிஸ்தான் | ஃபெய்ஸ் அஹ்மத் ஃபெயஸ்
32. மறைந்து போன இரத்தத்தைத் தேடி 102

33. நாம் தூக்கிலிடப்பட்ட போது 104

34. செய்ய வேண்டியது என்ன என்பதை
எங்களுக்கு நீங்கள் சொல்லுங்கள் 107

| இந்தோனீஷியா | ரிவாய் அப்பின்
35. பகல் பொழுதைத் தாண்டிச் செல்: இரவை ஊடுருவு 109

	சீனா	மா ஸேதுங்	
36.	மூன்று குறுங்கவிதைகள் (1934-35)	113

	சீனா	செங் மின்	
37.	மாணவர்	114

	சீனா	பெய் டாவோ	
38.	பதில்	116

	ஃபிலிப்பைன்ஸ்	ஜோஸ் மா ஸிஸ்ஸோன்	
39.	கெரில்லாப் போராளி கவிஞனைப் போன்றவன்	118
40.	காட்டிற்கு இன்னும் ஒரு மந்திர சக்தி...	120

	மலேசியா	செசில் ராஜேந்திரா	
41.	விலங்குகள் பூச்சிகள் சட்டம் 1984	121

	வியத்நாம்	செ லான் லியென்	
42.	தாயாக இருப்பது குறித்து	125

	வியத்நாம்	லூ ட்ரோங் லூ	
43.	காவல்	127

	தென் கொரியா	கிம் சி-ஹா	
44.	பிரார்த்தனையில் பிணைக்கப்பட்ட கரங்கள்	129

	இராக்	நபில் ஜனாபி	
45.	எனது கவிதைப் பயணங்களினூடாக	131

	இராக்	ஸாதிக் அல்–ஸயிக்	
46.	இரவின் விரல்கள்	134

	இராக்	ஸர்கான் பௌலோஸ்	
47.	காலத்தின் முடிவில் ஓர் இராக்கிய மனிதன் - ஒரு சித்திரிப்பு	136
48.	போரின் குழந்தை	*138*
49.	கடிதம் வந்தது	140
50.	பிணம்	141
51.	கடல் வழியாக பெய்ரூட்டைச் சென்றடைய ஒரு முயற்சி	142

	இராக்	நாஸிக் அல்–மலய்க்கா	
52.	கடவுளை நோக்கிய புலப்பெயர்வு	145

	இராக்	அப்டல் அல்-வஹ்ஹாப் அல்-பய்யாட்டி	
53.	லோர்காவுக்கு ஓர் இரங்கற் பா	148

	ஸிரியா	மொஹம்மத் எல் மகூத்	
54.	பச்சை குத்துதல்	150

	ஸிரியா	நிஸார் கப்பானி	
55.	அரசனும் குருவியும்	153
56.	கவிதை	154

11

☐ குர்திஸ்தான் | ஷெர்கோ பெகாஸ்
57. பிரிவு 160

☐ குர்திஸ்தான் | ஷெர்கோ பெகாஸ்
58. வேர்கள் 161

☐ ஐக்கிய அரபு எமமரேட்டுகள் | தாமியா காமிஸ்
59. இங்கிருந்துபோக உத்தேசம் 162

☐ ஐக்கிய அரபு எமமரேட்டுகள் | நுஜூம் அல்-கனெம்
60. உலகின் இதயம் 163

☐ இஸ்ரேல் | ஆப்பிரஹாம் ஸுட்ஸ்கேவெர்
61. இதயத்தின் ஆழத்திலிருந்து 164
62. சவப்பெட்டியில் நான் 166

☐ பாலஸ்தினம் | மர்வான் மஹ்கூல்
63. பெய்ட் ஹானூன் 167

☐ பாலஸ்தினம் | மஹ்மூத் தார்விஷ்
64. அடையாள அட்டை 169
65. கடைசி வானத்திற்குப் பின்... 172
66. பலியானவன் எண் 48 174
67. மண்ணின் கவிதை 175
68. என்றென்றும் கள்ளிச் செடிகள் 176
69. காஸாவிற்கான மௌனம் 179
70. மனிதனைப் பற்றி 184
71. இரண்டாம் ஒலிவமரம் 185
72. நான் வேடனாக இருந்தால் 187
73. மற்றவர்களை நினை 188
74. ஓ காஃப்பிர் காசிமே 189
75. இலவச மரணம் 190
76. எனது தாய் 192
77. ஒரு பிரார்த்தனையும் ஒரு கவிதையும்
    கொலை செய்யப்பட்ட வீடுகள் 194

    சிறுமி / கதரல் 195
78. யூதப் படைவீரனுக்கு 197
79. தெளிந்த வானமும் பச்சைப் பசேலென்ற தோட்டமும் 198

☐ பாலஸ்தினம் | தலியா தாஹா
80. போர் 199

| | பாலஸ்தினம் | ஸாமி அல்-காஸிம் |
| 81. சமாதானம் 201
| 82. ராஃபா நகரக் குழந்தைகள் 203
| | பாலஸ்தினம் | டேவ் வாலிஸ்
| 83. ஒரு பாலஸ்தினப் புனிதப் பயணத்துக்கான பாடல் 204
| | பாலஸ்தினம் | ஹுஸைன் பர்கூட்டி
| 84. குழந்தைப் பருவத்திற்கான பாடல் 206
| | பாலஸ்தினம் | ரசித் ஹுஸைன்
| 85. கண்டனம் 208
| | பாலஸ்தினம் | ஃபத்வா டுக்வான்
| 86. இருபதாண்டுகளுக்குப் பிறகு 210
| | துருக்கி | நஸிம் ஹிக்மெத்
| 87. மாரடைப்பு 211
| 88. ஹிரோஷிமா 213
| 89. உள்ளே தள்ளப்பட்டதிலிருந்து 216
| 90. சிறையில் காலம் கழிக்கப் போகிறவர்களுக்கு ஒரு வார்த்தை 219
| 91. இரும்புக் கூண்டிலுள்ள சிங்கம் 221
| | துருக்கி | நெஸ்வாட் ஸெலிக்
| 92. அகதிகள் 222
| | ஈரான் | ஈராஜ் ஜன்னட்டி அட்டேய்
| 93. பாதுகாப்பிடத்தின் பாடல் 225
| 94. சின்னக் கரீம் 227
| | நைஜீரியா | பழங்கால யொருபா கவிதை
| 95. பழங்கால யொருபா கவிதை 229
| | நைஜீரியா | யொருபா பழங்குடி பாடல்
| 96. வாழ்க்கை பலவிதம் 231
| | சூடான் | கெமால் அல்-கிசௌளி
| 97. நண்பர்கள் 232
| 98. சிறையில் 234
| 99. ஜான் 235
| | சோமாலியா | இஸ்மெய்ல் ஹுர்ரென்
| 100. என்னை மன்னித்துவிடுங்கள் 236
| | மொஸாம்பிக் | ஜோர்ஜ் ரெபெலோ
| 101. கவிதை 238
| | மொஸாம்பிக் | ஜுவெனல் புக்கானெ
| 102. பழச்சோலை 240

- கென்யா | ஜொனாதன் காரியாரா
103. புல் வளரும் 241

- ஐவரி கோஸ்ட் | பெர்னார்ட் டாடி
104. கடவுளே உமக்கு நன்றி 242

- அங்கோலா | அகஸ்டினோ நேட்டோ
105. இரவு 244

106. மேலை நாகரிகம் 245

- அங்கோலா | ஃபெர்னான்டெஸ் தெ ஒலிவெய்ரோ மரியோ அந்தோனியோ
107. காதலும் எதிர்காலமும் 246

- கேப் வெர்தே | ஒனெஸிமோ ஸில்வெய்ரா
108. நெடிய பகல் பயணம் 248

- பெனின் | ஹோலோகொவ்டொவ்
109. இலையுதிர்கால வானம் 249

- தென்னாப்பிரிக்கா | க்யோராபெட்ஸெ கோஸிட்ஸிலே
110. மாண்டெலாவின் பிரசங்கம் 250

- தென்னாப்பிரிக்கா | கேரன் ப்ரெஸ்
111. தென்னாப்பிரிக்கக் குடியுரிமை பெற ஒரு விண்ணப்பம் 251
112. அவளைத் தேடிக் கொண்டிருக்கிறான்... 253
113. பத்தொன்பதாம் நூற்றாண்டின் நன்றியுணர்வு 254

- தென்னாப்பிரிக்கா | அன்ட்யெ க்ரோக்
114. பேச்சு மொழி 256

- தென்னாப்பிரிக்கா | ப்ரெய்ட்டன் ப்ரெய்ட்டன்பாஹ்
115. இனியது உன் கடிதம் 262

- மார்ட்டினிக் | எய்ம் செஸேர்
116. எனது சொந்த மண்ணுக்குத் திரும்புதல் 264

- ஹெய்தி | ரெனெ தெபெத்ரே
117. ஒப்புதல் வாக்குமூலம் 267

- மெக்ஸிகோ | ரோஸாரியோ காஸ்டெஜானோஸ்
118. தொன்மையான கல் தொடர்பான மௌனம் 269

- சிலி | மரியா யூஜெனியா ப்ரேவோ கால்டெராரா
119. புலம்பெயர்ந்து வாழ்தல் பற்றியும் தோல்விகள் பற்றியும் 271

- சிலி | பாப்லோ நெரூடா
120. மறப்பதற்கில்லை 273
121. மச்சு பிச்சுவில் சில நினைவலைகள் 275
122. தீவுகளைக் கைப்பற்ற அவர்கள் வருகின்றனர் (1493) 277

☐ சிலி | வயலெட்டா பர்ரா
123. வாழ்க்கையே உனக்கு நன்றி 279

☐ சிலி | விக்டர் ஹாரா
124. சுதந்திரத்தைப் பற்றிப் பேசுபவர்கள் 281
125. அமந்தா, உன்னை நினைக்கிறேன் 283
126. எனது வேலைக்குப் போகும் வழியில் 284
127. கொள்கை அறிக்கை 286
128. மைதானத்தில் 288

☐ சிலி | ஏரியல் டோர்ஃப்மன்
129. மரணத்தின் மறுபக்கத்திலிருந்து பாப்லோ பிகாஸ்ஸோ
    காலின் பவுலிடம் கூறும் வார்த்தைகள் 291

☐ பெரு | ஹாவியெர் ஹெராட்
130. கவிதைக் கலை 296
131. கெரில்லாப் போராளியின் வார்த்தைகள் 298
132. ஈக்கள் 299

☐ எல் ஸால்வடோர் | கிளாடியா லார்ஸ்
133. துணுக்குகள் 301

☐ எல் ஸால்வடோர் | ரோக் டால்ட்டன் கார்ஸியா
134. ...வரவர இறந்தவர்கள் 302
135. எதிரிக் கவிஞனின் கொள்கை அறிக்கை 303

☐ எல் ஸால்வடோர் | மெர்ஸிடெஸ் டுராண்ட்
136. முப்பதாயிரம் உழவர்கள் 304

☐ எல் ஸால்வடோர் | டிமாஸ் காஸ்டஜோன்–மரியானோ எஸ்பினோஸா
137. பாடல் 305

☐ எல் ஸால்வடோர் | ரோஜர் விண்டோ
138. எனது பெரும் பலவீனங்களிலிருந்து 306

☐ நிகராகுவா | ஜியகோன்டோ பெல்லி
139. அக்விலா Z... என்னும் இராணுவ நடவடிக்கை 308

☐ எல் ஸால்வடோர் | எர்னெஸ்ட்டோ க்யூட்டிரெஸ்
140. எனது நாடு எவ்வளவு சிறியது 310

☐ ஆர்ஜெண்டினா | யுவான் கெல்மன்
141. வரலாறு 311

☐ கூபா | செ குவாரா
142. ஃபிடலுக்கு ஒரு பாடல் 312

☐ கூபா | நிக்கோலஸ் கியென்
143. வருகை 314
144. வியர்வையும் சவுக்கடியும் 316

145. என்ன நிறம் 317

146. கரும்பு 319

☐ கூபா | ரொபெர்ட்டோ ஃபெர்னாண்டெஸ் ரெட்டமார்
147. இருளைச் சபிப்பதைக் காட்டிலும்
மெழுகுவத்தியை ஏற்றிவைப்பது மேல் 320

☐ குவாதாமாலா | ஓட்டோ ரெனே காஸ்டில்லோ
148. புரட்சி 322

149. அரசியலற்ற அறிவாளிகள் 324

☐ பராஹுவே | எல்வியோ ரொமெரோ
150. ஒரு நாட்டைத் தேடி 326

☐ அயர்லாந்து | பேட்ரிக் கால்வின்
151. அயர்லாந்து மண்ணில் உள்ள
பிரிட்டிஷ் படைவீரனுக்கு ஒரு கடிதம் 328

முன்னுரை

உலகின் பிற பகுதிகளைப் போலவே இந்தியாவிலும் மார்க்ஸிய, சோசலிச இயக்கங்களுக்கு ஏற்பட்டுள்ள பின்னடைவுகள், அவற்றின் கவிதை மரபிலும் பிரதிபலிக்கின்றன. 1970களிலிருந்து 1990கள் வரை அதற்கிருந்த கனமும் ஆற்றலும் தணிந்துவிட்டன. ஆனால், இதே காலகட்டத்தில் தலித் இலக்கியம் பல சிகரங்களைத் தொட்டுள்ளது. பெண்ணியக் கவிஞர்களும் முன்னெப்போதும் இல்லாத வகையிலும், ஆணாதிக்கவாதிகளின் எள்ளல்களுக்கும் சீண்டல்களுக்கும் தாக்குப் பிடித்தும் தமது இலக்கிய முயற்சிகளைத் துணிந்து மேற்கொண்டு வருகின்றனர். அரசியல் கவிதைகள் என்பதன் உள்ளுரை, இலக்கணம் ஆகியவற்றை இவ்விரு வகையான எழுத்துகளும் மறுவரையறை செய்துள்ளன.

இந்த இரு விதிவிலக்குகளைத் தவிர, பொதுவாகவே இந்திய, தமிழ்க் கவிதை உலகம் அரசியலைப் புறந்தள்ளுவதாகவே தோன்றுகிறது. அரசியல், சமூகக் களப்பணிகளுடன் தொடர்பில்லாத சில கவிஞர்களின் ஆக்கங்களில் அரசியலும் இடம் பெறுகின்றது என்பது உண்மைதான். ஆனால், திட்டவட்டமான அரசியல் கண்ணோட்டத்தோடு - அதிலும் குறிப்பாக இடதுசாரி அரசியல் கண்ணோட்டத்தோடு - கவிதைகள் எழுதப்படுவதை, அருவருக்கத்தக்க செயலாகவே கவிதை புனைவோர் பலர் கருதுகின்றனர். அரசியல் கண்ணோட்டத்தோடு இலக்கியம் படைப்பவர்கள் 'எழுதத் தெரியாதவர்களாக', 'படிக்கத் தகாதவர்களாக' அடையாளப்படுத்தப்படுகின்றனர். அவர்களை இப்படி அடையாளப்படுத்துபவர்கள், அரசியல் என்பதைக் குறிப்பிட்ட ஓர் அரசியல் கட்சியுடன் சேர்த்துக் குழப்பிக் கொள்பவர்களாகவோ, தங்களது 'அரசியலை' வெளிப்படையாகச் சொல்லும் துணிச்சலற்றவர்களாய் தங்கள் நிலைப்பாட்டிற்கு வெவ்வேறு முகமூடிகளை அணிவிப்பவர்களாகவோ, கவிதை, இலக்கியம்

என்பனவற்றை அவை தோன்றும் வரலாற்று சூழல், இலக்கிய மொழியின் வரலாற்று வளர்ச்சி, குறிப்பிட்ட சமுதாயத்தில் இலக்கியத்துக்கு வழங்கப்பட்டுள்ள தகுதி, அதிகாரம் ஆகியவற்றிலிருந்து பிரித்து 'நயம்', 'அழகு' போன்ற இரசனா அனுபங்களோடு மட்டுமே தொடர்புபடுத்துபவர்களாகவோ உள்ளனர். இந்த அடிப்படையில்தான் அரசியலை அவர்கள் துச்சமாகக் கருதுகின்றனர், அல்லது அது பொருட்டல்ல என்று தமக்குத் தாமே சமாதானம் சொல்லிக் கொள்கின்றனர்.

இத்தகைய இலக்கியவாதிகளை மனதில் கொண்டுதான் பெர்டோல்ட் ப்ரெஹ்ட் கூறினார்:

> *அறிவிலிகளில் மிக மோசமான அறிவிலி, அரசியல் அறிவிலிதான். அவன் எதையும் வெறுப்பதில்லை, எதையும் பார்ப்பதில்லை, அரசியல் வாழ்வில் பங்கேற்பதில்லை. உயிர் வாழ்வதற்கான செலவு, அவரையின் விலை, மாவின் விலை, வாடகையாகத் தர வேண்டிய பணம், மருத்துகளின் விலை ஆகிய அனைத்துமே அரசியல் முடிவுகளைச் சார்ந்துள்ளன என்பதை அவன் அறிந்துள்ளதாகத் தோன்றவில்லை. இந்த அரசியல் அஞ்ஞானத்தைக் குறித்துப் பெருமைப்பட்டுக் கொள்ளவும் செய்கிறான், அரசியலை வெறுப்பதாக நெஞ்சை நிமிர்த்திக் கொண்டு கூறுகிறான். விபச்சாரி, கைவிடப்பட்டக் குழந்தை, வழிப்பறிக் கொள்ளைக்காரனைக் காட்டிலும் மோசமானவனான அரசியல்வாதி - ஊழலில் திளைத்தவன், பன்னாட்டு மூலதனக் கார்ப்பரேஷன்களின் கைக்கூலி - ஆகியோர் அவனது அரசியல் அறிவிலித்தனத்திருந்துதான் உதயமாகின்றனர் என்பதை அந்த முட்டாள் தெரிந்து கொள்வதில்லை.*[1]

அரசியலற்ற கலைஞர்களின் மெத்தனம், அலட்சியம் ஆகியன ஏற்படுத்தும் பாதிப்புகளை இவ்வளவு தெளிவாக வேறு யாரும் கூறியிருப்பதாகத் தெரியவில்லை. இவர்களின் பொறுப்பின்மைக்கு சாட்சியங்களாக உள்ள சமூக நோய்களின் பட்டியலில் விபசாரிகளை அவர் சேர்த்ததை இன்று நாம் உள்ளபடியே ஏற்றுக்கொள்ள இயலாதுதான் என்றாலும், சமுதாய முரண்பாடுகளைச் சுட்டிக்காட்டுவதற்காகவே ப்ரெஹ்ட் இவ்வாறு எழுதினார் என்று பொருள் கொண்டு அந்தச் சொல் ஏற்படுத்தும் சங்கடத்தை கடந்து செல்ல

வேண்டியிருக்கிறது. ஏனெனில் அரசியலற்ற அறிவாளிகள், கலைஞர்கள் ஆகியோரின் கண்களைக் கட்டும் 'மாயை'யைக் களைய ப்ரெஹ்ட்டின் சொல்வன்மை தேவையாகிறது.

ப்ரெஹ்ட்டின் வாசகங்களை நாங்கள் சுட்டிக்காட்டுவதற்கு வேறு காரணங்களும் உண்டு. இந்தத் தொகுப்பிலுள்ள கிட்டத்தட்ட அனைத்துத் தமிழாக்கங்களும் 'அரசியல் கவிதைகள்' என்பது முதல் காரணம். அத்தகைய கவிதைகளுக்குரிய சொல்லாற்றல் குறித்த அவரின் வரையறை, மொழியாக்கம் செய்யப்பட்டுள்ள அனைத்து அரசியல் கவிதைகளுக்கும் பொருந்தும் என்பது மற்றொரு காரணம். சொல்லின் வலிமையைப் பற்றி அவர் இன்னொரு கவிதையில் கூறுகிறார்:

> நான் எப்போதும் நினைத்தது -
> மிக எளிய சொற்கள் போதுமானவையாக இருக்கும்
> இதுதான் விஷயம் என்று நான் சொன்னால்
> ஒவ்வொருவரின் நெஞ்சும் சுக்குநூறாக உடையும்
> உனக்காக நீ நிமிர்ந்து நின்று கேள்வி கேட்காவிட்டால்
> நீ தாழ்ந்துதான் போவாய் என்று.[2]

'அரசியல்' பேசும் இலக்கியவாதிகளுக்கும்கூட, 'சொல்' என்பது 'அரசியலற்ற' படைப்பாளிகளைப் போலவே பாரதூரமான, காத்திரமான ஒன்றுதான் என்பதையே இவ்வரிகள் உணர்த்துகின்றன.

கென்யாவின் நவகாலனிய அரசாங்கத்தை எதிர்த்தவர் என்ற காரணத்தால் விசாரணையின்றிச் சிறையில் அடைக்கப்பட்டவர் உலகப் புகழ்பெற்ற ஆப்பிரிக்க எழுத்தாளர் கூகி வா தியாங்கோ (Ngugi Wa Thiang'o). சிறையனுபவத்தைக் கூறும் அவரது நூல்: 'காவலில்' (Detained). சொல் எவ்வளவு முக்கியமானதென்பதை, எழுத்து வரலாற்றுத் தேவையென்பதை வற்புறுத்துகிறார்:

> கழிப்பறைக் காகிதம்: (ஆயிரத்துத் தொள்ளாயிரத்து) அறுபதுகளில் நான் க்வாமே நிக்ருமாவின் (Kwame Nkruma) சுயசரிதையான 'கானா'வைப் (Ghana) படித்தேன். ஜேம்ஸ் கோட்டைச் சிறைச்சாலையில் தமது 'செல்'லில் கழிப்பறைக் காகிதத்தை எழுதப் பயன்படுத்துவதற்காகத் தாம் பதுக்கி வைத்திருந்ததைக் குறிப்பிட்டிருந்தார். அது எனக்கு மிகையாகவும் கற்பனை கலந்ததாகவும்பட்டது - அதற்கான புகைப்படச்

சான்றுகள் அந்த நூலில் தரப்பட்டிருந்த போதிலும். கழிப்பறைக் காகிதத்தில் எழுதுவதா? இப்போது எனக்குப் புரிகிறது: காகிதம், அது எந்தக் காகிதமாக இருந்தாலும் சரி, அரசியல் கைதிக்கு எத்தனை அருமையானது என்பது - அதுவும் என்னைப் போலத் தனது எழுத்துக்காகச் சிறையில் அடைக்கப்பட்ட ஒருவனுக்கு. ஏனெனில் எழுதுவதற்கான உந்துதலை அரசியல் கைதியால் தவிர்க்கவே முடியாது.[3]

●●●

ஒடுக்குமுறைக்கு எதிரானதோர் அறைகூவல் மட்டுமல்ல சொல்; அது செயலைத் தூண்ட வல்லது. வரலாற்றுடன் தன்னை இணைத்துப் புதுயுகத்தை, புதிய வரலாற்றைப் படைக்க வல்லது. சோசலிசப் புரட்சிகள் ஏற்பட்ட சூழல்களில் மட்டுமல்லாது, மூன்றாம் உலக நாடுகள் என்று பொதுவாக அண்மைக்காலம் வரை அழைக்கப்பட்டு வந்த, முன்பு காலனியாட்சிக்கு உட்பட்டிருந்த நாடுகள் அனைத்திலும் காலனிய எதிர்ப்புச் செயல்பாடுகளும் சொல்லாடல்களும் தோற்றுவித்த அரசியல் புரிதலும், பண்பாட்டு எழுச்சியும் 'சொல்' என்பதைத் தன்னிகரில்லா ஆயுதமாக்கின.

இன்று 'மூன்றாம் உலக நாடுகள்' என்ற சொற்றொடர் அதிகம் பயன்படுத்தப்படுவதில்லை என்றாலும் முன்னாள்களில் காலனியாட்சிக்குட்பட்டிருந்த நாடுகளைக் (இவற்றில் பல இப்போது நவ-காலனிய நாடுகளாக உள்ளன) குறிப்பிட நாம் இந்தச் சொற்றொடரை இங்கு தொடர்ந்து பயன்படுத்த விரும்புகிறோம். பொருளாதார வளம் மிக்க முதலாம் உலக நாடுகள், சோவியத் யூனியனின் தலைமையில் இருந்த முன்னாள் (இரண்டாம் உலக) சோசலிச நாடுகள் என்பனவற்றிலிருந்து தம்மை வேறுபடுத்திக் கொள்ள இந்த நாடுகள் 'முன்றாம் உலகமாக'த் தம்மை அடையாளப்படுத்திக் கொண்ட வரலாற்றை நாம் மறக்கவும் விரும்பவில்லை - மேற்கு நாட்டு அரசுகளைப் போல 'வல்லரசாக' வேண்டும் என்று இன்று நம் நாட்டில் ஆசைப்படுவோருக்கு ஒரு விஷயத்தை நினைவுபடுத்த வேண்டும். அதாவது நாம் எப்போதும் இப்படியிருக்கவில்லை; கடந்த காலத்தில், ஆசிய, ஆப்பிரிக்க, இலத்தின் அமெரிக்க நாடுகளுடன், நம்மைப் போன்ற குறை வளர்ச்சி நாடுகளுடன் நட்புறவு பேண விழைந்தோம்; அதன் அடிப்படையில் தனித்துவமான

அரசியல் அடையாளம் ஒன்றை (பாண்டுங் மாநாடு, அணிசேரா நாடுகள்) ஏற்படுத்த விரும்பினோம்.

மூன்றாம் உலக நாடுகள் அனைத்துமே மேலைநாட்டு ஏகாதிபத்திய மூலதனத்தின் கொடும் சுரண்டலுக்கும் அரசியல், பண்பாட்டு ஒடுக்குமுறைக்கும் உட்பட்டிருந்தவை என்பது மட்டுமல்ல உண்மை. இன்றுமே அவை அத்தகைய ஒடுக்குமுறைக்கு உட்பட்டிருப்பவைதான். பெயரளவிற்கான சுதந்திரம் இந்த நாடுகளில் பிரகடனப்படுத்தப்பட்டுவிட்ட போதிலும், உலக மூலதனத்தின், முதலாளியப் பண்பாட்டின் ஆதிக்கத்திலிருந்து அவை இன்னும் முழுமையாக விடுபடவில்லை. நவ காலனிய வடிவம் பூண்டுள்ள உலக முதலாளியம், இந்த நாடுகளின் ஆதிக்க வர்க்கங்களின் துணையுடனும் இவ்வர்க்கங்களுக்கு அரணாக உள்ள 'தேச அரசுக'ளின் ஒப்புதலுடனும் அந்தந்த நாடுகளின் அரசியல், பொருளாதார இறையாண்மைக்கு, பண்பாட்டுக்கு, மொழிக்கு, தனித்தன்மைக்குப் பெரும் அச்சுறுத்தலாய் விளங்குகிறது.

இந்த நாடுகளில் பசியும் பிணியும் அநீதியும் முற்றிலும் ஒழிந்தபாடில்லை. அத்துடன் புதிய, புதிய பிரச்சினைகளும் ஒடுக்குதல்களும் இந்த நாட்டு மக்களை அலைக்கழித்து வருகின்றன. இந்த நாடுகளில் ஏற்பட்டுள்ள ஏற்றத்தாழ்வான வளர்ச்சிகள் இந்த நாடுகள் ஒவ்வொன்றிலும் 'உள்நாட்டுக் காலனி'களை உருவாக்கியுள்ளன. இந்தியாவில் ஏற்கெனவே உள்ள சாதியப் படிநிலை சமுதாய ஏற்பாட்டின் மீது கட்டப்பட்ட இந்த புதிய அசமத்துவம், கூடுதலான வன்மத்தையும் சுரண்டலையும் சாதிய சமுதாயத்தின் அடிமட்டத்தில் வைக்கப்பட்டுள்ள தலித்துகளின் மீதும் மிக மோசமான பொருளாதார சுரண்டலுக்கும் இடப்பெயர்வுக்கும் உட்படுத்தப்பட்டுள்ள நாட்டின் பழங்குடி மக்கள் மீதும் சுமத்தியுள்ளது. மேலும், இந்தியா, இலங்கை, பாகிஸ்தான், ஃபிலிப்பைன்ஸ், அங்கோலா என்று எந்த நாட்டை எடுத்துக் கொண்டாலும், இவற்றில் ஒன்றில்கூட இனக்குழுக்களின், தேசியச் சிறுபான்மையினரின், தேசிய இனங்களின் பிரச்னைகள் தீர்க்கப்படவில்லை. பெண்களுக்கோ விடியல் என்பது அவ்வப்போது சாத்தியப்படுவது போல இருந்தாலும் அந்த விடியலை நோக்கிய அவர்களின் பயணத்தை திசைதிருப்பும் பண்பாட்டு மாற்றங்களும் சமுதாய முரண்பாடுகளும் நடந்தவண்ணமுள்ளன. ஏகாதிபத்திய

ஒடுக்குமுறைக்கான ஒரே மாற்று சோசலிசமே என்பதை ஏற்றுப் புரட்சிகள் நடத்திய நாடுகளில் புரட்சிகள் தோல்விகளைத் தழுவியுள்ள அவலம். சோசலிச முகாம் சரிந்துவிட்டதன் காரணமாக, மூன்றாம் உலக நாடுகளில் நீதிக்காகப் போராடும் மக்களுக்கும் இயக்கங்களுக்கும் திகைப்பும் ஏமாற்றமும்.

இவையனைத்தும் பிற மூன்றாம் உலக நாட்டு மக்களோடும் அவர்களது இலக்கியப் படைப்புகளோடும் ஒரு நெருக்கமான உறவில் நம்மை வெகு எளிதில் பிணைத்து விடுகின்றன. அவர்களது வெற்றிகள், தோல்விகள், துக்கங்கள், துயரங்கள், ஏக்கங்கள், சலிப்புணர்வு, பரிவு, பாசம், காதல், வெறுப்பு - அனைத்துமே நமக்கும் சொந்தமானவைதான். அவற்றிலிருந்துதான் நாம் நமது வரலாற்றுணர்வுக்கான, தொடர்ந்து போராடுவதற்கான, நம்பிக்கையைத் தளரவிடாதிருப்பதற்கான, நமது அடிப்படை மானுடத்தன்மையைத் தக்க வைத்துக் கொள்வதற்கான ஊட்டத்தைப் பெறுகிறோம். எனவேதான் இந்த மொழியாக்கங்கள்.

கவிதைகள், கதைகள் போன்ற புனைவிலக்கியப் படைப்புகள் புனைவிலக்கியம் அல்லாத எழுத்துகள் ஆகியவற்றின் மொழியாக்கங்கள் நமது கூருணர்வுகளை ஆழப்படுத்துகின்றன. நமது அறிவின் வீச்சையும் எல்லைகளையும் விரிவுபடுத்துகின்றன. வெவ்வேறு பண்பாடுகளைச் சேர்ந்த மக்களிடையிலான ஆன்மிகப் பாலமாக அமைகின்றன. ஒரு நாட்டின் பண்பாட்டு வளர்ச்சியின் அளவு, அந்த நாட்டின் எழுத்தாளர்கள், கலைஞர்கள் ஆகியோரின் சாதனைகளை மட்டும் சார்ந்திருப்பதில்லை. படைப்பாற்றலுக்கான முன்நிபந்தனைகளில் ஒன்று, உலகம் முழுவதிலுள்ள பண்பாட்டு இயக்கங்களிலும் சாதனைகளிலும் அக்கறையும் ஆர்வமும் கொள்வதும் அவற்றைப் பகிர்ந்து கொள்வதுமாகும். மொழியாக்கங்கள் புதிய தூண்டுதல்களாக அமைகின்றன. புதிய கருத்துகள் தோன்றுவதற்குக் காரணமாக உள்ளன. பண்பாடு பற்றிய, வாழ்க்கை பற்றிய புதிய நிலைப்பாடுகளைத் தோற்றுவிக்கின்றன.

❖❖❖

காலனியமும் முதலாளியமும் கொள்ளையடித்துச் சூறையாடியவை ஆசிய, ஆப்பிரிக்க, இலத்தின் அமெரிக்க நாடுகளின் இயற்கை வளங்களும் மனித உழைப்பும்

மட்டுமல்ல; மேலை நாட்டவரின் சமூக - பொருளாதார நலன்களுக்காக அந்தப் 'பிறத்தி' யாரின் தனித்துவம் மறுக்கப்பட்டது; அவர்களது பண்பாடுகள் சிதைக்கப்பட்டன; மொழியின் வளர்ச்சி தடுக்கப்பட்டது; ஐரோப்பியப் பண்பாட்டு வளர்ச்சியுடன் அந்தப் 'பிற' பண்பாடுகள் ஒப்பிடப்பட்டு, அவை காட்டுமிராண்டி நிலையில் இருப்பவை என்று ஒதுக்கப்பட்டன; வரலாற்று வெளியிலிருந்தும் சமூகக் களத்திலிருந்தும் அகற்றப்பட்டு வெறும் சடங்குகளாகக் குறுக்கப்பட்டன; வெள்ளை நிற ஆண்டைகளும் வெள்ளை நிறச் சுற்றுலாப் பயணிகளும் பார்த்து, வியப்பும் பீதியும் கொள்கிற காட்சிப் பொருள்களாயின. இந்த நாடுகளில் காலனியாட்சியாளர்களின் மேலாண்மையை நிறுவுவதற்கான வலுவாய்ந்த கருவிகளாக அவர்களது மொழிகள் அமைந்தன.

இந்தியாவில் ஆங்கிலமே பயிற்று மொழியாயிற்று. ஒரு வகையில் அது நவீன சிந்தனைகளைத் தாங்கி வந்த மொழியாகவும் இருந்தது; சாதி, சமய எல்லைக் கோடுகளைக் கடந்து சிந்திக்க விரும்பியவர்களுக்கு ஆதர்சமான மொழியாகவும் காட்சி தந்தது; ஆனால், செயலளவிலோ ஆங்கிலம் வெறும் மொழியாக மட்டுமில்லாது, இந்த நாட்டில் மேலாண்மை செலுத்தி வந்த சாதிய மனநிலைக்கும் சிந்தனைக்குமான கருவியாக, காலத்துக்கும் சந்தர்ப்பத்துக்கும் ஏற்ற வகையில் இவற்றுக்கு 'வியாக்கியானம்' தர உதவும் சாதனமாகவும் அமைந்தது. அதன் 'பயன் மதிப்பு' எவ்வாறாயினும் இந்த மதிப்பைப் பெறுவதற்கான சமுதாய ஆற்றலும் அரசியல் பலமும் இந்திய சமுதாயத்தில் பெரும்பாலோருக்கு இல்லை. இக் காரணம் கருதியே, சமுதாயத்திலுள்ள அனைவரும் ஆங்கிலம் பயில வேண்டும் என்னும் கருத்தைப் பெரியார் சில சந்தர்ப்பங்களில் கூறினார்.

ஆப்பிரிக்காவில் காலனிய மொழி அரசியல் வேறு விதமாகச் செயல்பட்டது. கிழக்கு ஆப்பிரிக்க மக்களின் பல்வேறு மொழிகளையும் அவற்றின் தனித்தன்மைகளையும் நிராகரித்த காலனியம், 'ஸ்வாஹிலி' (Swahili) என்னும் மொழியை அங்குள்ள எல்லா மக்கள் மீதும் திணித்தது. மத்திய அமெரிக்காவிலும் தென்னமெரிக்காவிலும் கொலம்பஸ், ஹெர்னாண்டோ கோர்டெஸ் (Hernando Cortez) காலந்தொட்டு ஸ்பானியர்கள் அங்கிருந்த பழங்குடி மக்களைக் (செவ்விந்தியர்களை) கோடிக்கணக்கில் கொன்று குவித்தது மட்டுமின்றி அம்மக்களின் தொன்மைவாய்ந்த

23

நாகரிகங்களையும் (அஸ்டெக், மாயா, இன்கா முதலியன) அவர்களது வளமான மொழிகளையும் திட்டமிட்ட முறையில் ஒழித்துக் கட்டினர்.

மூன்றாம் உலக நாடுகளில் காலனிய ஆட்சிக்கு எதிராகக் கிளர்ந்தெழுந்த போராட்டங்கள் காலனியாட்சியாளரின் பண்பாட்டு மேலாதிக்கத்தையும் எதிர்த்தன. தமது மண்ணிற்காக மாளத் துணிந்த பலர் அந்த மண் தோற்றுவித்த மொழியையும் அதற்கே உரிய வாழ்வு முறையையும் மீண்டும் மலர வைக்கப் போராடினர். தேசிய விடுதலைப் போராட்டங்கள் கவிஞர்கள் பலரை உருவாக்கின; அவர்களில் போர்க்களத்தில் குதித்துப் போராடியவர்கள் உண்டு; தமது நாட்டின் அவலத்தைக் கவிதையில் வார்த்தெடுத்துக் காட்டியவரும் உண்டு. இவர்கள் அனைவருக்குமே - லெபனான் நாட்டு எழுத்தாளரும் விமர்சகருமான எலியாஸ் கவுரி கூறியது போல.

> *மொழி என்பது மனோவுறுதிக்கான சட்டகம். அது கூட்டு நினைவுகளின் களஞ்சியம். மொழி, பாதுகாக்கப்பட வேண்டிய ஓர் அடிப்படையான தேசிய விழுமியம்.*[4]

சிலர் கவிதையின் துணை கொண்டு வரலாறு படைக்கத் துணிந்தனர் - ரோக் டால்ட்டனைப் போல்; அகஸ்தினோ நேட்டோவைப் போல். வேறு சிலரோ வரலாற்றின் சுமைகளை, அதன் தேவைகளை, நிர்ப்பந்தங்களைக் கவிதையின் கருப்பொருளாக்கிக் கவிதையின் தன்மையையும் கவிதை மொழியையும் மாற்றியமைக்க முனைந்தனர் - எய்ம் செஸேர் போல, மஹ்மூத் தார்விஷைப் போல. இன்னும் சிலரோ சொல்லைச் செயலால் பதப்படுத்திச் செயலைச் சொல் கொண்டு வடிவமைத்து இரண்டுக்கும் சம மதிப்பு வழங்கினர் காஸன் கானாஃபானி போல். இஸ்ரேலியப் பிற்போக்காளரால் கொல்லப்பட்ட இந்தப் பாலஸ்தின இலக்கியப் படைப்பாளி கூறினார்:

> *எதிர்ப்பு என்பது துப்பாக்கிக் குழாயிலிருந்து பிறக்கிறது என்றால், இந்தத் துப்பாக்கிக் குழாயோ விடுதலை வேட்கையிலிருந்து உதிக்கின்றது. இந்த விடுதலை வேட்கையோ, பரந்த பொருளில் சொல்வதானால், எதிர்ப்பின் இயல்பான, தர்க்க ரீதியான, தவிர்க்க முடியாத விளைபொருளே தவிர வேறொன்றுமல்ல;*

இந்த விடுதலை வேட்கை என்பது ஒரு மறுப்பு; நிலைமைகளையும் மூலகாரணங்களையும் பற்றிய உறுதியான புரிதல். எதிர்ப்பின் பண்பாட்டு வடிவத்திற்குள்ள அதிமுக்கியத்துவம், ஆயுதப் போராட்டத்துக்குள்ள முக்கியத்துவத்தை விட எவ்வகையிலும் குறைந்தது அல்ல.[5]

மறுபுறம், பாலஸ்தினக் கவிஞர் மஹ்மூத் தார்விஷ், கவிதைக்கு காஸான் கானாஃபானி வழங்கியதைவிடச் சற்று உயர்ந்த இடத்தைத் தந்திருந்தார்:

எதிர்ப்பைப் பற்றிய கவிதை, எதிர்ப்பைக் காட்டிலும் ஒரு படி மேலோங்கியதாக இருக்க வேண்டும். ஒவ்வொரு பாலஸ்தினனின் பேச்சும் - அது பாலஸ்தினத்தைப் பற்றி, போராட்டத்தைப் பற்றி இருப்பதால் மட்டுமே - கவிதையாகிவிடாது. எதிர்ப்புக்கும் கவிதைக்குமிடையே உறவு உண்டு, ஆனால் சமத்துவம் இல்லை. கவிதை படைக்க எங்களைத் தூண்டியது எங்கள் சூழ்நிலைமையே. ஆனால் நாங்கள் கவிதைகளைப் படைப்பது எங்கள் அவலத்தை வெளிப்படுத்த அல்ல.[6]

அவரது பிற்காலக் கவிதைகளில் ஏற்பட்ட வளர்ச்சி பற்றி (இதற்கு எடுத்துக்காட்டாக இருப்பது, இந்தத் தொகுப்பிலுள்ள 'தெளிந்த வானமும் பச்சைத் தோட்டமும்' என்ற வசன கவிதை), அராபிய இலக்கிய விமர்சகர் யூஸெஃப் ஹுஸ்ஸெய்ன் ஹம்தான் கூறுகிறார்:

கவிதை என்பது அரசியல், வரலாறு, மதம், மெய்மை ஆகியவற்றுடன் உறவைக் கொண்டுள்ள தனிச்சிறப்பான கலையேயன்றி, அவற்றில் ஏதோவொன்றாக அதைக் குறுக்க முடியாது என்பதை தார்விஷின் பிற்காலக் கவிதைகள் காட்டுகின்றன. கவிதை என்பது கருத்துகளையும் உணர்ச்சிகளையும் எடுத்துச் செல்வதற்கான கருவி அல்ல; மாறாக, கருத்துகளையும் உணர்ச்சிகளையும் உள்ளடக்கிய அழகியல் அனுபவம்... கவிதை எழுதுவதற்கான புதிய முறை, கவிதை வடிவம் ஆகியவற்றுக்கான முடிவில்லாத தேடலே கவிதை. அதனுடைய மொழியும் படிமங்களும் உக்கிரமானவை, உருவகத்தன்மை கொண்டவை, தத்துவார்த்தமானவை, ஒன்றுக்கும் மேற்பட்ட அர்த்தங்கள் தருபவை. அது

வரலாற்றிலும் தொன்மங்களிலுமுள்ள குறியீடுகளால் நிரப்பப்பட்டதாகும். அதில் பல்வேறு கவிதா உண்மைகள் உள்ளன, எந்தவொரு உண்மையும் முழுமுற்றானதல்ல. கவிதையில் குறிப்பிடப்படும் ஒரு நிகழ்வு, அது நிகழ்ந்த காலம், இடம் ஆகியவற்றைக் கடந்து, மானுடப்பிறவிகளின் உணர்ச்சிகள், கேள்விகள், நீதிக்கும் சமத்துவத்துக்குமான கனவு, வாழ்க்கையையும் மரணத்தையும் பற்றிய கவலை ஆகியன நன்கு புலப்படும்படி செய்கிறது.[7]

உலகப் புகழ்பெற்ற இன்னொரு கவிஞர் பாப்லோ நெரூடாவிடமும் இத்தகைய கருத்தைக் காணலாம்:

யதார்த்தவாதியாக இல்லாத கவிஞர்கள் செத்துப் போனவர்கள். ஆனால் யதார்த்தவாதியாக மட்டுமே இருக்கும் கவிஞர்களும்கூட செத்துப் போனவர்கள்தாம். அறிவுக்குப் புரியாத வகையில் எழுதும் கவிஞர்களின் கவிதைகள் அவர்களுக்கும் அவர்களை நேசிப்பவர்களுக்கும் மட்டுமே புரியும். இது மிகவும் வருந்தத்தக்கது. அறிவுக்குப் புரியும் வகையில் மட்டுமே எழுதும் கவிஞர்களைக் கழுதைகளாலும்கூடப் புரிந்து கொள்ள முடியும். இதுவும் வருந்தத்தக்கதுதான்...

கவிதை மிகை யதார்த்தத்தன்மையையோ குறை யதார்த்தத்தன்மையையோ கொண்டிருக்க வேண்டியதில்லை. அது யதார்த்தவாதத்திற்கு எதிரான தன்மையுடையதாகவும் இருக்கலாம். நான் புத்தகத்தை, கவிதைப் படைப்பின் அடர்த்தியை, இலக்கியக் காடுகளை இரசிக்கிறேன். எல்லாவற்றையுமே இரசிக்கிறேன் - புத்தகங்களின் முதுகுகளைக்கூட. ஆனால் அவை அந்தந்த சிந்தனைப்போக்குகள் என அடையாள முத்திரைகளிடப்படுவதை நான் இரசிப்பதில்லை. எந்த சிந்தனைப் போக்குகளையும் வகைப்பாடுகளையும் சாராத புத்தகங்கள், வாழ்க்கையைப் போலவே இருக்கின்ற புத்தகங்கள் எனக்கு வேண்டும்".[8]

இத்தனைக்கும் இந்த இரு கவிஞர்களுமே தீவிரமான அரசியல் அர்ப்பணிப்புகளைக் கொண்டிருந்தவர்கள்தாம்.

வேறு சில கவிஞர்கள், போராட்டத்தின் உன்னதத்தை உணர்ந்து பாராட்டிய போதிலும், மனிதச் சோர்வையும், மரணம் ஏற்படுத்தும் வேதனையையும், காதலும் பாசமும் வேட்கையும் விருப்பமும் நிறைந்த மனித மனத்தின் சஞ்சலங்களையும் கவிதைகளாக்கினர். இத்தொகுப்பில் இடம்பெறும் பஞ்சாபிக் கவிஞர்களாகிய பாஷ், பத்தார், பராஹு¬வே கவிஞர் ரொமெரே போன்றோரின் கவிதைகள் இத்தகைய உணர்ச்சிகளை வெளிப்படுத்துகின்றன.

சமூக சீர்திருத்தத்தை விரும்பியவர்கள், புரட்சியில் நம்பிக்கை கொண்டிருந்தவர்கள், புரட்சிக்குப் பின் அவநம்பிக்கையும் ஏமாற்றமும் கொண்டவர்கள், காலனிய ஆட்சிக்கு முன் நிலவிய பழைய சமூக நிலைமைகளுக்காக ஏங்கியவர்கள் - இப்படிப் பலவகையினர் அக்கவிஞர்கள்.

ஆயினும் அவர்கள் அனைவரையும், அவர்கள் படைப்புகள் அனைத்தையும் ஒன்றிணைக்கும் பொதுப்பண்பு ஒன்றுண்டு: கவிதையில் (பொதுவாக இலக்கியத்தில்) அதற்கே உரிய சமூக, வரலாற்றுப் பரிமாணங்களை அவர்கள் வளர்த்தெடுக்க முனைந்தனர் என்பதுதான் அது. இவ்வகையில், அந்த எழுத்தாளர்களின் படைப்புகள் அவரவர் மண்ணின் வரலாற்றுடனும் அம்மண்ணில் வாழும் மக்களின் வாழ்வுடனும் பின்னிப் பிணைந்துள்ளன. போராட்டத்தையும், துயரத்தையும், மண் மீது கொண்ட பாசத்தையும், தம் மொழியின்பால் கவிஞருக்குள்ள அலாதியான காதலையும் புலப்படுத்தும் கவிதைகளின் தமிழாக்கங்கள் இத் தொகுப்பில் இடம் பெற்றுள்ளன.

●●●

இத்தொகுப்பில் உள்ளவை 'எழுச்சி'க் கவிதைகள் மட்டுமல்ல. எழுச்சியையும் எதிர்ப்பையும் வெளிப்படுத்துவன மட்டுமே கவிதைகள் ஆகிவிடா. போர், பட்டினி, அரசு ஒடுக்குமுறை ஆகியவற்றின் கீழ் அவதியுறும் மக்களின் மனோநிலையை, குண்டுகளால் காயப்படுத்தப்பட்ட மண்ணின் வேதனையை, நம்பிக்கை, நம்பிக்கையின்மை ஆகியவற்றிற்கிடையே ஊசலாடும் மக்களின் சோகத்தை வெளிப்படுத்தும் கவிதைகளும் கூட வரலாற்றின் மெய்யான, உறுதியான சாட்சியங்களாகும் - இலங்கையின் கிழக்கு மாகாணக் கவிஞர் சோலைக்கிளியின் கவிதையைப் போல:

இருட்டுது
இனிப் பெய்யும்
பெய்யத்தானே வேண்டும்
ஒரு பாரிய மழை
பயிர் பச்சை தழைக்க

இந்த மாதிரி மின்னல் வெட்டினால்
ஒரு வானம் என்ன
ஏழு வானமும் பாளமாய்ப் பிளந்து
கடலைக் கொண்டு வந்து ஊற்றும்.
பார் நெருப்பில் தீக்குச்சி கொளுத்துவதைப் போல்
மின்னல்
எனக்குத் தெரியும்
ஒரு காலத்தைப் புரட்டுவது
அவ்வளவு இலகல்ல.
இங்கே கோடை
புரட்டப்படுகிறது
வா குடையைத் தேடுவோம்.⁹

இங்கு எழுச்சியின் சாயல்கள் இல்லை. புரட்சியின் வெற்றி பற்றியோ, காலம் புரட்டப்படுவது பற்றியோ எக்காள ஒலி இல்லை. விடுதலையின் நிச்சயம் பற்றிய நம்பிக்கை இல்லை.

ஆனால், குறிப்பால் உணர்த்திச் செயல்படும் இக்கவிதையில் வரலாற்றில் காணப்படும் 'பொருள் மயக்கம்' உண்டு. வரலாற்றின் கட்டாயத்தை ஏற்கும் கவிஞன், 'இனி பெய்யத்தானே வேண்டும்' என்று தன்னை ஆசுவாசப்படுத்திக் கொண்டு 'குடை'யைத் தேடிச் செல்கிறான். கவிச்சொல் வரலாற்றுப் போக்கைப் பணிவுடன் பின்பற்றுகிறது.

சொல்லிற்கும் வரலாற்றுக்குமுள்ள உறவு எவ்வாறு கவிதையில் வெளிப்பாடு காண்கிறது என்பதை மட்டுமே அளவுகோலாகக் கொண்டு இத் தொகுப்பிலுள்ள பெரும்பாலான கவிதைகள் தெரிவு செய்யப்பட்டுள்ளன. போராட்டம் அங்கீகரிக்கப்பட வேண்டிய ஒன்றுதான். ஆனால், வாழ்வும் வரலாறும் போராட்டத்தை விடப் பெரியவை, ஆழமானவை. எனவே தனிமனித வாழ்வும் பொதுவாழ்வும் முரண்படுவதை, இந்த முரண்பாடு தீர்க்கப்படும் விதத்தைச் சில கவிதைகளில் காணலாம். மறுபுறம், ஜோஸ் மா ஸிஸ்ஸோன், ரோக் டால்ட்டன், யேவியெர் ஹெராட் போன்றோர் கவிஞனும்

போராளியும் ஒன்றே என அறுதியிட்டுக் கூறுவதையும் காணலாம்.

உள்நாட்டு ஒடுக்குமுறைக்கு எதிராகத் தன் கவிதை வாளை உயர்த்தும் இராக்கின் நபில் ஜனாபி, ஈரானியக் கவிஞர் ஈராஜ் ஜன்னட்டி அட்டே (இருவருமே தத்தம் நாட்டு அரசாட்சிகளின் கீழ் ஒடுக்கப்படும் குர்து மக்களுக்காகப் பரிந்து பேசுபவர்கள்), துருக்கியச் சிறையிலிருந்து பாலஸ்தினியர்களுக்காகக் கண்ணீர் சிந்தும் நெஸ்வாட் செலிக் - இவர்களைப் பொருத்தவரை கவிதைக்கு ஒரு பணி உண்டு. கவிதை

மலைகளை நகர்த்த வல்ல
அரசாங்கங்களை நகர்த்த வல்ல
பெண்

'குர்து மக்களுக்கு மலைகள் தான் உண்டு, நண்பர்கள் இல்லை' என்னும் பழமொழியே உருவாகும் அளவிற்கு உலக சமுதாயத்தால் புறக்கணிக்கப்பட்ட தம் இன மக்களின் வரலாற்று அவலங்களைத் தம் சொற்களில் பதிவு செய்தார் ஷெர்கோ பெகாஸ். ஒடுக்குமுறைக்கு எதிராகக் குரல் கொடுத்த எல் ஸால்வடோரின் பெண் கவிஞர் கிளாடியா லார்ஸூம் கவிச்சொல்லிற்கு அரியதொரு பணியை வழங்கினார்: கவிஞரின் மனசாட்சியின் பிரதிபிம்பமே சொல். வரலாற்றின் பதிவுகளைப் பெறாத சொற்கள் கவிதைகளைப் படைத்தாலும் அந்தச் சொற்களால் எந்தவொரு பயனுமில்லை; கவிஞரை வரலாற்றுடன் இணைக்கவே சொல் பயன்பட வேண்டும்.

சொல், கவிஞன், வரலாறு - இவற்றிற்கிடையே உள்ள உறவின் பல்வேறு பரிமாணங்களை நக்ஸல்பாரி இயக்கம் சாத்தியப்படுத்திய படைப்புகளில் நாம் காணலாம். வசந்தத்தின் இடிமுழக்கம் என வர்ணிக்கப்பட்டது நக்ஸல்பாரிப் போராட்டம். அரசியல் அதிகாரத்துக்கான ஆயுதமேந்திய போராட்டம் என்பதை இந்தியத் துணைக்கண்டத்தின் பொதுவுடைமை இயக்க நிகழ்ச்சி நிரலில் மீண்டும் இடம்பெறச் செய்த அந்த இயக்கம், ஆட்சியாளர்களுக்குப் பெரும் சவாலாய் விளங்கிய ஆரம்பக் கட்டங்களிலும் சரி, ஆயிரத்து தொள்ளாயிரத்து எழுபதுகளின் இறுதியில் பிளவுபட்டிருந்த நிலையிலும் தன் ஆற்றல்களைத் திரட்டிக் கொண்டு பிஹாரிலும் ஆந்திரத்திலும் பிற மாநிலங்களிலும் புத்தெழுச்சி காண முயன்றபோதும் சரி, புரட்சிகர ஆவேசத்தை

அவ்வியக்கத்தின் கவிஞர்களிடையே காண முடிந்தது. தமிழகக் கவிஞர் இன்குலாப்பிடமும் இந்த வேகத்தைக் காணலாம்:

சில்லென்று நெருஞ்சிக் காடே!
சிரிக்காதே:
உன் மீது
கால்கள் அல்ல -
களைக் கொத்திகளே இனி நடக்கும்
...
எங்களைப்
பிறாண்டிச் சிவந்த உன் நகங்களை நீட்டாதே
ஏனெனில் வெட்டப்படுவது இனிமேல்
நகங்களல்ல -
விரல்கள்.[10]

இழப்புகளைப் புரட்சிகர நம்பிக்கைகளாக மாற்றுவதிலும் கவிஞர்கள் கவனம் செலுத்தினர்:

நீ துண்டித்த தலையை
மக்கள் எனக்குத்
திருப்பித் தருவார்கள்
நீ தோண்டி எடுத்த கண்கள்
காலத்தின் விழிகளாகும்.

ஆனால் அந்த இயக்கம் கண்ட பின்னடைவுகள், சந்தித்த தோல்விகள், அனுபவித்த ஒடுக்குமுறைகள் ஆகியவற்றின் காரணமாகப் போராட்டம் சென்ற திசை, புரட்சியாளர்களின் அக விருப்பங்களுக்கும் புறநிலைமைகளுக்குமிடையே இருந்த முரண்பாடு ஆகியவற்றையும் வெளிப்படுத்துகின்றனர் கவிஞர்கள்.

எங்களிடம் வற்றிப் போனவை எவை?
எங்களது கிளர்ச்சிக் கனவுகளா?
அல்லது அவற்றின் துடிக்கும் நாளங்களா?

என சிவிக் சந்திரன் கேட்க, ஆந்திரப் புரட்சிக் கவிஞர் செரபண்ட ராஜுவோ

அலைகளை வென்று கரையை அடைய
முயற்சி செய்தேன் நான்
...

இன்றோ
எனது கரங்களில் இல்லை சுக்கான்
நான்தான் அதன் கரங்களில்

என்றெழுதினார்.

அதேபோல, பாகிஸ்தானிய இடதுசாரிக் கவிஞர் ஃபெய்ஸ் அஹ்மத் ஃபெய்ஸும், தமது எதிர்பார்ப்புகள் பொய்யாக்கப்பட்டதைக் கூறுகிறார்:

துயரம் என்னும் ஆற்றில்
நமது வாழ்க்கையைத் தொடங்கியபோது
நமது கைகளில் எத்தனை ஆற்றல்
நமது இரத்தம் மாணிக்கச் சிவப்பு
நமக்குத் தோன்றியது
ஓரிரு இழுப்புகளில்
துன்பம் அனைத்தையும் கடந்து சென்று
விரைவில் கரையில் இறங்குவோம் என்று.
ஆனால் அது நிகழவில்லை.

இந்த மூன்று கவிதைகளிலும் சோகம் ததும்பிய போதிலும் ‘தேடலும்’ தொடரத்தான் செய்கிறது. ஃபெய்ஸ் அஹ்மத் ஃபெய்ஸின் சொற்களில்:

இப்போது என்ன செய்ய வேண்டும் என்று
ஆலோசனை கூறுங்கள்
கரைக்கு வந்து சேர்வது எப்படி என்பதை
எங்களுக்குச் சொல்லுங்கள்.

இத்தகைய தேடல் இன்றியமையாத் தேவை என்று அறுதியிட்டுக் கூறுபவர்கள் ஆப்பிரிக்கக் கவிஞர்கள். பன்னாறு ஆண்டுகளாக ஐரோப்பியர்களின் இன ஒடுக்குமுறைக்கு ஆளான ஆப்பிரிக்க மக்களுக்குக் காலனியம் விட்டுச் சென்றவை சுயவெறுப்பும், நம்பிக்கையின்மையும்தான். ஆப்பிரிக்காவில் எழுந்த விடுதலைப் போராட்டங்கள் இவற்றைப் போக்க முனைந்தன. இப்போராட்டங்களின் தாக்கத்துக்குட்பட்ட அறிவாளிகளும் இலக்கியப் படைப்பாளிகளும் ஆப்பிரிக்க மக்களுக்கு புதியதோர் அடையாளத்தை - காலனியமும் ஐரோப்பிய இனவாதமும் உருவாக்கியிருந்த எதிர்மறை அடையாளத்துக்குப் பதிலாக - வழங்க முற்பட்டனர். புதிய ஆப்பிரிக்க மானுடருக்கான தேடல்

பல வடிவங்களை மேற்கொண்டது. புதிய அடையாளத்தைப் பிரகடனப்படுத்தப் புதிய மொழி தேவை எனக் கருதிய சில கவிஞர்கள், தமது கவிதைகளில் இப்புதிய மொழியை வளர்த்தெடுக்கலாயினர். ஆப்பிரிக்க மக்களின் பண்பாட்டு மரபுகளை, கறுப்பினத்தவரின் 'தனி'த் தன்மையை தமது கவிதைகளில் வலியுறுத்தி 'ஆப்பிரிக்க' மொழியை உருவாக்க முனைந்தனர் சிலர். தம்மைக் 'கறுப்பனாகப் படைத்ததற்கு' கடவுளுக்கு நன்றி தெரிவிக்கும் ஐவரி கோஸ்ட் கவிஞர் பெர்னார்ட் டாடீ,

> வெள்ளை நிறம் விசேட நாள்களுக்குரியது
> கறுப்பு நிறமோ ஒவ்வொரு நாளுக்கும்

என்று பெருமை கொள்கிறார். கறுப்பு, வெள்ளை ஆகிய நிறங்களுக்குப் புது அர்த்தங்கள் கற்பிக்கும் இவர், ஏசு கிறிஸ்துக்கள் கறுப்பின மக்களின் வரலாற்றிலன்றோ தோன்றியுள்ளனர் என்கிறார்: "ஒவ்வொரு கல்வாரி மலையிலும் சிந்தப்பட்ட என் இரத்தம் பனியைச் செந்நிறமாக்கியது" என்று கூறுவதன் மூலம், இதுகாறும் தம்மையும் தம் மக்களையும் ஒடுக்கப் பயன்படுத்தப்பட்ட கிறிஸ்தவ மதத்தைத் தமதாக்கிக் கொள்கிறார் (ஆனால் எல்-ஸால்வடோர் கவிஞர் டிமாஸ் காஸ்டஜோன்-மரியானோ எஸ்பினோஸா, தென்னமெரிக்காவுக்கு வந்த கிறிஸ்தவ மதத்தை, அங்கிருந்த தொல்குடிகளின் தலைகளை வெட்டிய சிலுவையாகக் காண்கிறார்).

மறுபுறம், ஆப்பிரிக்க - ஐரோப்பியக் கலப்பினப் பெற்றோர்களைக் கொண்டிருந்த கூபா நாட்டுப் புரட்சிகரக் கவிஞர் நிக்கோலஸ் கியோன், கறுப்பின (நீக்ரோ) உழைப்பாளிகள் வெள்ளை முதலாளிகளின் கரும்புத் தோட்டங்களில் சிந்திய வியர்வையையும் இரத்தத்தையும், அவர்களது விடுதலை வேட்கையையும் கவிதைகளாக்கியதுடன் 'கறுப்பு வண்ணத்'தின் மேன்மையைப் புகழ்கிறார்.

சில ஆப்பிரிக்கக் கவிஞர்கள், ஆப்பிரிக்கச் சமுதாயங்களின் தனித்தன்மையைப் பிரகடனப்படுத்தியதோடு உலகெங்கும் உள்ள ஒடுக்கப்பட்ட மக்கள் அனைவரின் ஒற்றுமையைப் போற்றினர். இந்த ஒற்றுமையுணர்வின் அடிப்படையில் புதிய மொழியை, புதிய கலையைப் படைக்க வந்தனர். 'சொந்த மண்ணுக்குத் திரும்புதல்' பற்றிக் கவிதை புனைந்துள்ள எய்ம் செஸேர், தம்மை 'யூத மனிதனாக', 'காஃபிர் மனிதனாக',

'பஞ்ச மனிதனாக', 'பிச்சைக்காரனாக' பாவிக்கிறார். தமது மானுடத்துவத்தை இவ்வாறு வெளிப்படுத்தும் அவர் தமக்குரிய, தமது தேடலுக்குரிய, தாம் போற்றும் மனித நேயத்திற்குரிய புதிய மொழியை உருவாக்கினார். "மகத்தான பேச்சின், மகத்தான வேட்கையின் இரகசியத்தைக் கண்டறிய விரும்புகிறேன் நான்" என்று முழங்கும் செஸேர், தமது கறுப்பினவுணர்வில், "அது மண்ணின் சிவந்த தசைக்குள்" பாய்ந்து செல்லும் வேகத்தில் புதிய ஆப்பிரிக்க அடையாளத்தைக் கண்டெடுக்க முனைந்தார்.

புதிய ஆப்பிரிக்க அடையாளம், வர்க்கப் போராட்டத்துடனும் தேசிய விடுதலைப் போராட்டத்துடனும் தம்மை இணைத்துக் கொள்வதன் மூலம் கவிஞர்களின் கற்பனையில் விரிவடைந்தது. அங்கோலா, மொஸாம்பிக் போன்ற நாடுகளில் துப்பாக்கி முனையிலிருந்து கவிதை வெடித்தது. கிளர்ச்சியிலிருந்து பிறக்கும் கவிதை "காற்றைப் போல் ஒவ்வொரு வீட்டிலும்" நுழைந்து "செந்தணலாய் மக்கள் மனங்களில் அமிழ்வ"தாகவும் தோட்டாக்கள் மலர்களாக மாறி, புது வாழ்வும் புது மானுடனும் மலர உதவுவதாகவும் அந்தப் போராட்டக் கவிஞர்கள் கருதினர்.

ஆனால் புதிய மொழிக்கு உந்துதலாக அமையக் கூடிய கவிதைகளைப் படைக்க வந்த ஆப்பிரிக்கக் கவிஞர்கள் முரணில் சிக்கியுள்ளதையும் நாம் காண வேண்டும். காலனியத்தால் சிதைக்கப்பட்ட ஆப்பிரிக்க வாழ்வு முறைகளையும் மறுக்கப்பட்ட விடுதலையையும் கவிதையில் மீட்டெடுக்க வந்த அவர்கள், காலனியாட்சியாளர்களின் மொழிகளிலேயே எழுத வேண்டியிருந்தது. காரணம், அவர்களுக்கு இந்த மொழிகளில்தான் கல்வி புகட்டப்பட்டது. மேலும், ஆப்பிரிக்க மக்களிடையே நாற்றுக்கணக்கான மொழிகள் வழங்கி வந்தபோதிலும், இவற்றிற்கென்று குறிப்பிட்ட வரிவடிவங்கள் இல்லை. ஆப்பிரிக்காவில் காலனியாட்சியாளர்களின் மேலாதிக்கத்தை நிலைநிறுத்தக் கிறிஸ்தவ மதம் புகுத்தப்பட்டபோது, ஐரோப்பியர்கள் விவிலியத்தை மக்களிடம் கொண்டு சேர்ப்பதற்காக ஆப்பிரிக்க மொழிகளுக்கு வரிவடிவம் கொடுத்தனர்; பின் விவிலியத்தை மொழியாக்கம் செய்தனர். ஆப்பிரிக்கர்கள் இந்த மொழிகளில் எழுதத் தொடங்கியபோது, ஒருவகையில் அவர்கள் ஐரோப்பியர்கள் வகுத்த பாதையில்தான் நடந்தனர். இந்த முரண்பாட்டைக் கடந்து செல்வது எப்படி? சொல்லைச்

செயலுடன் இணைத்தும், தங்கள் மீது திணிக்கப்பட்ட மொழிக்குப் புதிய அர்த்தங்கள் வழங்கியும், புதிய அர்த்தங்களை மக்களிடம் கொண்டு சேர்த்துமே இந்த முரண்பாட்டை ஆக்கபூர்வமான வகையில் கடந்து செல்ல முயன்றுள்ளனர் ஆப்பிரிக்கக் கவிஞர்கள்.

புதிய மொழிகள், புதிய அர்த்தங்கள் - முடிவில், இவற்றிற்கு உயிர் ஊட்டுவன வரலாற்று நிகழ்வுகள்தாம். பழையனவற்றை, நம்மை ஒடுக்கியாளும் கருத்துநிலைகளைச் (ideologies) சாடுவது போராட்டத்தின் முதல் கட்டம்தான். போலி அடையாளங்களைச் சாடும் சொல், செயலுடன் இணைக்கப்பட்டாலொழிய கவிஞர்களிடம் எஞ்சியிருக்கக்கூடியது அந்நியமாதலே. தலித் கவிஞர் நீரவ் பட்டேல் இந்த நிலையைத்தான் சித்திரிக்கின்றார். அவரது 'ஆர்ய குமாரன்' கவிதை, பிறப்பினால் தனிப்பெருமை கொள்ளும் பார்ப்பனரை எள்ளி நகையாடுகிறது. தனது 'தூய்மை'யின் பொருட்டுப் பிற சாதிகளை மறுத்து ஒதுக்கும் ஆர்யகுமாரனின் உடலும் மானுட உடல்தான்; மூப்பும் பிணியும் மரணமும் பிடித்து ஆட்டும் வெறும் தசையும் நரம்பும்தான் என்பதைத் தமது 'அறுவை சிகிச்சை'யின் மூலம் காட்டுகிறார் நீரவ் பட்டேல். தமது 'தலித்' தன்மையை அவர் நிலைநாட்ட வருகையில் தலித் அடையாளத்தை நோக்கிய அவரது தேடல் கேள்விக்குறியாக விளங்குகிறது. காரணம், அவருக்கு ஏற்பட்டிருக்கும் 'அடையாளக் குழப்ப'த்தை நீக்க வல்லது வரலாற்றுக் களத்தில் உறுதி செய்யப்பட்ட தலித் மக்களின் முழு விடுதலையே. வரலாற்றில் இதுவரை சாதிக்கப்படாத விஷயமாக இது இருப்பதால் 'என்ன செய்வது' என்று அறியாது ஒரு கணம் திகைத்து நிற்கும் கவிஞர், அந்த திகைப்பிலிருந்து மீள்வதற்காக, ஆண்டாண்டுக் காலமாக உயர்சாதியினரின் இழிசொற்களையும் வசைமாரிகளையும் கேட்டு வந்த தலித்துகளின் நியாயமான கோபாவேசத்தை வசைச் சொற்களாக வெளிப்படுத்துகிறார்.

மறுபுறம், நக்ஸலைட் இயக்கம், அமெரிக்காவின் கறுப்பின மக்களின் 'கறுஞ்சிறுத்தை இயக்கம்' ஆகியனவற்றின் தாக்கத்தால் மகாராஷ்டிரத்தில் எழுந்த 'தலித் சிறுத்தைகள்' இயக்கத்தின்பால் பற்றுக் கொண்டிருந்த தலித் கவிஞர் நாராயண் சூர்வே, மார்க்ஸிடம் கற்பனையான உரையாடல் நடத்தி, உலகின் செல்வமனைத்தையும் படைக்கும் உழைக்கும் வர்க்கத்தின் பகுதியாகத் தம்மை (தலித்துகளை)

அடையாளப்படுத்தினார். ஆந்திரப் புரட்சிக் கவிஞர் வரவர ராவ், வர்க்கப் போராட்டத்தோடு, சாதியாதிக்கத்திற்கெதிரான போராட்டத்தை நடத்த வேண்டியதன் தேவையை வலியறுத்தினார்.

கடந்த முப்பதாண்டுகளுக்கும் மேலாக, தலித் கவிஞர்களின் எழுத்தும், அவ்வெழுத்து தனக்கானதாக வரித்துக் கொண்ட உள்ளீடுகளும் புதிய எல்லைகளை எட்டியுள்ளன. தலித் கவிதைகள் அவை எழுதப்படும் மொழியை வளப்படுத்தியுள்ளதுடன் அம்மொழியில் தேங்கிப் போயிருந்த பழைய அர்த்தங்களையும் சொல்லாட்சிகளையும் புரட்டிப் போட்டுள்ளன. இத்தகைய கலகக் கவிதை மரபின் தொடக்ககால வெளிப்பாடுகள்தாம் இத்தொகுப்பில் இடம்பெற்றுள்ள தலித் படைப்பாளிகளின் கவிதைகள்.

இவ்வாறாகப் பல தேடல்கள், தேடல்களின் கவிதை வடிவங்கள் இத்தொகுப்பில். ஆனால் இத்தேடல்களில் பெரும்பாலானவற்றில், தமது மானுடத்துவத்தைக் கவிதையின் பொருளுக்கான ஒரே உத்திரவாதமாகக் கொள்ளும் கவிஞர்கள் பெரும்பாலோரிடத்தில், இந்த மானுடத்துவத்தில் பெண்களுக்கு இடம் உண்டா என்னும் கேள்வி எழுப்பப்படுவதில்லை. கவிஞர்களால் சாடப்படும் ஆதிக்க உறவுகளில் ஆணாதிக்கம் விவாதிக்கப்படுவதில்லை. துப்பாக்கிப் புகையும் புரட்சியும் பெண்களுக்கு விடியலை, புதியதொரு அடையாளத்தை வழங்குமா என்னும் கேள்வியும் கேட்கப்படுவதில்லை.

ஆனால் பெண் கவிஞர்கள் தமது பிரச்சினைகளைத் தாமே முன்வைக்கின்றனர். உலகில் எத்தகைய வரலாற்று மாற்றங்கள் ஏற்பட்டிருந்தாலும் அது இன்னும் ஆண்களின் உலகமாகவே உள்ளதைச் சுட்டிக் காட்டுகிறார் பாகிஸ்தானியப் பெண் கவிஞர் கிஷ்வர் நஹீத். ஆண்மகன், தான் குழந்தையாக இருக்கும்போது விளையாடப் பயன்படுத்தும் ஆடுகுதிரையின் மாற்றுருவம்தான் அவன் பெரியவனான பிறகு பயன்படுத்திக் கொள்ளும் மனைவி என்கிறார். பெண்களை அடிமைநிலையில் வைத்திருக்க மறைநூல்களையும் மரபுகளையும் ஆண்கள் துணைக்கழைப்பதைச் சுட்டிக்காட்டுகிறார் மற்றொரு பெண் கவிஞர் சயீதா கஸ்தர். இந்தியாவின் அர்ச்சனா வர்மா எத்தனை சுனாமிகள் வந்தாலும் அசைந்து கொடுக்காத ஆண்களின் ஆதிக்கத்தை சித்திரிக்கிறார்.

இந்தியப் படைப்பிலக்கிய உலகிலும் சிந்தனை உலகிலும் தனது அழுத்தமான முத்திரையைப் பதித்துள்ள தலித்தியம், அற்புதமான பெண் கவிஞர்களை உருவாக்கியுள்ளது. அவர்கள் சாதிய, பண்பாட்டு ஒடுக்குமுறைக்கு எதிரான அண்ணல் அம்பேத்கரின் போராட்ட மரபை முன்னெடுத்துச் செல்வதுடன் ஆணாதிக்கத்தைக் கேள்விக்குட்படுத்துவதிலும் துணிச்சல் மிகுந்தவர்களாக உள்ளனர். மராத்தியத் தலித் பெண் கவிஞர் ஹீரா பன்ஸோடெ, வரலாற்றில் புத்தருக்கு வழங்கப்பட்டுள்ள அங்கீகாரத்தில் ஆயிரத்தில் ஒரு பங்கு கூட அவரது மனைவி யசோதராவுக்கு இல்லாமல் போனது ஏன் என்னும் கேள்வியை எழுப்புகிறார்.

இயக்கங்களிலும் போராட்டங்களிலும் புரட்சிகளிலும் பெண்கள் பெரும் எண்ணிக்கையில் கலந்து கொண்ட போதிலும், எழுச்சிப்பாடல்களும் புரட்சி கீதங்களும் மட்டுமல்ல, பொதுவாக இலக்கியம் படைத்தலும் வரலாறு எழுதுதலும்கூட மரபு வழியாக ஆண்களுக்கே உரிய செயல்களாக இருந்து வந்துள்ளன. போராட்டக் காலங்களில் பெண்களின் படைப்பாற்றல், பாடல்கள், வாய்மொழிக் கதைகள் என்ற வடிவங்களில்தான் பெரும்பாலும் வெளிப்பாடு கண்டன. போராட்டக் காலகட்டத்துக்குப் பிறகு, ‘இயல்பு’ வாழ்க்கைக்கு சமுதாயம் திரும்பிய சூழலில், போராட்டங்களில் பங்கேற்ற பெண்களில் சிலர் தமது சொந்த அனுபவங்களை நினைவலைகளாகவும், புதினங்கள், கவிதைகள் போன்ற படைப்பிலக்கியங்களாகவும் எழுதத் தொடங்கினர் - ஆனால் ஆண்களின் எழுத்துகள் காட்டும் புறஉலக வரலாற்று மாற்றங்களைப் பற்றி மட்டுமே அவர்கள் எழுதவில்லை. அகவுலகம், குடும்பம், தனிமனித உறவுகள், பெண்கள் அரசியல் உலகில் தலையெடுக்க வருகையில் அவர்கள் எதிர்கொள்ளும் பால்ரீதியான ஒடுக்குமுறை என்று பல விஷயங்களை எழுத வந்தனர். இதனால் இவர்களின் எழுத்து ‘அரசியல் இலக்கிய’மாக ஏற்கப்படுவில்லை. பெண், ஏதோ அவளது அனுபவத்தைச் சொல்கிறாள் என்றளவிலேயே அந்த எழுத்துகள் உள்வாங்கப்பட்டன. வீரத் தெலுங்கானாப் போராட்டத்தில் பங்கேற்ற பெண்களின் அனுபவங்கள் 1980களில் நூலாக தொகுக்கப்பட்ட போது அது அன்றைய ஆந்திரத்தின் அறிவுலகில் இத்தகைய சலனங்களையே ஏற்படுத்தியது. எனினும், பெண்களின் எழுத்துலகம் விரிந்தும்

வளர்ந்தும் கொண்டுதான் இருக்கிறது - அத்தகைய வளர்ச்சிக்கு இத்தொகுப்பில் உள்ள கவிதைகளே சாட்சியம்.

●●●

நவீன இந்திய இலக்கியத்திற்கு மேற்கு வங்கமும் கிழக்கு வங்கமும் (பங்களாதேஷ்) வழங்கிய கொடைகள், சுபாஷ் முகோபாத்யாய, சுனில் கங்கோபாத்யாய, ஷம்ஷுர் ரஹ்மான், ரபீந்திர கோபெ ஆகியோர். இத்தொகுப்பில் இடம்பெறும் இவர்களது கவிதைகளின் சிறப்பியல்பு உலகு தழுவிய மனிதநேயம்.

ஒரு நாட்டு மக்களின் வரலாற்றை, பண்பாட்டை, வாழ்க்கை முறையைத் துல்லியமாகச் சித்திரிப்பதில் நாட்டார் பாடல்கள் தன்னிகரற்றவை. அத்தகைய பாடல்கள் (கவிதைகள்) மூன்று இங்குள்ளன.

மாபெரும் புரட்சித் தலைவர்களும் சோசலிசச் சிற்பிகளுமான மாவோ, செ குவாரா ஆகியோரின் கவிதைகளும் உள்ளன. உலகின் மிகக் கொடூரமான பகைவனான அமெரிக்க ஏகாதிபத்தியத்தை எதிர்த்து நின்று அதைப் புறமுதுகு காட்டி ஓடச் செய்த சின்னஞ்சிறு வியத்நாமை, குண்டு வீச்சுகளின் போதும் கூடத் தமது தாய்மையைக் கைவிடாத வியத்நாமியத் தாய்மார்களை, காவலில் இருந்து கொண்டே கவிதைகளை எழுதி வந்த கெரில்லாப் போராளிகளை நமது கூட்டு நினைவுகளுக்குள் நிறுத்தி வைக்கும் இரண்டு வியத்நாமியக் கவிதைகளும் இங்குள்ளன.

சிலியில் 1973 இல் ஏற்பட்ட பாசிச இராணுவ ஆட்சி தந்த மன உளைச்சலால் மரணமடைந்த மாபெரும் கவிஞர் பாப்லோ நெரூடாவின் நான்கு ஆக்கங்களும் அந்த இராணுவ ஆட்சியின் இரத்தப் பசிக்கு இரையான உலகப் புகழ்பெற்ற கவிஞரும் பாடகருமான விக்டர் ஹாராவின் ஆறு கவிதைகளும் இத் தொகுப்பிலுள்ளன.

கருத்துரிமை பறிக்கப்படுவதற்கு எதிரான கண்டனக் குரல் எழுப்பிய மலேசியக் கவிஞர் சிசெல் ராஜேந்திராவின் கவிதை, கருத்துரிமையின் குரல்வளை நெரிக்கப்படும் இன்றைய இந்திய, தமிழகச் சூழலுக்கு மிகப் பொருத்தப்பாடுடையதாகத் திகழ்கிறது.

தீமைகளும் கீழ்மையும் நிறைந்த உலகில் - 1965 இல் இந்தோனேஷியாவில் சிஐஏவின் உதவியோடு அமர்த்தப்பட்ட இராணுவ ஆட்சியால் இலட்சக்கணக்கான கம்யூனிஸ்டுகளும் அவர்களது ஆதரவாளர்களும் கொல்லப்பட்டும் சிறையில் அடைக்கப்பட்டதுமான கொடூரமான நிலை உருவாகிய சூழலில் - உன்னத வாழ்வுக்கான தேடலை மேற்கொண்ட ரிவாய் அப்பினின் கவிதை, இனக்கொலைகள் கட்டவிழ்த்து விடப்பட்ட நாடுகளில் இனங்களுக்கிடையே சமத்துவத்தையும் நல்லிணக்கத்தையும் உருவாக்க விழைந்த கவிக்குரல்கள் (பராக்ரம கொடித்துவக்கு - ஸ்ரீலங்கா; சாதிக அல் சயிக் - இராக்; இஸ்மெய்ல் ஹூர்ரென் - சோமாலியா) எனப் பல்வேறு பரிமாணங்களுள்ள கவிதைகள் இங்குண்டு.

இஸ்ரேலில் வாழ்ந்த யூதக் கவிஞர் ஆப்பிரஹாம் ஸூட்ஸ்கேவரின் இரண்டு கவிதைகளுக்கு இங்கு இடம் தரப்பட்டுள்ளது. காரணம், இஸ்ரேலையும் நாங்கள் மூன்றாம் உலக நாடுகளில் ஒன்றாகக் கருதுகிறோம் என்பதல்ல. மாறாக, யூத மக்களையும் இஸ்ரேல் என்னும் பாசிச அரசையும் வேறுபடுத்திப் பார்ப்பதுதான். மிக அண்மைக் காலத்தில்தான் யூதர்கள், இனப்படுகொலைக்கு ஆளாயினர். சித்திரவதை முகாம்களுக்குள்ளும் நச்சு வாயுக் கூண்டுகளுக்குள்ளும் கூட்டம் கூட்டமாகத் தள்ளப்பட்டனர். நாஜிகளின் இனவெறிக்குப் பலியாகிய இலட்சக்கணக்கான யூதர்களிடையே, மனிதகுலத்தின் மனசாட்சியை என்றென்றும் உறுத்துகிற கலை, இலக்கிய சாட்சிகளை உருவாக்கிய கலைஞர்களும் இருந்தனர். தமது மொழி, பண்பாடு, வரலாறு, தனித்தன்மை ஆகியவற்றைக் கைவிட மறுத்தவர்கள் அவர்கள். எனவே, ஒருபோதும் வெல்லப்பட முடியாத மனித ஆன்மாவின் வெற்றிச் சித்திரங்களாக விளங்கும் அவர்களது கவிதைகள் சிலவற்றுக்கு இத்தொகுப்பில் இடம் இருப்பது நியாயமானதே எனக் கருதுகிறோம்.

அரபு நாட்டுக் கவிஞர்களின் படைப்புகளுக்கு - குறிப்பாகப் பாலஸ்தினக் கவிஞர்களின் ஆக்கங்களுக்கு - இத் தொகுப்பில் அதிக முக்கியத்துவம் தந்துள்ளோம். அதற்குக் காரணம், அமெரிக்காவின் தலைமையிலுள்ள ஏகாதிபத்தியம், ஜியோனிஸ இஸ்ரேல், சவூதி அராபியா போன்ற அரபு நாடுகளிலுள்ள பிற்போக்கு அரசுகள் ஆகியவற்றின் கூட்டு ஒடுக்குமுறைக்கு ஆளாகி, சொந்த மண்ணிலிருந்து வேறு நாடுகளில் பல்லாயிரக்கணக்கில் தஞ்சம் புகுந்துள்ள,

ஆண்டுக்கணக்காக அகதிகளாகக் கூடாரங்களில் வாழ்ந்து வருகின்ற அரபு மக்களின் அவலங்களைப் பதிவு செய்வதுடன் நிற்காது, அவர்கள் தன்னம்பிக்கையைத் தக்கவைத்துக் கொள்ளவும், மானுடத்தன்மையை இழக்காமலிருக்கவும் செய்வதில் இந்தக் கவிஞர்கள் மாபெரும் வரலாற்றுப் பாத்திரம் வகிக்கின்றனர். விடுதலைப் போராட்டத்திலுள்ள நீதி, நியாயம், அறவுணர்வு, அதற்கு இழைக்கப்பட்ட துரோகம் ஆகியவற்றை எடுத்துரைப்பதில் அரபுக் கவிஞர்கள் - அதிலும் குறிப்பாக உலகப் புகழ்பெற்ற கவிஞர் மஹ்மூத் தார்விஷ் - தன்னிகரற்றவர்களாக விளங்குகிறார்கள் என்று கருதுகிறோம்.[11]

மேலும், 1990களில் தொடங்கி, இன்றுவரை வரலாற்றில் முன்னுவமை இல்லாத பேரழிவையும் புலப் பெயர்வுகளையும் சந்தித்து வரும் நாடுகளிலொன்றின் அவலத்தை ஒரு சில வாக்கியங்களில் சொல்லக்கூடிய ஆற்றலை அரபுக் கவிஞர்களிடமே காண முடிகின்றது. இராக்கியக் கவிஞர் ஃபாதில் அல்-அஸ்ஸாவி எழுதுகிறார்:

ஆ! ஒவ்வொரு காலையிலும்
போர் விழித்தெழுகின்றது
ஆகவே நான் அதை ஒரு கவிதையில் வைக்கின்றேன்
கவிதையைப் படகாக மாற்றி
அதை டைக்ரிஸ் ஆற்றில் வீசியெறிகின்றேன்
இது போர் அல்லவா.[12]

புவியியல் அடிப்படையில் துருக்கி ஐரோப்பாவைச் சேர்ந்ததுதான் என்றாலும் அதன் வரலாறும் பண்பாடும் மேற்குலகையும் கிழக்குலகையும் இணைக்கும் பாலங்களாக இருந்து வந்துள்ளன. மேலும், கிழக்குலகின் ஒடுக்கப்பட்ட மக்களுக்காகக் குரல்கொடுக்கும் இலக்கியப் படைப்பாளிகள் பலரை - நஸீம் ஹிக்மெத்திலிருந்து ஓர்ஹான் பாமுக் வரை - துருக்கி உலகிற்கு வழங்கியுள்ளது.

அயர்லாந்துக் கவிதையொன்று இங்குச் சேர்க்கப்படக் காரணம், நவீனகாலத் தேசிய விடுதலைப் போராட்டங்கள் பெரும்பாலானவற்றுக்கு, மிக நீண்டகாலம் தொடர்ந்து நடைபெற்று வந்த ஐரிஷ் மக்களின் விடுதலைப் போராட்டம் ஆதர்சமாக இருந்ததுதான்.

●●●

39

சில கவிதைகளுக்கு ஒன்றுக்கும் மேற்பட்ட ஆங்கில மொழியாக்கங்கள் இருப்பதையும், இம் மொழியாக்கங்களுக்கிடையே பெரும் வேறுபாடுகள் இருப்பதையும் காண முடிந்தது. சில மொழியாக்கங்களில் மூலக் கவிதையிலுள்ள சில கவிதை வரிகள் விடுபட்டிருந்ததையும் கண்டோம். எடுத்துக்காட்டாக, மஹ்மூத் தார்விஷின் 'அடையாள அட்டை' என்னும் கவிதையின் ஓர் ஆங்கில மொழியாக்கம் 'A World to Win' ஏட்டிலும், மற்றொரு மொழியாக்கம் 'Afrar Enquiry' என்ற ஏட்டிலும் வெளிவந்துள்ளன. இரண்டாவதாகக் குறிப்பிட்டுள்ள மொழியாக்கத்தில் உள்ள சில வரிகள் முதல் மொழியாக்கத்தில் இல்லை. இவ்வரிகள் மிக முக்கியமானவை; பாலஸ்தினியர்களின் மண்ணுரிமை பற்றிப் பேசுபவை; இஸ்ரேலிய ஒடுக்குமுறையைப் பற்றிய வரிகள். இவை இடம்பெற்ற 'Afrar Enquiry' இதழ், இஸ்லாமிய உலகத்தோடு தொடர்புடைய இஸ்லாமிய அறிஞர்களால் இலண்டனிலிருந்து வெளியிடப்பட்டு வந்தது. எனவே இதிலுள்ள ஆங்கில மொழியாக்கத்தையே நாங்கள் பயன்படுத்தியுள்ளோம்.

மொழியாக்கம் செய்வோருக்கு இருக்க வேண்டிய கட்டாயத் தகுதிகள் என இன்று அறிஞர்களால் கருதப்படுவன: இரண்டு மொழிகளிலும் ஆழமான புலமை; பண்பாடு, வரலாறு, பொருளாதாரம், அரசியல், சமூக - மானுடவியல் ஆகியவற்றில் நல்ல தேர்ச்சி; மொழிபெயர்ப்பாளர் தாம் மொழியாக்கம் செய்கிற குறிப்பிட்ட படைப்பு மட்டுமல்லாது அப்படைப்பை ஆக்கியோனின் அனைத்துப் படைப்புகளுடனும் பரிச்சயம் கொண்டவராக இருத்தல்; குறிப்பிட்ட படைப்பாளியின் காலத்திலுள்ள இலக்கிய இயக்கங்கள், இலக்கியப் போக்குகள் எல்லாவற்றையும் ஒட்டுமொத்தமான பின்னணியாகக் கொண்டு அப்படைப்பாளி பற்றிய மதிப்பீட்டைச் செய்பவராக இருத்தல் - இப்படிப் பல தகுதிகள்.

இத்தகைய தகுதிகளை மிகச் சிறிதளவே பெற்றுள்ளவர்கள் நாங்கள். மேலும், இக்கவிதைகள் அனைத்தும் ஆங்கிலம் வழியாகவே மொழியாக்கம் செய்யப்பட்டன. வெவ்வேறு மொழிகளில், நாடுகளில், பண்பாட்டு - வரலாற்றுச் சூழல்களில் எழுதப்பட்ட கவிதைகளை ஆங்கிலம் வழியாகத் தமிழாக்கம் செய்வதில் ஏற்படும் அபாயங்கள், சறுக்கல்கள், இழப்புகள் ஆகியவற்றை நாங்கள் அறிவோம்.

மொழியாக்கம் என்பது சிக்கலான விஷயமாக இருக்கும் போதிலும், இந்தத் ‘துரோக’த்தனமான செயலில் எங்களை ஈடுபட வைத்ததற்கான காரணம் உண்டு: மாபெரும் வரலாற்றுத் திருப்பங்களும் புரட்சிகளும், சமூக மாற்றங்களும் நடந்த சென்ற நூற்றாண்டில்தான் மாபெரும் தோல்விகளையும் ஏமாற்றங்களையும் மனமுறிவுகளையும் மானுடகுலம் கண்டுள்ளது. இதை முன்னுணர்ந்தோ என்னவோ, ப்ரெஹ்ட் பின்வரும் கவிதையை எழுதினார் போலும்:

இரவில் அடிக்கடி வானம் சிவப்பாகிற்று
சிவப்பு விடியல் மீண்டும் வந்துள்ளது என்று
அவர்கள் நினைத்தனர்
அது நெருப்பு, விடியலும்கூடத்தான் வந்தது
சுதந்திரம், எனது குழந்தைகளே, ஒருபோதும் வரவில்லை.[13]

ஆகவே எதையும் நாம் ‘உள்ளது உள்ளவாறே’ எடுத்துக் கொள்வதில் சிக்கல்கள் உண்டு. அதேவேளை, ஆழ்ந்து சிந்திப்பவர்களால், வரலாற்றின் தொடுவானத்தில் நம்பிக்கை ஒளியைக் காணவும் முடியும். உலகமயமாக்கலுக்கு எதிராகவும் அமெரிக்காவின் தலைமையில் நடைபெறும் ஆக்கிரமிப்புப் போர்களுக்கு எதிராகவும் உலகெங்கும் நடைபெறும் போராட்டங்கள், இந்தியாவில் சாதிய ஒடுக்குமுறைக்கு எதிராகக் கிளர்ந்தெழும் தலித் மக்களின் புதுப் புதுப் போராட்ட வடிவங்கள், கையகலமே உள்ள காஸாவின் மக்கள் காட்டும் நெஞ்சுரம் ஆகியன கருமேகங்களை ஊடறுக்கும் ஒளிக்கீற்றுகளாய்த் திகழ்கின்றன. அரசியல், சமூக, பொருளாதார, பண்பாட்டு மாற்றங்களுக்கான தேடலில் ஈடுபட்டுள்ள தமிழக இளந்தலைமுறை வாசகர்கள், இந்தக் கவிதைத் தொகுப்பை[14] வரவேற்கக்கூடும்.

மேலும், அரசியலின் முக்கியத்துவத்தை, இலக்கியத்தில் அதற்குரிய இடத்தை நாங்கள் வலியுறுத்திய போதிலும், அரசியல் மட்டுமே கவிதைக்கான ஒரே கருப் பொருள் என்பதல்ல எங்கள் கருத்து. இந்தப் பேரண்டத்திலுள்ள அனைத்துமே கவிதைக்கான கருப் பொருள்கள்தாம். இந்தத் தொகுப்பிலுள்ள அரசியல் கவிதைகள் பலவற்றிலும்கூட அரசியலுக்கு அப்பாற்பட்டவை, அரசியலோடு தொடர்பற்றவை பேசப்படுவதைக் காணலாம். பாப்லோ நெரூடா கூறியதைப் போல

எழுதுவது நமது புவிமண்ணில் கண்டுபிடிக்கப் படுவதற்கு முன், அச்சு யந்திரம் கண்டுபிடிக்கப் படுவதற்கு முன், கவிதை தழைத் தோங்கி வந்தது. அதனால்தான் கவிதை உணவைப் போன்றது என்பதை அறிகின்றோம்; அது அனைவராலும், அறிவாளிகளாலும் உழவர்களாலும், நமது விரிந்து பரந்த, வியக்கத்தக்க, அசாதாரணமான மனிதகுலக் குடும்பம் அனைத்தாலும் பகிர்ந்துகொள்ளப்பட வேண்டும்.[15]

26.08.2016

வ. கீதா
சென்னை

எஸ்.வி. ராஜதுரை
கோத்தகிரி

1. https://www.tumblr.com/tagged/political-illiterate, Accessed on 20.8.2016.
2. http://articles.latimes.com/1997-06-22/books/bk-5757_1_bertolt-brecht-poems, Accessed on 22.8.2016.
3. Ngugi WaThiang'O, Detained, quoted by Barbara Harlow in Resistance Literature, Methuen. London, 1987, pp 125 - 126.
4. Elias Khouri, The World of Meanings in Palestinian Poetry, quoted by Barbara Harlow, Ibid. p. 34.
5. Ghassan Kanafani, Palestinian Resistance Literature Under Occupation, quoted by Barbara Harlow, ibid, p. 11.
6. Mahmooud Darwish, Interview, Afrar Inquiry, London, January 1986.
7. Youssef Hussein Hamdan, Mahmoud Darwish and the Struggle Between Poetic and Political Imaginations, Arab Literature (in English), https://arablit.org./mahmoud-darwish-and-the-struggle-between-poetic-and-political Accessed on 24.08.2016.
8. Quoted by Greg Dawes in Chapter 3 Realism, Surrealism, Socialist Realism and Neruda's "Guided Spontaneity" in Verses Against Darkness: Pablo Neruda's Poetry and Politics, Bucknell University Press, Lewisburg, USA, 2006.
9. சோலைக்கிளி, எட்டாவது நரகம், வியூகம், மட்டக்களப்பு, 1988, பக்.17.
10. இன்குலாப், சூரியனைச் சுமப்பவர்கள், பொதுமை வெளியீடு, சென்னை, 1981, பக். 84-85.
11. அரபு நாடுகளின் வளமான தத்துவ, இலக்கிய, அறிவு மரபுகளை எங்களுக்கு எடுத்துக் காட்டியவை எட்வர்ட் சைதின் எழுத்துகள். பல்வேறு வகை நெருக்கடிகளுக்குள் சிக்கிப் போராடிக் கொண்டிருக்கும் அராபிய மக்களிடம் வற்றாதிருக்கும் அறிவுச் செல்வத்திற்கு அடையாளமாக விளங்கும் சில இணையதள ஏடுகளை இங்கு குறிப்பிட விரும்புகிறோம்: Banipal, The Arab Literature, (in English), Jadaalaya.

12. From Fadhil al-Azzawi, "Every Morning the War Gets Up from Sleep" quoted by Adrienne Rich in A Human Eye, Essays on Art in Society 1997-2008, W.W. Norton & Company, New York, 2009.

13. John Willett and Ralph Manheim (ed), Bertold Brecht, Poems 1913-1956, Methuen, 1987, pp 523 - 524.

14. இந்தத் தொகுப்பிலுள்ள கவிதைகள் யாவும் நாங்கள் அவ்வப் போது படித்த நூல்கள், சஞ்சிகைகள், அரசியல் வெளியீடுகள், இணையதள ஏடுகள் ஆகியவற்றிலிருந்து தெரிவு செய்யப்பட்டவை. இத்தொகுப்புக்கென நாங்கள் எந்தவொரு நூலையும் தனியாகத் தேடிப் பிடிக்கவில்லை. இங்குள்ள கவிதைகள் மூன்றாம் உலக நாடுகளை முழுமையாகப் பிரதிநிதித்துவம் செய்வதாகவும் நாங்கள் கருதவில்லை. அவற்றின் கவிதைக் கருவூலங்களிலிருந்து கிடைத்த சிறு துகள்தான் இத்தொகுப்பு. சில தமிழாக்கங்கள், சிற்றேடுகள் சிலவற்றில் வெளியிடப்பட்டவை (மனஓசை, புதியமனிதன், பாலம், நிகழ், இனி, சூர்யோதயா, தமிழீழம், விருட்சம், சுட்டும் விழிச்சுடர், நந்தன், தலித் முரசு, மீள்பார்வை, புதுவிசை). இத்தொகுப்பிலுள்ள கவிதைகளின் ஆங்கில மொழியாக்கங்கள் இடம்பெற்றுள்ள நூல்கள், ஏடுகள், வெளியீடுகள், இணையதள இணைப்புகள் ஆகியவற்றின் விவரங்கள் தனிப்பட்டியலாகத் தரப்பட்டுள்ளன. ஒவ்வொரு கவிஞரையும் பற்றிய குறிப்புகளையும் இயன்றவரை தந்துள்ளோம். இரு கவிஞர்களைப் பற்றிய குறிப்புகளைத் தர முடியாமைக்குக் காரணம் நாங்கள் படித்த குறிப்பிட்ட ஏட்டில் அக்கவிஞர்கள் பற்றிய எந்த விவரமும் தரப்படாததுதான். இத் தொகுப்பிலுள்ள கவிதைகள், 'மண்ணும் சொல்லும்: மூன்றாம் உலகக் கவிதைகள்' என்ற தலைப்பில் எங்களால் தொகுக்கப்பட்டு 1990 ஆம் ஆண்டில் அன்னம் வெளியீடாகவும் (சிவகங்கை), பின்னர் மேலும் சில தமிழாக்கங்களுடன் கவிஞர் தேவேந்திர பூபதியின் முன்முயற்சியால் 2006 இல் அடையாளம் (புத்தாநத்தம்) வெளியீடாகவும் கொண்டுவரப்பட்டன. இந்தப் பதிப்பில் 47 புதிய தமிழாக்கங்கள் சேர்க்கப்பட்டுள்ளன. 151 கவிதைகளின் தமிழாக்ககங்களைக் கொண்ட இந்தப் பதிப்பு வெளியிடப்படுகின்ற சூழலும் புதிதாகையால், நாங்கள் முன்னர் எழுதிய முன்னுரையிலும், சில தமிழாக்கங்களிலும் தக்க மாற்றங்கள் செய்யப்பட்டுள்ளன. தமிழாக்கம் செய்யப்பட்டுள்ள கவிதைகளில் காணப்படும் அடிக்குறிப்புகள் அனைத்தும் எங்களால் எழுதப்பட்டவை. இத் தொகுப்பு உருப்பெறுவதற்குப் பல்வேறு காலகட்டங்களில் எங்களுக்கு உறுதுணையாக இருந்த காலஞ்சென்ற கவிஞர் மீரா, 'அன்னம்' கதிர், 'அடையாளம்' சாதிக், 'எதிர் வெளியீடு' அனுஷ், கவிஞர் தேவேந்திர பூபதி, சுசீலா வரதராஜன், சகு, இந்தப் புதிய பதிப்பை மிக அழகாக வடிவமைத்த ஜீவமணி ஆகியோருக்கு எங்கள் நன்றி.

15. Quoted in The Essential Neruda: Selected Poems, Edited by Mark Eisner, City Lights Books, San Francisco, 2004, p. vii.

இந்தியா | வங்காளம்

1905 இல் வங்கப் புரட்சியாளர் குதிராம் போஸ் பிரிட்டிஷ் ஆட்சியாளர்களால் தூக்கிலிடப்பட்ட போது பெயர் தெரியாத கிராமியப் பாடகர் ஒருவர் இயற்றிய பாடல். குதிராம் போஸே பாடுவது போல இயற்றப்பட்டுள்ளது.

பத்து மாதங்கள் பத்து நாள்கள்

பத்து மாதங்கள் பத்து நாள்கள்
நகரட்டும்
நான் மீண்டும் பிறப்பேன் அம்மா,
என் சிற்றன்னையின் வீட்டில்.
என்னை உன்னால்
அடையாளம் கண்டுபிடிக்க முடியாவிடில்
அம்மா,
என் கழுத்தில் இருந்த தூக்குக் கயிறின்
அடையாளத்தைத் தேடு.

இந்தியா | வங்காளம்

ஹௌரா சிறையில், மார்க்சிய – லெனினியப் புரட்சியாளரான ப்ரொபிர் ராய் சௌத்ரி மரணமடைந்த செய்தி கேட்டு மற்றொரு சிறையில் விசாரணைக் கைதியாக இருந்த ஒரு புரட்சியாளர் (பெயர் தெரியவில்லை) சிறைச் சுவரில் சிறு கல்லைக் கொண்டு எழுதிய கவிதை.

உங்களால் முடியுமானால்

அமைதி!
உறங்குகிறான் இங்கே
என் சகோதரன்,
உடைந்த இதயத்தோடும்
வாடிய முகத்தோடும்
அழைக்காதீர் அவனை.
ஏனெனில்
சிரிப்பே அவன்.

மலர்களால் அவனை
மூடி மறைக்காதீர்
மலரொன்றுடன் மலர்களைச்
சேர்ப்பதில் பொருளுண்டோ?

உங்களால் முடியுமானால்
உங்கள் இதயத்தில்
அவனைப் புதையுங்கள்.
உங்கள் இதயப் பறவையின்
இன்னொலி கேட்டு
உறங்கும் உங்கள் ஆன்மா
விழித்தெழுவதைக் காண்பீர்கள்.

உங்களால் முடியுமானால்
அவனுக்குச் சிறிது
கண்ணீரைச் சிந்துங்கள்
உங்கள் உடலின் இரத்தமனைத்தையும் சேர்த்து.

இந்தியா | வங்காளம்

சுபாஷ் முகோபாத்யாய

சுபாஷ் முகோபாத்யாய (Subash Mukhopadhyaya, 1919 - 2003): 1991 ஆம் ஆண்டு இந்தியாவின் முக்கிய இலக்கியப் பரிசுகளில் ஒன்றான ஞானபீடப் பரிசு பெற்ற மிகச் சிறந்த வங்காளக் கவிஞர்.

இன்று வசந்தம் தான்...

மலர்கள் இருக்கின்றனவோ இல்லையோ
இன்று வசந்தம்தான்
நடைபாதையிலுள்ள கற்களில்
தனது வேர்களை ஊன்றியவாறு
ஓர் உலர்ந்த மரம்
அதன் பிளந்த பாகத்தினூடாக
பசுமையான இலைகளைத் துளிரவிட்டுப்
புன்னகைக்கிறது
மலர்கள் இருக்கின்றனவோ இல்லையோ
இன்று வசந்தம்தான்
ஒளியின் மீது கறுப்புக் கண் பட்டைகளைப்
பொருத்திப் பின்னர் அவற்றைக் கழற்றிவிட்டு
மனிதர்களைச் சாவின் மடியில் கிடத்திப்
பின்னர் அவர்களைக் கைகளில் ஏந்திச்
சாலை வழியே சென்ற அந்த நாள்கள் -
திரும்பி வராதிருக்கட்டும் அந்த நாள்கள்
மஞ்சளைப் பூசிவிடும் அந்தப் பிற்பகல் வேளைகளில்
ஒரு காசுக்கோ இரண்டு காசுக்கோ
குயில் போலக் கூவிக் காட்டும்
அந்த விகடக்காரச் சிறுவன் -
அவனைப் பறித்துச் சென்று விட்டன அந்த நாள்கள்
மேலே உள்ள வானம்
சிவப்பு மையில் அச்சிடப்பட்ட
மஞ்சள் கடிதம் போலக் காட்சி தருகிறது
அந்தச் சந்து முனையில் வசிக்கும்

அழகற்ற, கருநிற, மணமாகாத பெண்ணோ
சோகமான இந்த விஷயங்களையெல்லாம்
நினைத்துப் பார்க்கிறாள்
வாசல் கதவுக் கம்பிகளில்
தன் மார்பகத்தைப் பதித்தவாறு.
அந்தக் கணத்தில்தான்
ஒரு வெட்கங்கெட்ட பட்டாம்பூச்சி -
ஓ, அந்தப் பாழாய்ப் போன பட்டாம்பூச்சி
குருட்டாம்போக்கில் அவள் மீது அமர்கிறது
அதன் முகத்தில் அறைந்தாற்போல்
அவள் கதவைச் சாத்துகிறாள்.
ஆனால் அந்த முடிச்சு விழுந்த மரமோ
இருட்டில் தனக்குள்ளேயே சிரித்துக் கொண்டிருக்கிறது.

இந்தியா | வங்காளம்

சுபாஷ் முகோபாத்யாய

சிவப்பு ரோஜாவுக்கான நமது போராட்டம்

நமது அன்பைப் பார்
துயரத்தின் மௌனத்தில் ஆழ்ந்துள்ளது
பனிமூடிய மலைமுடிகளிலிருந்து
கடலோரங்கள் வரை விரிந்துள்ளது
நெற்றி தாழ்ந்து, மலரும் பூமியின் மீது
பார்வையைப் பதித்துள்ளது
பிணைச் சங்கிலிகள் ஏற்படுத்திய காயங்கள்
இன்னும் ஆறவில்லை
இதயத் தந்திகளில் இன்னும் சுருதி சேர்க்கப்படவில்லை
பேரழிவின் விளிம்பிலிருந்து உலகம் இன்னும்
நிரந்தரமாகப் பின்வாங்கவில்லை
காலம் உடைந்துள்ளது, சீரற்றதாக
உழப்பட்ட இந்த வயலைப்போல
அதனூடே நடந்து செல்வது மிகவும் கடினம்
எனினும் எனக்குத் தெரியும்
பூமியின் கருப்பையில் விதைகள் மறைந்துள்ளன
இந்த நாளைக் குறித்த நமது வருத்தங்கள்,
ஊறுபட்ட நம்பிக்கைகள்,
ஆறுதல் தரப்பட முடியாத, கொந்தளிப்பான நம்பிக்கைகள்
கண்ணீர் உகுக்கும்
புதிய அறுவடைத் திருவிழாவில் சேர்ந்துகொள்ளும்
இனி நடக்க வேண்டியது
சிவப்பு ரோஜாவுக்கான நமது போராட்டம்தான்
நமது இதயங்களை உருக்குப் போலாக்கிக் கொண்டு,
தீரத்துடன்.

இந்தியா | வங்காளம்

சுனில் கங்கோபாத்யாய

சுனில் கங்கோபாத்யாய (Sunil Gangopadhyaya, 1934-2012): வங்காளத்தின் தலைசிறந்த கவிஞரும் எழுத்தாளருமான இவர், கோல்கோத்தா பல்கலைக்கழகத்தில் பயிலும்போதே புகழ்பெற்ற கவிதை ஏடான 'கிரித்தி பாஸை' நிறுவினார். அவரது இரண்டு நாவல்கள (பிரதிக்வந்தி, ஆரண்யத்தின் ராத்திரி) சத்யஜித் ரேயால் திரைப்படங்களாக்கப்பட்டுள்ளன. சாகித்ய அகாதெமி விருது பெற்ற இவர் கோல்கோத்தாவிலிருந்து வெளிவரும் ஜனரஞ்சகப் பத்திரிகையான 'தேஷ்' என்பதில் கவிதைப் பிரிவின் ஆசிரியராகப் பணியாற்றினார். அந்த நகரத்தில் அவர் வாழ்ந்து பெற்ற அனுபவங்களைப் பிரதிபலிக்கும் கவிதைகள் ஆங்கில மொழியாக்கத்தில் வெளிவந்துள்ளன. இவற்றில், ஒரு தலைமுறை முழுவதையும் சேர்ந்த வங்காளிகளின் இதயங்களைக் கவர்ந்த 'காதல் கவிதைகளும்' (நீரா கவிதைகள்) உள்ளன. நீரா, கற்பனைப் பாத்திரம்; தாந்தேவின் பீட்ரிஸ், பாஸ்டர்நாக்கின் லாரா ஆகியோர் போல, நீராவும் இலட்சியக் காதலியின் படிமமாகப் படைக்கப்பட்டிருக்கிறாள். அவள் கொந்தளிப்பும் போராட்டமும் நெரிசலும் மிக்க கோல்கோத்தாவுக்கு அப்பால் 'மற்றொரு கோல்கோத்தா'வில் வாழும் ஓர் உன்னதப் பெண்.

நீராவுக்கு உடல்நலக் குறைவு

நீராவுக்கு உடல்நலக் குறைவு என்றால்
கல்கத்தா முழுவதுமே துயரத்தில்,
சூரியன் தன் தாகத்தை தீர்த்துக் கொண்டதற்குப் பிறகு
நியோன் விளக்குகள் எரியத் தொடங்கு முன்
அவர்கள் கேட்பர்: "இன்று நீரா நலம்தானா?"
அந்தப் புராதன மாதா கோயில் மணி,
கடைத் தெருக்களின் வசீகரம் -
அவற்றுக்குத் தெரியும் நீரா நலம்தான் என்று
அலுவலகங்களில், பூங்காக்களில்,
ஆயிரமாயிரம் நாவுகளில் சுற்றி வருகிறது
அந்தச் செய்தி

நீராவைப் பற்றிய செய்தி
மணம் கமழும் மகிழம்பூ மாலை கொண்டு வருகிறது
நீரா இன்று மகிழ்ச்சியோடு இருக்கிறாள் என்னும் செய்தியை
திடீரென்று சோகமான காற்று அங்குமிங்குமாய் வீசி
வானத்தின் கடிகார மணியைச்
செல்லமாகத் தட்டிவிட்டுச் செல்கிறது.
கல்கத்தா முழுவதுமே மெல்லியதாய்ப் புன்னகைக்கிறது -
நீரா இன்று உலவச் சென்றிருக்கிறாள் என்பதையறிந்து.
கவிழ்ந்து கிடக்கும் வானத்தின் கீழ்
துன்பத்தில் நகரம் திணறிக் கொண்டிருக்கையில்
ட்ராம் வண்டியின் வயிற்றின் மீது
டாக்ஸி வந்து மோதிக் கொண்டிருக்கையில்
சாலைச் சந்திப்புகளில் எரிச்சல் ஊட்டும் நெரிசல்கள்,
உணவு விடுதிகளிலும் சாலைகள் அனைத்திலும்
எரிச்சல் தெறிக்கும் முகமூடிகளுடன்
மக்கள் அலைகின்றனர் கறுத்த முகங்களுடன்
கல்கத்தா முழுவதிலுமே கோபம் ததும்புகிறது
வேலை நிறுத்தங்கள், நகரங்கள் வெடித்துக் கிளம்பும்,
தொலைபேசி நிலையங்களுக்கும்
அஞ்சல் அலுவலகங்களுக்கும்
நெருப்பு வைக்கையில்
ஒவ்வொருவரும் தனது இதயத் துடிப்புக்கு விரோதமாக
வேலை நிறுத்தத்தை அறிவிக்கின்றனர்
பயத்தால் நான் துணுக்குறுகிறேன்
எனக்குத் தெரியும் என்னவென்று,
சட்டென்று புறப்படுகிறேன்
நான் போய்க் கேட்கிறேன்,
"நீரா உனக்கு வருத்தமா?
இனியவளே, கண்ணாடியில் நீ
பார்த்துக் கொள்வதைப் போல
என்னைக் கொஞ்சம் பார்
மலர்ந்த முகத்தை இப்படிக் காட்டு
புதுப்புனல் போலச் சிரிப்பு தளும்பும் அந்தக் குரலில்
இந்தப் புதிருக்குப் பதில் சொல்!"
அப்போது தடைகள் மறைகின்றன
மழை இறங்கி வருகிறது
திரைப்படங்களையும் விளையாட்டுகளையும் காண

நிம்மதியோடு செல்கின்றனர் மக்கள்.
உறுமிக் கொண்டிருந்த சாலை நெரிசல்
கரையத் தொடங்குகிறது
சைக்கிள்கள், மூன்று சக்கர வண்டிகள்,
கார்கள், ரிக்ஷாக்கள்
தத்தம் வழியே செல்கின்றன ஒத்திசைவுடன்
உதடுகளுக்கிடையே சிகரட்டுகளை இடுக்கியபடி
ஒரு சிலர் வியக்கின்றனர்
"வாழ்க்கை அவ்வளவு மோசமானதல்ல".

இந்தியா | ஆந்திரா

சிவசாகர்

சிவசாகர் (கே.ஜி. சத்யமூர்த்தியின் புனைபெயர்): ஆந்திராவின் புரட்சிக் கவிஞர்களில் குறிப்பிடத்தக்கவராக இருந்தவர். பெட்டி சங்கர் என்ற ஆந்திரப் புரட்சியாளர், 1981 இல் போலீசாருடன் நடந்த மோதலில் சுட்டுக் கொல்லப்பட்ட போது எழுதப்பட்ட கவிதை.

மக்களின் உயிர்மூச்சைக் கொண்டு

நீ துண்டித்த தலையை
மக்கள் எனக்குத் திருப்பித் தருவார்கள்
நீ தோண்டியெடுத்த கண்கள்
காலத்தின் விழிகளாகும்
நீ வெட்டியெறிந்த விரல்கள்
ஒடுக்கப்பட்டோரின் சகாப்தத்தை எழுதும்
மக்களின் உயிர்மூச்சைக் கொண்டு
வரலாறு உனது தற்காலிக வெற்றிகளுக்கு
நிரந்தர சமாதி கட்டும்.

இந்தியா | ஆந்திரா

செரபண்ட ராஜு

செரபண்ட ராஜு (இயற்பெயர் பாதம் பாஸ்கர ரெட்டி): தனிப்பட்ட வாழ்வும் புரட்சிகரப் பொதுவாழ்வும் ஒன்றோடொன்று பிரிக்க முடியாதபடி பிணைக்கப்பட்டிருந்தன செரபண்ட ராஜு என்னும் ஆளுமையில். ஹைதராபாத்திலிருந்து இருபத்தியோரு மைல் தொலைவிலுள்ள கிராமத்தில் பிறந்து ஆசிரியப் பயிற்சி பெற்று அரசாங்கப் பள்ளியில் தெலுங்கு ஆசிரியராகப் பணிபுரிந்த செரபண்ட ராஜு 1965 இல் 'திகம்பரக் கவிகள்' என்னும் இலக்கிய இயக்கத்தின் வழி நவீனத் தெலுங்கு இலக்கிய உலகில் நுழைந்தார். நக்ஸல்பாரி, ஸ்ரீகாகுளம் போராட்டங்களின் புரட்சிகர வீச்சின் காரணமாக 1970 இல் நிறுவப்பட்ட ஆந்திரப் பிரதேச புரட்சிகர எழுத்தாளர் சங்கத்தில் சேர்ந்தார். 1971 இல் ஐம்பது நாள்கள், 1973 இல் ஐந்து வாரங்கள், 1974 இல் (செகந்தராபாத்) சதி வழக்கில் எட்டு மாதங்கள், 1975 – 77 இல் இரண்டாண்டுகள் எனச் சிறைவாசம் அனுபவித்த செரபண்ட ராஜு 1977 இல் சிறையிலிருக்கும்போதே மூளையில் புற்றுநோய் தாக்கப்பட்டு, உடல் நலம் குன்றி வந்தார். 1977, 1981 ஆம் ஆண்டுகளில் அறுவை சிகிச்சை செய்யப்பட்டது. அது பயனளிக்கவில்லை. 1982, ஜூலை 2 இல் காலமானார்.

அலைகளை வென்று கரையை அடைவது

அலைகளை வென்று கரையை அடைய
முயற்சி செய்தேன் நான்...
படகு முன்னேறிச் சென்றது,
ஆனால், அலைகள் நகைத்தன
என்னைக் கேலி செய்தவாறு:
"உனக்கென்ன பைத்தியமா?
நாங்கள் பாய்ந்தோடுகிறோம்
எங்களுக்கு ஆயிரம் கண்களுண்டு
எங்களை உன்னால் ஒதுக்கித் தள்ள முடியுமா?"
நான் திரும்பிச் சென்றேன்
இன்றோ
எனது கரங்களில் இல்லை சுக்கான்.
நான்தான் அதன் கரங்களில்.

இந்தியா | ஆந்திரா

வரவர ராவ்

வரவர ராவ் (Varavara Rao): ஆந்திராவின் புரட்சிகரக் கம்யூனிஸ்ட் இயக்கத்துடன் தம்மை நெருக்கமாகப் பிணைத்துக் கொண்ட கவிஞர், மனித உரிமைப் போராளி. 1986 ஆம் ஆண்டு ஆந்திராவில் உயர்சாதி – மேட்டுக்குடி மாணவர்கள் இட ஒதுக்கீட்டுக்கு எதிராக நடத்திய போராட்டத்தினை ஒட்டி அப்போது சிறையில் இருந்த அவர் எழுதிய கவிதை.

பாக்கியசாலிகள்

நீங்கள் செல்வந்தராய்ப் பிறந்தவர்கள்
உங்கள் மொழியில் சொல்வதானால்
'தங்கத் தட்டில் சாப்பிடப் பிறந்தவர்கள்'[1]

உங்கள் ஆர்ப்பாட்டம் ஆக்கபூர்வமானதாகத் தோன்றுகிறது
எங்கள் வேதனையோ வன்முறை கொண்டதாய்த்
தோன்றுகிறது

நீங்கள் திறமைசாலிகள்
உங்களால் பஸ் கண்ணாடிகளை உடைக்க முடியும்
சூரியக் கதிர்கள் போன்ற சீரான வடிவங்களில்
கலாநேர்த்தியுடன் உங்களால்
பஸ் டயர்களின் காற்றைப் பிடுங்கிவிட முடியும் -
துப்பாக்கிக் கட்டைகள் மீது தங்கள் மோவாய்களைச்
சாய்த்தபடி
போனால் போகட்டும் எனப் போலீசார் உங்களைப்
பார்த்துக் கொண்டிருக்கையில்.

போலீஸ் நிலையங்களின் இருண்ட அறைகளிலும் கூட
உங்களால் ரட்சைகளைக் கட்டிவிட முடியும்.

நீங்கள் பஸ் டிக்கெட் வாங்குவதில்லை
உங்கள் சட்டைப்பை காலியாக இருப்பதனால் அல்ல
அது நீங்கள் காட்டும் நடைமுறைரீதியான எதிர்ப்பு.

அழகான சாலைகள் யாவும் உங்களுக்கே சொந்தம் -
நீங்கள் சாலை மறியல் செய்தாலும்
'திறமையைக் காப்பாற்றுங்கள்' என்னும்
ஸ்டிக்கர் ஒட்டிய வண்டிகளை ஓட்டிச் சென்றாலும்.

நாங்கள் காலில் செருப்பில்லாதவர்கள்
சாலைபோடும் உருளைகளை இழுத்து இழுத்து
வியர்வை நாற்றம் வீசிக் கொண்டிருப்பவர்கள்
நாங்கள் சாலைகள் அமைத்திருந்தால் என்ன?
அவற்றுக்கான 'ப்ளான்' தீட்டிய திறமை உங்களுக்குத்தானே
சாலைபோடும் 'காண்ட்ராக்ட்'டும் உங்களுக்கு உரியது தானே.

அந்த குஷியான அறுபது நாள்கள்[2], என்ன கூத்து!
உங்களது சூட்டிப்பான இளம்பெண்களும்
சூராதிசூரர்களான அவர்களது ஆண்துணைகளும்
ஆடிப்பாடி அழித்துத் திரிந்த அந்த நாள்கள்

எல்லோருக்கும் ஒரே மகிழ்ச்சி
பெற்றோர்கள் அவர்களது பெற்றோர்கள்
சகோதரர்கள் சகோதரிகள்
ஏன் வேலைக்காரர்களுக்கும்கூட.
செய்தித்தாள்களுக்கோ
ஒரே கொண்டாட்டம்!

ஆண்களும் பெண்களும் கைகோத்தபடி
புதைக்கப்பட்ட திறமை தகர்க்கப்பட்ட எதிர்காலம்
ஆகியவற்றுக்கு எதிர்ப்புத் தெரிவித்தவாறு
'பிக்னிக்'குக்குச் செல்வதுபோல்
எத்தனை சாகசம்!

திறமைப் பந்தயத்தில்
நீங்கள் மராத்தன் ஓட்டக்காரர்கள்
நாங்களோ வெறும் ஆமைகள்
உங்களுடன் எங்களால் ஓட முடியுமா?

சிக்கப்பள்ளியில்[3] நீங்கள் சாயா விற்பீர்களேயானால்
சினிமாக் கொட்டகைகளில் கடலை விற்பீர்களேயானால்
கோத்தி[4] சர்க்கிளில் பூட்பாலிஷ் போடுவீர்களேயானால்
ஏரிக்கரைப் பகுதியில் மாருதி காரையோ ப்ரியா காரையோ

தடுத்து நிறுத்தி உங்கள் ஆர்ப்பாட்டத்திற்கு நிதி
கேட்பீர்களேயானால்
நல்லது
பத்திரிகையாளர்களும் 'திறமை'சாலிகள்தாம்
அவர்களின் காமிரா இதயங்கள் 'க்ளிக்' என அடித்துக்
கொள்ளும்
அவர்களது பேனாக்கள் கிறீச்சிடும்:
"இளமையிலேயே எத்தனை அறிவு!"

நாங்களோ
அழுதுவடியும் அசடுகள்
செத்த விலங்குகளின் நாற்றத்தில் அமர்ந்து
காலணி செய்பவர்கள்
எங்கள் இரத்தத்தால் அதற்கு வண்ணம் கொடுப்பவர்கள்
எங்கள் கண்களின் மங்கிய ஒளியால்
அதை பாலிஷ் செய்பவர்கள்

இருந்தாலும்
காலணி அணியும் ஒருவர் பாலிஷ் செய்தால்
அந்தப் பிரகாசமே தனிதானே!

நீங்கள் போடும் குப்பைகளை
அகற்றுபவர்கள் நாங்கள்
உங்கள் மலத்தைத் தலையில் சுமந்து
செல்பவர்கள் நாங்கள்
நறுமணம் கமழும் உங்கள் உடல்களைப் போல்
உங்கள் அறைகளும் ஒளிவீச
எங்கள் உடல்களை வருத்தி
அவற்றைக் கழுவுபவர்கள்

பெருக்குபவர்கள் நாங்கள்
துப்புரவு செய்கிறவர்கள் நாங்கள்
எங்கள் கைகள்தாம் துடைப்பங்கள்
எங்கள் வியர்வைதான் தண்ணீர்
எங்கள் இரத்தம்தான் 'பினாயில்'
எங்கள் எலும்புகள்தான் வாஷிங் பவுடர்

ஆனால் இவை அனைத்தும்
கீழ்த்தரமான பணிகள்தானே

இதில் என்ன திறமை இருக்கிறது!
இவற்றுக்கு என்ன பயிற்சி வேண்டியிருக்கிறது?

பேண்ட்டுக்குள் சட்டையைச் செருகியபடி
மினி ஸ்கர்ட்டுகளில் ஜீன்ஸ்களில்
ஹைஹீல் அணிந்தபடி
நீங்கள் ஒரு புன்னகையுடன்
சிமெண்ட் சாலையைப் பெருக்கினால்
அது ஆகாசவாணியில் பெரும் செய்தி
தூர்தர்ஷனிலோ
கவர்ந்திழுக்கும் காட்சியாகிறது

நாங்கள் ரிக்சா இழுப்பவர்கள்
சுமை தூக்குபவர்கள்
வண்டி இழுப்பவர்கள்
பெட்டிக்கடைக்காரர்கள்
சாதாரண குமாஸ்தாக்கள்

நாங்கள் துயருறும் தாய்மார்கள்
பசியால் துடிக்கும் பிள்ளைக்குப்
பால் கொடுக்க இயலாதவர்கள்

நாங்கள் மருத்துவமனை 'க்யூ'வில் நின்று
இரத்தத்தை விற்று உணவு வாங்குபவர்கள்

வறுமை பசி என்னும் நாற்றம் வீசும்
எங்களது இரத்த தானம்
உங்களது இரத்த தானம் போல்
தேசிய மணம் கமழுமா?

நீங்கள் எது செய்தாலும்
பெருக்கினாலும் பாலிஷ் போட்டாலும்
ரயில்வே நிலையங்களிலோ பஸ் நிலையங்களிலோ
சுமை தூக்கினாலும்
தள்ளுவண்டியில் பழங்கள் விற்றாலும்
சாலை ஓரங்களில் சாயா விற்றாலும்
'திறமையைக் காப்பாற்று' என்னும் அட்டைகள் ஏந்தி
கான்வெண்ட் உச்சரிப்புடன் கோஷங்கள் முழங்கி
ஊர்வலங்கள் சென்றாலும்
எங்களுக்குத் தெரியும் -

எங்களது பலதரப்பட்ட தொழில்கள் அனைத்தும்
உங்கள் திறமைக்கு ஈடாகாது என்பதை
எங்களுக்கு நீங்கள் உணர்த்த விரும்புகிறீர்கள்.

வெள்ளைக் கோட்டுகள், ஷிஃபான் சேலைகள்
பஞ்சாபி உடைகள், அவற்றில் கறுப்பு பேட்ஜுகள்
'திறமையைக் காப்பாற்று' என்னும் ஸ்டிக்கர்கள்
ஸ்டெதோஸ்கோப் அணியும் மார்புகளில்
நீங்கள் தலைமைச் செயலகம் முன்
சொர்க்க தேவதைகள் போல அசைந்து செல்கையில்

உங்களிடையே உள்ள EBC[5]களுக்கும்
12000 என்ற வரம்பைக்[6] கடந்த எங்களிற் சிலருக்கும்
இடஒதுக்கீட்டு அரசு ஆணை
கரைந்த கனவு மட்டுமல்ல
சிதைந்த கனவு மட்டுமல்ல
சிதைந்த சொர்க்கம் மட்டுமல்ல
உடைந்துபோன வானவில்லும் கூட

இந்தப் பூலோக சொர்க்கத்தில்
நீதியை நிலைநாட்டுவது உங்கள் இயக்கம்
அதனால்தான் அசுரர்களைவிடத் தேவர்கள் அமிர்தத்தை
அதிகம் வேண்டினர்.

'சிறைகளை நிரப்புவோம்' எனப்
பத்திரிகையாளர் கூட்டத்தில் நீங்கள்
அறைகூவல் விடுத்தவுடன்
கொட்டடிகளிலிருந்து அகற்றப்பட்டு நாங்கள்
நாற்றமெடுக்கும் இருண்ட அறைகளுக்குக்
கொண்டு செல்லப்பட்டோம்
உங்களுக்கான பெரும் வரவேற்புக்கு
செய்யப்பட்டன ஏற்பாடுகள்
விரிக்கப்பட்டன சிவப்புக் கம்பளங்கள்
('சிவப்பு' என்பது சும்மா ஒரு பேச்சுக்குத் தான்,
அந்த வண்ணமோ அந்தக் கம்பளத்தை
விரிப்பவர்களுக்குக்கூட பீதியூட்டுகிறது)
நாங்கள் காத்திருந்தோம்
ஆசையோடு, நம்பிக்கையுடன்
உங்கள் பாதங்களின் புனிதப் புழுதி இந்த நாட்டை மட்டுமல்ல

அதன் சிறைச்சாலைகளையும்
ஆசிர்வதிக்கும் என்று.

என்னே எங்கள் முட்டாள்தனம்!
திறமையின் மொத்த வடிவங்கள்
நாட்டின் உன்னதக் கனவை
வருங்காலத்தில் நனவாக்குபவர்கள்
நீங்கள் எப்படி
திருடர்களும் கொலைகாரர்களும்
சீர்குலைவாளர்களும் இருக்கின்ற
இந்த நரகத்துக்கு வரலாம்?

நாங்கள் படித்துத் தெரிந்து கொண்டோம்
மகிழ்ச்சியடைந்தோம் -
செல்வந்தர்கள் வீட்டுத் திருமணங்கள் நடக்கும்
கூடங்களே உங்களுக்குச் சிறைச்சாலைகள் ஆயின.

எங்களது போராட்டமோ
சாகும்வரை நீடித்து நிற்கும்
ஆனால் உங்களது போராட்டமோ
செல்வந்தர்களின் ஆனந்தமான திருமணக் களியாட்டம்
நீங்கள் அதிருப்தி காட்டினால்
அது கல்யாண வீட்டுச் சண்டை போலத்தான்
நீங்கள் மேஜை நாற்காலிகளை எரித்தாலோ
அது வானவேடிக்கைதான்
நீங்கள் முழு அடைப்பு நடத்தினாலோ
அது பண்ணையார் மகளின் திருமண விழாதான்[7]
அதிர்ஷ்டசாலிகளே
உங்கள் திறமையின் சவம்
வலம் வருகிறது முக்கியத் தெருக்களில்
அதன் ஈமச் சடங்குகளோ நாற்சந்தியில்
வேத மந்திரங்கள் ஒலிக்க.

ஆனால்
திறமைக்கோ மரணமில்லை
எனவேதான் நீங்கள் கற்பனை வளத்துடன்
ஓர் அடையாள சவ ஊர்வலத்தை நடத்துகிறீர்கள்
துக்கக் காட்சியை நடித்துக் காட்டுகிறீர்கள்
எங்களுக்கோ

இறந்தாலும் சரி கொல்லப்பட்டாலும் சரி
திறமை ஏதும் இல்லை.

நாங்கள் இறக்கிறோம்
பசியால் பிணியால் கடும் உழைப்பால்
அல்லது குற்றங்கள் புரிவதால்
'லாக்-அப்'பிலோ அல்லது 'மோதல்'[8] என்னும் பெயரிலோ
(திறமைசாலிகள் ஒப்புக்கொள்ள மாட்டார்கள்,
ஏற்றத்தாழ்வு என்பதும் கூட வன்முறை என்பதை)
நாங்கள் தூக்கியெறியப்படுவோம்
சாலையோரத்தில்
சாக்கடைக் குழியில்
குப்பைக் கூளங்களில்
இருண்ட காட்டில்

சுவடு ஏதுமில்லாமல்
சாம்பலாகிவிடுவோம் நாங்கள்
ஒரு மலையிலிருந்தோ ஒரு துளையிலிருந்தோ
'காணாமல் போய் விடுவோம்'[9]

எங்கள் பிறப்பும் இறப்பும்
மக்கள்தொகைப் புள்ளிவிவரங்களில்தான்
அவற்றால் தேசிய முன்னேற்றத்துக்கு என்ன பயன்?
நாங்கள் பிறப்பதும் நசிந்து மரிப்பதும்
மிகக் கொடுமையான வறுமையில்,
தர்மம் அச்சுறுத்தப்படும்போது
அவதாரம் எடுக்கிறீர்கள் நீங்கள்
உங்கள் வேலை முடிந்தவுடன்
உங்கள் பாத்திரத்தைத் துறக்கிறீர்கள்
நீங்களே பொம்மலாட்ட சூத்திரதாரிகள்
நீங்கள் பாக்கியசாலிகள்
நீங்கள் திறமைசாலிகள்

1. 'தங்கத் தட்டில் சாப்பிடப் பிறந்தவர்கள்': ஆங்கிலத்தில், 'Born with a silver spoon in the mouth' எனக் கவிஞர் குறிப்பிடுவது உயர்சாதி – மேட்டுக்குடி மாணவர்கள் பேசும் ஆங்கிலத்தைத்தான்.
2. 1986 ஆம் ஆண்டில் ஆந்திராவில் இடஒதுக்கீட்டுக்கு எதிரான கிளர்ச்சி அறுபது நாள்கள் நடந்தன.
3. ஹைதராபாத் நகரில் உள்ள முக்கியமான வணிகப் பகுதி.

4. அந்த நகரில் சந்தடி மிகுந்த இடங்களில் ஒன்று.

5. EBC (Economically Backward amongst Forward Communities) முன்னேறிய சாதியினரில் பொருளாதார ரீதியாகப் பிற்பட்டவர்கள்.

6. ஆண்டு வருமானம் ரூ. 12000/-த்தைத் தாண்டிய SC/ST குடும்பங்களைச் சேர்ந்தவர்களுக்கு அன்றைய ஆந்திர அரசாங்க ஆணையின்படி இடஒதுக்கீடு இல்லை.

7. நிலப்பிரபுத்துவம் ஓங்கியிருந்த தெலங்கானாவில் ஒரு வழக்கம் இருந்தது. அதாவது பண்ணையார் அல்லது நிலப்பிரபுவின் வீட்டில் நடக்கும் ஒவ்வொரு நிகழ்ச்சிக்கும் கிராமத்தில் உள்ள ஒவ்வொரு குடும்பமும் காணிக்கை தர வேண்டும்.

8. கம்யூனிஸ்ட் புரட்சியாளர்கள் ஆந்திராவின் காவல் நிலையங்களில் 'லாக்-அப்'பில் இருக்கும்போது சித்திரவதை செய்யப்பட்டுக் கொல்லப்படுவதும் 'போலிசாருடன் மோதல்' என்ற பெயரில் சுட்டுக் கொல்லப்படுவதும் அடிக்கடி நடக்கும் நிகழ்ச்சி. சாதாரணக் கைதிகளும் கூட 'லாக்-அப்'பில் அடித்துக் கொல்லப்படுவதும் உண்டு.

9. ஆந்திராவில் போலிசாரால் புரட்சியாளர்கள் கடத்தப்பட்டுக் கொல்லப் படுவதும், பிறகு அவர்கள் 'காணாமல் போய்விட்டார்கள்' எனப் போலிசாரால் கூறப்படுவதும் வழக்கம்.

இந்தியா | கேரளம்

சிவிக் சந்திரன்

சிவிக் சந்திரன் (Civic Chandran): தெரு நாடக இயக்கத்திலும் முக்கியப் பங்கு வகித்திருக்கிறார். மார்க்சிய – லெனினிய இயக்கத்திலிருந்து விலகிய அவர் சுற்றுச்சூழல் பிரச்சினையில் அக்கறை கொண்டிருந்தார்.

நாங்களோ பலர்

நாங்களோ பலர் –
வெவ்வேறு கூரைகளின் கீழிருந்த சிலரும்
வானத்தின் கீழ் கூரைகளே இல்லாத பிறருமாக,
அப்போதுதான் நாங்கள்
கனவுகளைத் தொடங்கியிருந்தோம்.
அப்போதுதான் பாடல்கள்
எங்கள் உதடுகளிலிருந்து வெளிவரத் தொடங்கியிருந்தன
அப்போதுதான் நாங்கள் நிமிர்ந்து நடப்பதற்குப்
பழகத் தொடங்கியிருந்தோம்.
ஆனால் எங்கள் கால்களோ குட்டை
பாதைகளோ அந்நியமானவை
எங்களை மோப்பம் பிடிப்பது எளிதாக இருந்தது
தப்பி ஓடுவது சாத்தியம் இல்லை
விரைவில் நாங்கள் வலையில் சிக்கினோம்.
எங்களது மூளைகள் சிதறடிக்கப்பட்டன
காலமும் வெளியும் குழம்பிப் போயின
எங்களிடம் வற்றிப் போனவை எவை?
எங்களது கிளர்ச்சிக் கனவுகளா?
அவற்றின் துடிக்கும் நாளங்களா?

இந்தியா | பஞ்சாப்

சுர்ஜித் பத்தார்

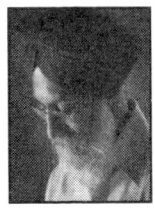

சுர்ஜித் பத்தார் (Surjit Pattar): 1945 இல் பிறந்த இவர், குருநானக்கின் பக்திப் பாடல்களில் நாட்டார் வழக்கு பற்றிய ஆய்வில் முனைவர் பட்டம் பெற்றவர். பஞ்சாபின் முற்போக்குக் கவிஞர்களிலொருவர்; மொழிபெயர்ப்பாளர்; நாடகாசிரியர்.

இப்போது வீட்டுக்குச் செல்வது கடினமானது

இப்போது வீட்டுக்குச் செல்வது கடினமானது
எங்களை யாரால் அடையாளம் கண்டுகொள்ள முடியும்?
நெற்றியின் மீது மரணம்
தன் முத்திரையைப் பதித்துள்ளது.
முகத்தின் மீது நண்பர்கள்
தம் பாதச் சுவடுகளை விட்டுச் சென்றுள்ளனர்.
கண்ணாடியிலிருந்து வேறொரு முகம்
என்னை வெறித்துப் பார்க்கிறது.
வீட்டின் உடைந்த கூரையிலிருந்து வரும்
வெளிச்சம் போல
என் கண்களில் உயிரற்ற ஒளி மின்னுகிறது.
பழைய நண்பனொருவன் என்னைச் சந்திக்கையில்
ஆயிரம் நினைவுகள் ஓடோடி வருகின்றன.
மடிந்து போன கடவுளர்க்கான
மறந்துபோன காதல் நினைவுகள்.
அந்தி நேரத்தில் மயானத் தீ எழுகையில்
குருத்துவாரத்தில் சங்கு ஒலிக்கையில்
மறைந்து போன அவனை நினைக்கிறேன் -
இந்த நேரத்தில் அவனது மரணத்தைப் பற்றி
அறிந்தவன் நான் மட்டுமே
யாரேனும் அவனைத் தேடினால்
துணுக்குறுகிறது என் நெஞ்சம்
ஏனெனில் இப்போது
என் மனதில் பெருகியுள்ளது தனிமையுணர்வு
பகை நாட்டிலுள்ள உளவாளியைப் போல.
வீட்டிற்குத் திரும்பிச் செல்வது இப்போது கடினமானது

இந்தியா | பஞ்சாப்

அவ்தார் சிங் பாஷ்

அவ்தார் சிங் பாஷ் (Avtar Singh Paash): 1950 இல் பிறந்த இந்தப் பஞ்சாபியக் கவிஞர், தொடக்கப்பள்ளி ஆசிரியராகப் பணியாற்றி வந்தார். மார்க்ஸிய – லெனினிய இயக்கத்துடன் தொடர்பு கொண்டிருந்தவரும், சமகாலப் பஞ்சாபிக் கவிஞர்களில் சிறப்பிடம் பெற்றிருந்தவருமான அவர் 1988 இல் காலிஸ்தான் ஆதரவாளர்கள் சிலரால் சுட்டுக் கொல்லப்பட்டார்.

வெய்யிலிலும் நிழலிலும்

என்னிலிருந்து சிறிது தொலைவில்
உறங்குகிறேன் நான் -
நெடுங்காலமாய் எனக்குத்
தீமை விளைவிக்க விரும்பியவனுடன்
நான் கடும்வாதம் புரிந்து வந்திருந்த போதிலும்.

இந்தச் சிறிய தூரம்
கரும்புத் தோட்டத்தில் ஒளிந்து கொண்டிருக்கும்
கருங்குருவி -
அதன் சிறகுகளில் பறக்கும் ஆற்றல்
மெல்ல மடிந்துகொண்டிருக்கிறது.

இந்தச் சிறிய தூரம்
ஒருவேளை எனது அன்னையின்
தெய்வீகப் பார்வையாக இருக்கலாம்
அந்தப் பார்வையில் தேங்கிக் கிடக்கும்
அன்புக் கடல் நாறத் தொடங்கி விட்டது.

இந்தச் சிறிய தூரம்
ஒருவேளை படிக்காத
அந்தப் புத்தகங்களாக இருக்கலாம் -
அவற்றில் ஒளிமிக்க அறிவுமரங்கள்
மெல்ல மெல்லப் பார்வையை
இழந்து கொண்டிருக்கின்றன.

இந்தச் சிறிய தூரம்
ஒருவேளை மக்கிப் போய்க் கொண்டிருக்கும்
சவப்பெட்டி ஒன்றின் விழிப்பாக இருக்கலாம்.
அல்லது பாலைவனத்தின் வெறுமையில் சுற்றியலைந்து
மெல்லமெல்ல அடங்கிப் போகும்
பாடலின் புலம்பலாக இருக்கலாம்.

இந்தச் சிறிய தூரம்
என்னருகே படுத்துறங்கும்
எனது உடலுக்காகப் பாடப்படும் தாலாட்டு.

இந்தச் சிறிய தூரம்
வாய்ப்பாட்டுப் புத்தகங்களிலும் அரிச்சுவடிகளிலும்
நான் விட்டுச் சென்ற அந்தப் பாடல்களின்
வாரி எடுக்கப்படாத சாம்பல்களின் மீது
வீசி அடிக்கும் செவிட்டுப் புயல்காற்று.

சில சமயம் நான் நினைக்கிறேன்
என்னிலிருந்து சிறிது தொலைவில் உறங்குகின்ற அவன்
எனது பகைவனின் கூட்டாளி என்று,
போலி அமைதி என்னும் தேங்கிப் போன நீரில்
நீந்துமாறு தனது கனவுகளுக்குக் கற்றுக் கொடுக்க
முனைந்து கொண்டிருப்பவன் என்று.

என்னிலிருந்து சிறிது தொலைவில்
உறங்குகிறேன் நான் -
எந்த ஏரிகளின் நீர் மீது
நான் நிழலாக இருக்க விரும்பினேனோ
அந்த ஏரிகளின் நீர்
கொதிக்கத் தொடங்கியிருந்த போதிலும்.

இந்தச் சிறுவெளியில்
சப்பாத்தியைப் போல ஊசிப் போகிறேன்,
சமாதியைப் போல மூப்படைகிறேன்.

விரிவுரைகளை இரசிக்கக் கற்று வருகிறேன் -
புறாக்கள் தம் எதிர்ப்பைத் தெரிவித்து இங்கு வருவதை
நிறுத்திவிட்ட போதிலும்,
குருவிகள் எனது கூரையைப் புறக்கணித்து விட்டுக்
காடுகளில் கூடுகட்டச் சென்றுவிட்ட போதிலும்.

இந்தியா | நாகாலாந்து

ஈஸ்ட்டெரைன் கைர்

1959 இல் பிறந்த ஈஸ்ட்டெரைன் கைர் (Easterine Kire Iralu), ஆங்கில இலக்கியத்தில் முனைவர் பட்டம் பெற்றவர்; இதழியலாளரும், கவிஞரும், சிறுகதை எழுத்தாளரும், நாவலாசிரியருமான கைர், நாகா மக்களின் தன்னுரிமைக்காகப் போராடி வருபவர். கைர் எழுதிய 'ஆறு தூங்குகையில்' (When the River Sleeps) என்ற நாவல் 2015 இல் இலக்கியத்துக்கான 'ஹிந்து பரிசைப்' (Hindu Prize) பெற்றது.

நீலமலைத் தொடர்கள்

நீலமலைத் தொடர்கள், நீலமலைத் தொடர்கள்
அறுவடைக்குச் செல்ல விரும்ப
அவர்கள் மனங்களும் கூட ஏங்கின
கன்னிகளோ பாடுவதை நிறுத்தி விட்டு
வீரர்களுக்காகத் துக்கம் கொண்டாடினர்
நொந்துபோன மக்களை -
எரிந்து கொண்டிருக்கும் கிராமத்திலிருந்து
எரிந்து கொண்டிருக்கும் கிராமத்திலிருந்து
மெதுவாக விலகிச் செல்லும் மக்களை -
விடாப்பிடியாகப் பின்தொடர்ந்தனர்.

இந்தியா | குஜராத்

நீரவ் படேல்

நீரவ் பட்டேல் (Neerav Patel): 1950 இல் பிறந்த இந்தப் புகழ்பெற்ற தலித் கவிஞரின் இயற்பெயர் ஸோமோ ஹிரோ சாமர் (Somo Hiro Chamar). குஜராத்தியிலும் ஆங்கிலத்திலும் கவிதைகள் எழுதும் இவர் இதழியல் அனுபவமும் கொண்டவர்.

குழப்பம்

என்னை நீங்கள் சாமர்[1] என்றழைக்கும்போது
என் மனம் புண்படுகிறது.
உங்கள் வயிற்றில் உதைக்க விரும்புகிறேன்.

என்னை நீங்கள் தீண்டத்தகாதவன் என்றழைக்கும்போது
எனக்கு ஆத்திரம் ஏற்படுகிறது
உங்கள் கன்னத்தில் அறைய விரும்புகிறேன்.

என்னை நீங்கள் ஹரிஜன் என்றழைக்கும்போது
எனக்கு அவமானம் ஏற்படுகிறது
உங்கள் முதுகில் காறித் துப்ப விரும்புகிறேன்.

என்னை நீங்கள் தாழ்த்தப்பட்ட
சாதிக்காரன் என்றழைக்கும்போது
எனக்கு ஏற்படுவது அவமரியாதை
உங்களுக்கு 'கொக்காணி' காட்ட விரும்புகிறேன்.

என்னை நீங்கள் நாகரிகமற்றவன் என்றழைக்கும்போது
நான் காட்டுமிராண்டி என எனக்குப் படுகிறது
வெள்ளைக்காரனைப் போல்
பகட்டாகப் பேச விரும்புகிறேன்.

என்னை நீங்கள் மாநிறத்தவன் என்றழைக்கும்போது

---
[1] சாமர்: மாட்டுத் தோலை உரித்தல், அவற்றைப் பதப்படுத்துதல், காலணிகள் செய்தல் போன்ற தொழில்களைச் செய்யும் தலித் சாதியைச் சேர்ந்தவர்.

நீங்கள் உண்மையில் என்னைக்
கறுப்பன் என்றே அழைக்கிறீர்கள் என நினைக்கிறேன்
எனது தோலைக் கீறி நான்
சிவப்பன்தான் என்று காட்ட விரும்புகிறேன்.
நீங்கள் என்னை வெளுப்பானவன் என்றழைக்கும்போது
என் தாய் ஒரு பார்ப்பனனுடன்
படுத்துறங்கினாளோ என ஐயுறுகிறேன்
ஈடிபஸ் ஆக இருக்க விரும்புகிறேன்

என்னை நீங்கள் மைத்துனன் என்றழைக்கும்போது
என்னை நீங்கள் மாமனார் என்றே
அழைப்பதாகத்தான் நினைக்கிறேன்
நீங்கள் எனக்குச் சொந்தமுமல்ல
பந்தமுமல்ல எனச் சொல்ல விரும்புகிறேன்.

நீங்கள் என்னை நண்பன் என்றோ
சகோதரன் என்றோ அழைக்கும்போது
உங்கள் வார்த்தை உண்மையானதென்றோ
நேர்மையானதென்றோ நான் நினைக்கவில்லை
மிகப் பயங்கரமான பகைவன் நீங்கள்
என்று குற்றம்சாட்ட விரும்புகிறேன்.

நீங்கள் என்னை மனிதன் என்றழைக்கும்போது
நீங்கள் கிண்டல் செய்கிறீர்கள்
உண்மையில் என்னைப்
பெண் என்றும் விலங்கு என்றும் அழைக்கிறீர்கள்
என்று நினைக்கிறேன்
எனது குறியை உங்கள் வாயில் திணிக்க விரும்புகிறேன்.

நீங்கள் என்னை நீரவ் பட்டேல் என்றழைக்கும்போது
என்னை மதம்மாறியவன் என்று அழைக்கிறீர்களோ
(தனது சிறகுகளுக்கு வெள்ளைச் சாயம் பூசிக்கொண்டு
அன்னப் பறவையாக மாற நினைத்த காகத்தைப் போல)
என்று சந்தேகப்படுகிறேன்
என் முகத்தைத் திருப்பிக் கொள்ள விரும்புகிறேன்.

நீங்கள் என்னை எந்தப் பெயர்
சொல்லியும் கூப்பிடாவிட்டாலும்
நீங்கள் என்னை முற்றிலும் புறக்கணித்து விட்டீர்களோ

என ஆத்திரப்படுகிறேன்
உங்களைத் திரும்ப அழைத்து என்னைக் கூப்பிடுமாறு
கேட்க விரும்புகிறேன்

'என்ன செய்வது' என்று நீங்கள் கேட்டால்
நான் திருதிருவென விழிக்கிறேன்: 'என்ன செய்வது'
சீதையைப் போல் பூமியில் புதைந்துவிட விரும்புகிறேன்.

ஆம், தொடக்கம் முதலே ஒரே குழப்பம்தான்
ஏழுவால் எலியின் கதையைப் போல்.

இந்தியா | குஜராத்

நீரவ் பட்டேல்

பிரேதப் பரிசோதனை

அவனது கொப்பூழிலிருந்து புனுகு எதையும்
அவர்களால் பெற முடியவில்லை
அவனது தோலை அங்குலம் அங்குலமாய்
உரித்தெடுத்த போதிலும்
தங்கத் தகடு ஒன்றைக்கூட அவர்களால்
கண்டெடுக்க முடியவில்லை.
அவனது பெரும் தொப்பையில்
நவமணிகள் எதையும்
அவர்களால் கண்டுபிடிக்க முடியவில்லை
(வாழ்நாள் முழுவதும் அவன் இவற்றை உண்டதாகச்
சொல்லப்பட்ட போதிலும்.)
சுருள் சுருளான அவனது மூளையில்
புனித வேதங்களிலிருந்து ஓர் ஏடு கூட
அவர்களுக்குத் தென்படவில்லை.
அவனது பெரிய ஈரலிலிருந்து
சூரிய வம்சத்துக்கே உரிய வீரத்தை
ஒரு சொட்டளவேனும் அவர்களால்
திரட்ட முடியவில்லை.
அவனது நஞ்சேறிய இதயத்தில்
அவனது 'புனிதச்' செயல்கள் ஈட்டிய
அமுதத்தை அவர்களால் காண முடியவில்லை.
கண்ட துண்டமாக அவன் வெட்டப்பட்ட போதிலும்
அவனது ஆறாவது அறிவு அவர்களுக்குப் புலப்படவில்லை.
ஆம், அவனது நெஞ்சில் கிடைத்ததெல்லாம்
ஓநாயின் அழகான இதயமே
அவனது விரல் நுனிகளில் கூர்நகங்களின் வேர்கள்
அவனது பளிச்சிடும் பொய்ப் பற்களிலிருந்து
சூலம் போன்ற கோரைப் பற்கள்
அவனது அழகிய கண்களில்
முதலைக் கண்ணீர்

அவனது ஆசார நாளங்களில்
உறைந்துபோன சாராயம்
ஆம், இதுதான் ஓர் ஆர்யகுமாரனின்
பாடம் போட்டு வைக்கப்பட்ட உடல்பற்றிய
பிரேதப் பரிசோதனை அறிக்கை.

இந்தியா | மகாராஷ்ட்டிரம்

நாராயண் சூர்வெ

நாராயண் சூர்வெ (Narayan Gangaram Surve): 1926 இல் பிறந்த சூர்வெ, குழந்தையாக இருக்கும்போதே பெற்றோர்களால் கைவிடப்பட்டு, ஏதிலியாக மும்பைத் தெருக்களில் வளர்ந்தார். இரண்டாம் வகுப்பு வரை மட்டுமே படித்த அவருக்கு, மகாராஷ்டிர, மத்தியப் பிரதேச அரசாங்கங்களிடமிருந்து ஏராளமான இலக்கியப் பரிசுகள் கிடைத்திருக்கின்றன. தொழிற்சங்க இயக்கத்திலும் தலித் இயக்கத்திலும் பங்கேற்ற அவர், பத்திரிகையாசிரியராகவும் பணி புரிந்திருக்கிறார். சிறிதுகாலம் நோய் வாய்ப்பட்டிருந்த பின், 2010 இல் காலமானார்.

கார்ல் மார்க்ஸ்

நான் முதன்முதலாகக் கலந்துகொண்ட
வேலை நிறுத்தத்தின்போது
மார்க்ஸைச் சந்தித்தது இப்படித்தான்:
அவரது பதாகையை என் தோள்மீது சுமந்திருந்தேன்
ஊர்வலத்தின் நடுவில் ஜானகி அக்கா என்னிடம் கேட்டாள்:
“அது யார் தெரிகிறதா?
அவர்தான் நமது மார்க்ஸ், நமது தந்தை
ஜெர்மனியில் பிறந்தவர்
புத்தகங்கள் எழுதிக் குவித்தவர்
இங்கிலாந்தில்தான் மண்ணோடு மண்ணானார்;
எத்தகைய மகான் அவர், அன்பு நண்பனே
எல்லா நாடுகளும் அவருக்குச் சரிசமம்தான்
உன்னைப் போலவே
அவருக்கும் சில பிள்ளைகள் இருந்தன”
பிறகு நான் ஒரு கூட்டத்தில் பேசிக்கொண்டிருந்தேன்:
“...ஏன் இந்த வாட்டம்
...வறுமை... அதற்கு மூல காரணம்?”
மறுபடியும் வந்தார் மார்க்ஸ்:
“நான் உங்களுக்குக் கூறுகிறேன்”
எனத் தொடங்கி, இறுதிவரை

நிறுத்தாமல் பேசினார்.
வேறொரு நாள்
நுழைவாயில் கூட்டத்தில்
நான் பேசுவதைக் கேட்டுக்கொண்டு நின்றார்.
"இனி வரலாற்றின் நாயகர்கள் நாம்தான்,
இனி எல்லா வாழ்க்கை வரலாறுகளின்
நாயகர்களும் நாம்தான்"
முதலில் கைதட்டியவர் அவர்தான்
மனம் விட்டுச் சிரித்த அவர்
என் தோளில் கைபோட்டுக் கூறினார்:
"நீ கவிஞனா என்ன?
அருமை, மிக அருமை
எனக்கும் கவிதைகள் பிடிக்கும்
கெதெ எனது அபிமானக் கவிஞர்".

இந்தியா | மகாராஷ்ட்டிரம்

ஜோதி லஞ்செவர்

ஜோதி லஞ்செவர் (Joti Lanjewar): 1950 இல் நாக்பூரில் பிறந்த புகழ்பெற்ற கவிஞரும், புனைவிலக்கிய எழுத்தாளரும், இலக்கிய விமர்சகரும், சமூகக் களப் பணியாளருமான இவர் நாக்பூரிலுள்ள கல்லூரியில் பேராசிரியராகப் பணியாற்றுகிறார்.

பெயரற்றவர்கள்

அனுதாபமோ, அன்போ
கெஞ்சிக் கேட்பதால் இங்கு ஏதும் கிடைக்காது
நீதிமன்றத்தில் வழக்குத் தொடர்ந்தால்
கிடைப்பது அநீதிதான்
கண்ணீருக்கு மதிப்பேதும் இல்லை,
தண்ணீர் பிடிப்பதே ஒரு போராட்டம்
அணைந்துபோன நெருப்பிலிருந்து வரும் புகைக்குள்
உன்னைச் சுருட்டி வைத்துக் கொள்வதில் பயனில்லை
உன் உடலுக்குள்ளேயே கலகத்தின் எரிதழலை
நீ விதைக்க வேண்டும்.
சில சமயம் ஒரு கலகம் மின்மினிப்பூச்சிபோல்
மின்னலாம் -
அது அசலானதாய் இல்லாமல் இருக்கலாம் -
ஆனாலும் அப்போது அதற்கு வெளிக்காற்றைக் கொடு
அதனை ஒளிரச் செய்ய.
"கவிதையின் மூலமாகப் புரட்சி வரும்"
ஒரு காலத்தில் நானும்தான் அப்படி நினைத்தேன்
ஆனால் புரட்சி செய்தால்தான் வாழ்வதில்லை கவிதை
விசுவாசமற்ற அதே நேற்றைய முகங்கள்
நட்புக் கரத்தை நீட்டுகின்றன
ஒரு வாளினைக்கொண்டு காயத்தை ஏற்படுத்தியவாறே.
பகைவனுடன் நடத்திய போராட்டத்தில்
அவர்கள் வீரியமற்றவர்களாக்கப்பட்டனர்
வார்த்தைகளைக் கொண்டு வீடுகளை எரித்தனர்
ஆனால் வீடுகள் எரிந்தபின் வார்த்தைகள் இறந்தன

மானுடத்தின் கவிதைக்காக
நாம் மனிதர்களாக இருக்க வேண்டும்
ஆனால் அவர்கள் காற்று வீசும் திசையில் பறக்கிறார்கள்.
வறட்சியான இந்தப் பாலைவனத்துப் பசுங்கிளிகள்
வெறும் கானல் நீரெனத் தெரிந்துவிட்டது.
அவர்கள் தமது வசதிக்கேற்ப
தாங்கள் விரும்பும் இடத்திற்குப் பார்வையைத்
திருப்புகின்றனர்.
தங்களது இறக்கைகளில் வலு இல்லாதபோது
மற்றவர்களின் இறக்கைகளை வெட்டுவதற்கு
வசதியான வார்த்தைகளைக் கண்டெடுக்கிறார்கள்.
அவர்கள் வார்த்தை மாளிகைகள் கட்டுகின்றனர்!
ஆனால், நாம் பார்த்திருக்கிறோம் அவை தகர்ந்து விழுவதை
'காலாராமும்' 'சாவ்தார் குளமும்'[1] -
துன்பத்தின் வரலாறு
நம் இதயங்கள் ஒவ்வொன்றிலும் செதுக்கப்பட்டுள்ளது
ஆனால், நீரின் மீது அவர்களால்
சொற்களைச் செதுக்க முடிந்தாலும்
இந்திரயாணி[2] அவற்றைக் காப்பாற்றாது.

---

1 'காலாராம்', 1930–35 ஆம் ஆண்டுகளில் அண்ணல் அம்பேத்கர் தலைமையின் கீழ் நாசிக் நகரத்தில் உள்ள காலாராம் கோயிலில் தலித்துகள் நுழைவதற்காக நடத்தப்பட்ட சத்தியாகிரகப் போராட்டத்தையும் 'சவ்தார் குளம்', 1927–30 இல் அவரது தலைமையில் மஹட் நகரில் பொதுக் குளத்தில் தண்ணீர் எடுக்கும் உரிமைக்காக நடத்தப்பட்ட போராட்டத்தையும் குறிக்கின்றன. அவை அம்பேத்கரின் தலைமைக்கிருந்த வலுவின் குறியீடுகள்.

2 பதினேழாம் நூற்றாண்டைச் சேர்ந்தவரும் அண்ணலின் போற்றுதலுக்குரியவருமாயிருந்த துக்காராமின் பக்திக் கவிதைகளைக் குறிக்கிறது. பார்ப்பனர்களின் ஆணையின் பேரில் அவரது கவிதைகள் இந்திரயாணி ஆற்றில் தூக்கியெறியப்பட்டதாகவும், ஆனால் அதிசயிக்கத்தக்க முறையில் அந்த ஆறு அவற்றைப் பாதுகாத்து துக்காராமிடமும் மகாராட்டிர மக்களிடமும் ஒப்படைத்ததாகவும் ஒரு ஐதீகம் நிலவுகிறது.

அம்பேத்கரின் தலைமையின் கீழிருந்த வலுவான, லட்சிய அர்ப்பணிப்பு மிக்க போராட்டங்களை அடித்தளமாகக் கொண்ட தலித் இயக்கத்துடன் அதற்கு நேர்மாறான இன்றைய தலித் தலைவர்கள், கவிஞர்கள், அறிவுஜீவிகள் ஆகியோரை ('வார்த்தை மாளிகைகள் கட்டுபவர்கள்', 'கானல் நீரான பசுங்கிளிகள்') ஒப்பிடுகிறார் ஜோதி லஞ்செவர்.

இந்தியா | மகாராஷ்ட்டிரம்

ஹீரா பன்ஸோடெ

ஹீரா பன்ஸோடெ (Hira Bansode): புகழ்பெற்ற மராத்திய தலித் இலக்கியப் படைப்பாளிகளிலொருவரான ஹீரா பன்ஸோடெ, சிறுகதைகளையும் இலக்கியத் திறனாய்வுக் கட்டுரைகளையும் எழுதி வருகின்றவர்.

யசோதரா[1]

ஓ யசோதரா!
கனவில் வரும் கடும் வேதனைபோல்
நீ இருக்கிறாய்,
வாழ்நாள் முழுவதும் துக்கம்.
உன்னைப் பார்க்க எனக்குத் துணிச்சலில்லை
புத்தரின் மெய்ஞ்ஞானம்
எங்களுக்கு ஒளியூட்டியது
ஆனால் நீயோ இருட்டினை உள்ளிழுத்துக்கொண்டாய்
உனது வாழ்க்கையில் நீலப் புள்ளிகளும்
கருப்புப் புள்ளிகளும் கறையேற்படுத்தும் வரை.
சிதறுண்ட வாழ்க்கை, எரிந்துபோன வாழ்க்கை,
ஓ யசோதரா!
மிருதுவான வானம் உன்னிடம் தஞ்சமடைகிறது
உனது ஒளிர்கின்ற ஆனால் பயனற்ற வாழ்வைப் பார்த்து
வேதனையடைந்த நட்சத்திரங்கள் கண்ணீர் உகுக்கின்றன.
எனது இதயம் உடைகிறது
அந்திமாலைப் பொழுதைப்போல மங்கிக்கொண்டிருக்கும்
ஒப்புயர்வற்ற உன் அழகைக் கண்டு
உனது காதலனிடமிருந்து அது பிரிந்திருப்பதைக் கண்டு
மௌனமான உன் பெருமுச்சைக் கேட்டு
சொர்க்கலோக ஆனந்தம் பற்றிய வாக்குறுதி
பொய்யென்றே எனக்குத் தோன்றுகிறது.
ஒன்றை மட்டும் எனக்குச் சொல் யசோதரா,
சீறும் புயலை உனது சிறிய கரங்களில்
எவ்வாறு உள்ளடக்கினாய்?

உனது வாழ்க்கை என்னும் கருத்தே
பூமியை நடுங்கச் செய்கிறது
ஆர்ப்பரிக்கும் அலைகளைக்
கரை மீது மோதச் செய்கிறது
உனது வாழ்க்கை நழுவிச் சென்ற பொழுதில்
நீ நினைத்துப் பார்த்திருப்பாய்
இறுதி விடைபெறும்போது
சித்தார்த்தன் இட்ட கடைசி முத்தத்தை,
அந்த மென்மையான இதழ்களை
ஆமாம் கண்ணே
அந்த முத்தத்திலிருந்த
நெஞ்சை உருக வைக்கும் வெப்பத்தை
அச்சந்தரும் ஆற்றலை, தட்டியெழுப்பும் ஆற்றலை
நீ அறிந்திருக்கவில்லையா?
மின்னல் தாக்கியது
ஆனால் உனக்கு அது தெரியவில்லை.
நீ படுத்திருந்த இடத்திலிருந்து
வெகு தொலைவிலுள்ள மாபெரும் உன்னதம் நோக்கி
அவன் சென்றுகொண்டிருந்தான்...
அவன் சென்றான், வென்றான், ஒளிர்ந்தான்.
அவனது வெற்றிபற்றிய பாடல்களை நீ கேட்டபோது
உனது பெண்மை அழுதிருக்கும்.
கணவனையும் மகனையும் இழந்த நீ
வேர் பிடுங்கப்பட்ட இள வாழை மரம்போல
உன்னை உணர்ந்திருப்பாய்
ஆனால் வரலாறோ உனது மாபெரும்
தியாகக் கதையைச் சொல்வதில்லை.
சித்தார்த்தன் மட்டும் 'சமாதி' என்னும்
சொல் விளையாட்டில் இறங்கியிருந்திருந்தால்
உன்னைப் பற்றிய மாபெரும் காவியமொன்று
எழுதப்பட்டிருக்கும்!
சீதையும் சாவித்திரியையும் போல் நீ
புராணங்களிலும் ஓலைச்சுவடிகளிலும்
புகழ் பெற்றிருந்திருப்பாய்
ஓ யசோதரா!
இந்த அநீதியைக் கண்டு வெட்கப்படுகிறேன்
ஒரு புத்த விகாரத்தில்கூட

உன்னைக் காண முடிவதில்லை.
உண்மையிலேயே நீ ஒரு பொருட்டில்லையா?
ஆனால் பொறுத்திரு - இப்படி வேதனைப்படாதே.
உனது அழகிய முகத்தைப் பார்த்திருக்கிறேன்
சித்தார்த்தனின் மூடிய கண்ணிமைகளுக்கிடையே
நீ இருக்கிறாய்
யசு, நீ மட்டுமே.

1. ஹீரா பன்ஸோடெ, தலித் நிலைப்பாட்டிலிருந்து மட்டுமின்றி பெண்ணிலைவாத நோக்கிலிருந்தும் இக்கவிதையை எழுதியிருப்பது தெளிவு. புத்தரை வரலாறு அறியும். ஆனால் அவரது மனைவி யசோதராவை? புத்தர் உன்னதம் நோக்கிச் சென்றுவிட்டார். ஆனால் யசோதராவின் வாழ்வு...? இத்தகைய கேள்விகளை எழுப்புகிறார் ஹீரா.

இந்தியா | மகாராஷ்ட்டிரம்

ஹீரா பன்ஸோடெ

ஓ மாமனிதனே

ஓ மாமனிதனே
உனது பாதையில் முட்களைத் தூவியவர்கள்
இன்று உனக்கு மலர்களை வழங்குகிறார்கள்
உனது புகழ்பாடுகிறார்கள்
- இது என்ன விநோதம்

காலத்தின் இருண்ட ஊர்வலத்தின்போது
நீ விளக்கு மலர்களை ஏற்றினாய்
ஆனால் அந்த நடிப்புப் போலிகள், அந்தக் கொடியவர்கள்
அந்த மலர்களை நசுக்கி அணைத்தனர்
இன்று அந்த மலர்கள் காட்டுத் தீயாய் மாறியுள்ளன
அந்தக் கொடியவர்கள் அதற்குக் காற்று வீசி வளர்க்கின்றனர்
இது என்ன விநோதம்

கோட்டைக் கதவை உடைத்தெறியும் யானையைப்போலக்
கோயில் கதவைப் பலமாகத் தட்டினாய்
கோயிலின் கற்கள் அதிர்ந்தன
மதம் என்னும் புனிதப் பெயரின் கீழ்
அவர்கள் நெடுங்காலத்திற்கு முன்பே
கடவுள்களை அடிமைப்படுத்தி விட்டனர்
கடவுள்களைக் காண வேண்டும் என்னும்
உனது நேர்மையான, வேதனை மிக்க கோரிக்கை
நசுக்கப்பட்டுத் தூக்கியெறியப்பட்டது
கிராமத்திற்கு வெளியே.
இப்போது அவர்கள் அந்த இடத்தில்
முளைத்து வளர்ந்த பெரிய மரத்தை அலங்கரிக்கிறார்கள்
- இது என்ன நியாயம்.

இயற்கை எல்லோர்க்கும் சொந்தமானது
என்பதைச் சொல்லத் தேவையில்லை

ஆனால் அவர்கள் அதையும் வாங்கிவிட்டார்கள்
சவ்தார் குளத்தின்[1] ஒவ்வொரு சொட்டு நீரிலும்
அவர்கள் தங்கள் முத்திரையைக் குத்திவிட்டனர்
இந்தக் கலாசாரத்தின் எச்சரிக்கை மிகுந்த காவலாளி
சிறைப்பிடிக்கப்பட்ட தண்ணீரைப் பாதுகாத்தான்
நீ தொட்டால் தண்ணீர் நஞ்சாகிவிடும் என
அவர்கள் அஞ்சினார்கள்
நீ தாகத்தால் செத்துக் கொண்டிருந்தபோது
உன்னுடைய இரத்தத்தால் உனக்குத் திருமுழுக்காட்டினர்
இப்போதோ அவர்கள்
கல்லில் வடித்த உன் கொடும்பாவியின் வாயில்
தண்ணீர் ஊற்றுகிறார்கள்
- இது என்ன நியாயம்.

1 அண்ணல் அம்பேத்கரின் பிறந்த நாளன்று, ‘தலித்துகளின் வாக்கு வங்கிகள்’ என்ற ஒரே ஒரு நினைப்புடன் மட்டும் அவரது சிலைக்கு மாலையணிவிக்கும் சடங்குகளை மறக்காது செய்கின்றனர் கட்சி தலைவர்கள். அது மட்டுமல்ல, மாலை அணிவிப்பதிலும்கூட ‘முதல் மரியாதை’ தங்களுக்குத்தான் வேண்டும் என்று நிலப்பிரத்துவ எசமானர்கள்போலத் தங்கள் அதிகாரத் திமிரையும் காட்டிக்கொள்கிறார்கள். மராட்டிய மாநிலம் மஹட் நகரிலுள்ள சவ்தார் குளத்திலிருந்து குடி தண்ணீர் எடுக்கும் உரிமைக்காக 1927 டிசம்பரில் அண்ணல் அம்பேத்கர் நடத்திய சத்தியாகிரகப் போராட்டம்தான் அவரை அனைத்திந்திய அளவில் தலித்துகளின் ஒரே ஒப்பற்ற தலைவராக ஆக்கியது.

இந்தியா | மகாராஷ்ட்டிரம்

பாஹினபாய் சௌதரி

பாஹினபாய் சௌதரி (Bahinaai Choudhari, 1880–1951): மராட்டிய மாநிலத்திலுள்ள காந்தேஸிவராம் என்ற மாவட்டத்தில் எளிய குடியானவக் குடும்பத்தில் பிறந்தவர். எழுதப் படிக்கத் தெரியாத அவர் வட்டார வழக்கிலேயே பாடல்கள் பலவற்றைப் புனைந்தார். அப்பாடல்கள் அவரது மகனால் திரட்டப்பட்டு பி.கே. ஆத்ரெ என்னும் புகழ்பெற்ற மராத்திய இலக்கிய விமர்சகரின் துணையுடன் வெளியிடப்பட்டன.

இப்போது எனக்காக நான் இருக்கிறேன்

கண்களிலிருந்து வழியும் கண்ணீருக்கு
முடிவே இல்லை
நான் அப்படி அழுதிருக்கிறேன்
இப்போது கண்ணீர் வற்றிவிட்டது:
விம்மல்கள் மட்டுமே எஞ்சியுள்ளன.
கண்ணீர் வற்றிவிட்டது
எனக்கும் சிறிது ஓய்வளிக்க,
கண்ணீர் உகுக்காமல் அழாதே
என் மனமே.
ஓ பூமித் தாயே எனக்குச் சொல்
இதெல்லாம் எப்படி நடந்தது?
தனது நிழலை மட்டும் விட்டுவிட்டு
மரம் எவ்வாறு மறைந்து போனது?
கடவுள்கள் சென்றுவிட்டனர்
தமது தேவலோக இல்லத்திற்கு;
இரண்டு தங்கக் குட்டிகள் சிரிக்கின்றன
உன் கண்களுக்கு முன்
அழாதே, ஓ மனமே.
அழாதே, ஓ மனமே,
அழுவது உனக்கு இயல்பாகிவிட்டது
உனது கண்ணீரைச் சிறிது சிரிக்கச் செய்!
அதுதான் இப்பூமியில் நடக்கும் வாழ்விற்குச்

சிறிது சுவையூட்டுகிறது.
எனது நெற்றியிலிருந்து குங்குமம்
துடைத்தெறியப்படுகிறது;
பச்சை குத்திய கோடு மட்டும்
எஞ்சி நிற்கிறது விதியை வரவேற்க.
வளையல்கள் உடைக்கப்படுகின்றன
ஆயினும் மணிக்கட்டுகளால்
இன்னமும் விதியுடன் போராடமுடியும்.
மங்கலநாண் எனது கழுத்தை இனியும்
அலங்கரிப்பதில்லை
ஆனால் கழுத்தில் கை வைத்துச் செய்துகொண்ட
சத்தியங்களோ
இன்னும் தாக்குப்பிடித்து நிற்கின்றன.
வேண்டாம், எனது இனிய பெண்களே
எனக்காக அழவேண்டாம்
இப்போது நான் அமைதியில்;
இனி எல்லாமே எனக்கும்
என் இதயத்திற்கும் இடையில்தான்.

இந்தியா | உத்தரப் பிரதேசம்

அர்ச்சனா வர்மா

கடவுள்

சொல்வது சிறிது கடினம்தான் -
பருவநிலை ஆராய்ச்சி அலுவலகம்
அதன் வேகத்தை,
மணிக்கு இத்தனை மைல் என
எவ்வாறு கணக்கிட்டிருக்கும் என்பதை.
ஒரு ஜன்னல் மட்டும் திறந்திருந்தது
திரைச் சீலைகளைக் கிழித்தெறிந்தபடி
ஜன்னல் கண்ணாடிகளை வேகமாகத் தட்டியவாறு
புயல் சீறிப் புகுந்தது வீட்டிற்குள்.
மூடுவதற்குள் ஜன்னல் முழுவதுமே
அதன் சட்டத்துடன் வெளியே விழுந்தது -
பிறகு புயலை எதனாலும் தடுக்க முடியவில்லை
புத்தகங்கள், மேஜை விளக்கு -
படங்கள், பூ ஜாடிகள்
யாருக்குத் தெரியும்
எது முதலில் விழுந்ததென்று,
எல்லாமே சுக்குநூறாயின
பல்லாண்டு உழைப்பு
பயங்கரக் கதையைச்
சொல்லிக் கொண்டிருந்தது
அங்கு ஏதேனும் எப்போதேனும்
இருந்ததா இல்லையா எனச் சொல்ல
முயற்சி செய்து கொண்டு
நின்றேன் நான்.
அடுத்த நாள் காலை அவன்
நேரங் கழித்தே எழுந்தான்.
தேநீர் கேட்டான்
- கடவுளைப் போன்ற அவனது
வழக்கமான தோரணையில்.
அவனுக்குத் தெரியவில்லை

அவனது உலகில்
ஒன்றுமே சரியில்லை என்று
வழக்கமான இடங்களில்
வழக்கமான பொருள்கள் இல்லை என்று.
அவன் செய்திருந்ததெல்லாம்
தூங்கிக் கண் விழித்ததுதான்.

காஷ்மிர்

பெயர் தெரியாத ஒரு காஷ்மிரிக் கவிஞரின் இந்த வரிகள், காஷ்மிரின் கண்ணீர்க் கதையை இரத்தினச் சுருக்கமாகச் சொல்கின்றன.

என்னால் தண்ணீர் குடிக்க முடியவில்லை

அது மலைகளின் மீது இறந்துபோன இளைஞர்களின்
இரத்தத்துடன் கலந்து விட்டது
என்னால் வானத்தைப் பார்க்க முடியவில்லை;
அதில் நீலம் இல்லை; சிவப்பு வண்ணம் பூசப்பட்டுள்ளது
பொங்கி வழியும் ஊற்றின் கர்ச்சனையை
என்னால் கேட்க முடியவில்லை
துப்பாக்கிக் குண்டுகளால் துளைக்கப்பட்ட மகனின் -
ஒரே மகனின் உடலருகே புலம்பிக் கொண்டிருக்கும்
தாயை அது நினைவுபடுத்துகிறது
என்னால் மேகங்களின் இடியோசையயைக் கேட்க
முடியவில்லை;
அது குண்டு வெடிப்பை எனக்கு நினைவூட்டுகிறது
எனது தோட்டத்தின் பசுமை
மங்கிப் போய்விட்டதை உணர்கிறேன்;
ஒருவேளை அதுவும் துக்கத்தில் ஆழ்ந்துள்ளதோ என்னவோ.
சிட்டுக் குருவியும் குயிலும் மௌனமாகிவிட்டதை
உணர்கிறேன்;
ஒருவேளை அவையும் சோகத்தில் மூழ்கியிருக்குமோ
என்னவோ.

ஆஃப்கானிஸ்தான்

இது ஆஃப்கானிஸ்தானிலுள்ள பஷ்ட்டு (Pashto) மொழி பேசும் இனப் பெண்களிடையே வழங்கிவரும் மரபான நாட்டுப்பாடல்.

ஒரு பாடல்

புனிதத் துறவிகள் மண்ணைப் பார்க்கின்றனர்
மண் பொன்னாகிறது
எனது காதலனோ வித்தியாசமானவன்
அவன் என்னைப் பொன்னே என்கிறான்
ஆனால் அவனது பார்வையோ
என்னைச் சாம்பலாக்குகிறது
எனது கடவுள் நீதிமான்
ஆம் அவர் நீதிமான்தான்
அவர் என்னை அழித்துவிட்டார்
ஆம் என்னை அழித்துவிட்டார்
எனது காதலன் வேறு மலர்களின் வாசத்தை
ருசித்துக் கொண்டிருக்கிறான்
அருகில் பூத்துள்ள இந்த மஞ்சள் பூவைப் பற்றி
அவனுக்கு ஒன்றும் தெரியாது
குளிர்ச்சியான காபூல் நகரத்தில்
கோடைக்காலம் முழுவதையும் நீ கழித்தாய்
இலையுதிர் காலத்தில் திரும்பி வருகிறாய்
உனது மலர் மட்டும் அப்படியே இருக்க வேண்டும் என விரும்புகிறாயா?
அம்மா, எனது முடியை வளரவிடு
அதை வெட்டாதே
குச்சிக் கிளைகள் வெட்டப்பட்ட மரம்
பாடும் பறவைகளுக்கு உகந்த இடம் அல்ல.

ஸ்ரீ லங்கா

பராக்ரம கொடித்துவக்கு

பராக்ரம கொடித்துவக்கு (Parakramma Kodithuwakku): சமகால சிங்களக் கவிஞர், சிறுகதையாசிரியர், மொழிபெயர்ப்பாளர்; சிங்களப் பண்பாட்டு மரபிலுள்ள பிற்போக்குத் தனமான கூறுகளை விமர்சிப்பவர்.

நம்மில் ஒருவன்

நிறுத்து
நிறுத்து
அந்தச் சண்டையை நிறுத்து:
ஏலார மன்னா[1]
அந்த யானையை விட்டுக் கீழே இறங்கு
மன்னன் துட்டகமுனுவே
ஏலாரனுக்கு நாற்காலியைக் கொடு

இதோ இங்கே அவள்
இரப்பர் பால் வெட்டும் கூட்டத்துடன்
இரப்பர் மரங்களைச் சுற்றிச்சுற்றிச் செல்கிறாள்
அம்மா பால் கறக்கப் போயிருக்கிறாள்
சரசுவதி
அவளது முறுவலிக்கும் உதடுகள்
ஏலாரனின் புன்னகைக்கு ஒளியூட்டும்.
தேயிலைப் புதர்களுக்குக் கீழே
கைகளில் வலியெடுக்க
காற்று விசிறியடிக்கும் மழையில் நனைந்தவாறு
வியர்வை முத்துக்களின் கீழ்
அவளது வெண்கலக் கண்கள் மிளிர
மௌனமாய்க் காத்துக் கொண்டிருக்கிறாள்
அவளது நாசித் துவாரத்தில்
மின்னும் மூக்குத்தி
நித்யகலா
ஏலாரனின் சகோதரி
சரசுவதி, நித்யகலா

நாம் மெனிக்கங்கை நதியினிலே
ஒன்றாய்க் குளித்தோம்
ஸ்ரீபாதத்திலோ
ஒன்றாய் வழிபட்டோம்
பள்ளிக்கூடத்திலோ
ஒன்றாக இருந்தோம்
தோசைக் கடையில்
ஒன்றாக வடை சாப்பிட்டோம்
கதிர்காமத்தில்
எங்கள் அலுவலகத்தைச் சேர்ந்த சோமதேவிக்கு
சிவலிங்கம் தன் முகவரியைக் கொடுத்தான்...
ஏலாரன் - துட்டகமுனு சண்டை!
துட்டகமுனுவுக்கு வெற்றிக்குமேல் வெற்றி!
யானையின் முதுகின்மேல் ஏலாரனின் பிணம்
அந்தக் கைதட்டலை நிறுத்து
அந்தக் கைதட்டலை நிறுத்து
அந்தக் கைதட்டலை நிறுத்து
கைதட்டுதல் நாசமாய்ப் போக!
அந்தப் பெயருக்கு
ஒரே ஒரு... கண்ணீர்த் துளியை
வழங்கப் போவது யார்?
அன்று இறந்தவன்
நம்மில் ஒருவன்...!
நமது இரத்த பந்தங்களில்
ஒருவன்...!

1   பழங்காலத்தில் இலங்கையிலிருந்த ஏலாரன் என்னும் தமிழ் மன்னனுக்கும் துட்டகமுனு என்னும் சிங்கள மன்னனுக்கும் நடந்த போரில் ஏலாரன் கொல்லப்பட்டான். இந்தப் போர் இரு மன்னர்களுக்கிடையே நடந்த போரேயன்றி இன அடிப்படையில் நடந்ததல்ல. ஏலாரன் பௌத்த சமயத்தை மதித்ததைப் போலவே துட்டகமுனு சைவ நெறியை மதித்தவன். சிங்கள இனவெறியைப் பரப்பியவர்களே பிற்காலத்தில் அப்போரை இரு இனங்களுக்கிடையே நடந்த போராகத் திரித்துக் கூறலாயினர்.

நேப்பாளம்

மோகன் கொய்ராளா

மோகன் கொய்ராளா (Mohan Koirala): 1926 இல் வசதி மிக்க குடும்பத்தில் பிறந்த இவர், தமது தந்தைக்கு ஏற்பட்ட பொருளாதாரப் பிரச்சினைகளின் காரணமாகக் கல்லூரிப் படிப்பை நிறுத்திவிட்டுப் பள்ளி ஆசிரியராகவும் நேப்பாள அரசாங்கத்தின் போக்குவரத்துத் துறை ஊழியராகவும் பணிபுரிந்தார். தமது இருபதாம் வயதில் கவிதை எழுதத் தொடங்கிய கொய்ராளா, நவீன நேப்பாளக் கவிதையின் சிற்பியாகக் கருதப்படுகிறார்.

எனது நேப்பாளிச் சொற்கள் உடைந்து சிதறுண்டுள்ளன[1]

சர்க்கரை, சர்க்கரை என எழுதுகிறேன்,
மண்ணெண்ணெய் என எழுதுகிறேன்
கவிதை எழுதுவது சரியா இல்லையா என்ற போதிலும்
ஆனால் நான், பெட்ரோலுக்கு
'க்யூ' வரிசை என எழுதுகிறேன்...
உண்மையில், எதை நான் எழுதினாலும்
நான் மசியை எழுதுகிறேன், கவிதைகளை எழுதுகிறேன்

டாக்ஸி ஓட்டுபவருக்கு இதயம் இருக்கிறதா என
என் மொழியில் நான் கேட்கிறேனா?
சைக்கிள் ரிக்‌ஷாவின் மிதிகளைப் பற்றி எழுதுவது
முறையல்ல,
நான் எழுதுவது ஒரு கவிதைதான்.

மோட்டார் சைக்கிள் என எழுதுகிறேன்,
இரைச்சலுடன் அது ஓடும்போது
இப்பொழுது பேருந்து என எழுதுகிறேன்
புழுதியைக் கிளப்பியவாறு அது செல்லும்போது
கவிதை இவ்வாறு படைக்கப்படுவதில்லை போலும்
எனக்குத் தெரியவில்லை.
பறக்கும் தூசியை எழுதுகிறேன்.

சந்தையில் விலைகளின் ஏற்ற இறக்கங்கள்;
வீக்கமும் இளைத்தலும்
இவற்றைப் பற்றிப் பேசுபவர் பாமரக் கவிஞர்கள்,
அல்லது நானும் அவர்களில் ஒருவன்தானோ?
பெரும் கவிஞர்கள் புன்னகைக்கின்றனர்.
அழகிய சிவப்பு மலர்களைப் பற்றிப் பேசுகின்றனர்.
இன்னும் பெரிய கவிஞர்கள் இமயமலை பற்றிப் பேசுகின்றனர்
மிகப் பெரும் கவிஞர்களோ சொர்க்கம் நரகம் பற்றிக்
கவிதைகள் கிறுக்குகின்றனர்.
இரண்டையும் அவர்களால் இணைத்து விடமுடியும்
பெருங் கவிஞர்கள் எழுதுவதுதான் என்ன?
புராதன நடை புரியாத சொற்கள்
யாருக்கும் எதுவும் புரிவதில்லை.
சோளம் கேழ்வரகு மூட்டைகள்
ஆலையில் வரிசையாகச்
செக்கில் போட்டு ஆட்டக் கடுகு மூட்டைகள் தயாராய்
எண்ணெய் வாங்க இளைஞர்கள் 'க்யூ' வரிசையில்
சாப்பாட்டுக் கடன்கள், பூண்டுக் கடன்கள், நெய்க் கடன்கள்
உடைந்த நேப்பாள மொழி, கிழிந்த உதடுகள்
வெண்டைக்காய்க் கடன்கள், வெங்காயக் கடன்கள்.
நேப்பாளக் கவிதைகளை எழுதுவது சாத்தியம்தானா?

1 1989 இல் இந்திய அரசாங்கம் நேப்பாளத்தின் மீது பொருளாதார முற்றுகையிட்டு அங்கு இன்றியமையாப் பண்டங்கள் செல்வதைத் தடுத்து நேப்பாள மக்களுக்குப் பெரும் இன்னல்களை விளைவித்திருந்த சூழலில் எழுதப்பட்ட கவிதை இது.

பங்களாதேஷ்

ஷம்ஷுர் ரஹ்மான்

ஷம்ஷுர் ரஹ்மான் (Shamsur Rahman, 1929–2006): பங்களாதேஷில் மட்டுமின்றி, வங்காளி மொழி பேசும் உலகிலும் மிகச் சிறந்த நவீனக் கவிஞர்களிலொருவராகக் கருதப்படும் இவரது கவிதைகள் அறுபது தொகுதிகளாக வெளியிடப்பட்டுள்ளன. பத்திரிகையாசிரியராகவும் பணியாற்றிய இவர் மனிதநேயர்; மத அடிப்படைவாதத்தினைக் கடுமையாக எதிர்த்தவர்.

அம்மா

தனித்திருந்த கிராமத்தில் அவள் வாழ்ந்து வந்தாள்
நாள் முழுவதும் மௌனமாய்
வீட்டு வேலைகளில் மூழ்கியிருந்த அவள்
கோடை வானத்தில் விம்மித் துடித்த சூரியனை
மிதந்து சென்ற மேக ஓடங்களைக்
கவனித்ததே இல்லை;
அவளது சின்னஞ்சிறு உலகிற்கு அப்பால்
அவளது காலடி ஓசை கேட்டதே இல்லை;
அவள் வெளியே சென்றதும் இல்லை.
அது அவள் தனக்குத் தானே விதித்துக் கொண்ட
நாடு கடத்தல்;
அவளுக்கே உரிய எளிய வாழ்வு அது.
இறந்துபோன அவளது பெற்றோரின் நினைவுகள் மட்டுமே
ஏக்கங் கலந்த வேதனையை அவளிடம் தூண்டிவிடும்.
திடீரென ஒரு நாள்
அவளது நாடு முழுவதுமே
சினங்கொண்ட கடவுள்போல்
தன் தலையை உயர்த்தியது
செய்திகள் வந்தன:
இரத்த சாட்சிகள் பற்றி
இரத்தத்தில் தோய்ந்த மண் பற்றி
இரத்தக் கறை படிந்த மகனின் ஆடைகள்

அவளைத் தன் கிராம வீட்டிலிருந்து வெளியேறச் செய்தன
அவள் சென்றாள்
வேலிக்கு அருகே உள்ள கொடிகளை
ஆற்றை
நிலங்களை
அவளுக்குப் பரிச்சயமான குளத்தை
விட்டுச் சென்றாள்
இன்று அவளது காலடி ஓசை
நகரத் தெருக்களில் ஒலிக்கிறது.
அந்தக் குறுகலான தெருக்களில், சந்துகளில்
இறந்துபோன மகனின் நினைவுகளும்
புண்பட்ட அவளது நெஞ்சின் கண்ணீரும்
எதிரொலிக்கும் முழக்கங்களுடன்
கலந்துவிட்டன.

பங்களாதேஷ்

ஷம்ஸுர் ரஹ்மான்

சுதாங்ஷு

சூறையாடப்பட்ட கோயிலிலிருந்தும்
எரிந்து போன அடுக்களையிலிருந்தும்
சுதாங்ஷுவிடம் பேசுகிறது ஒரு குரல்:
"இப்போது நீ போய்விடப் போகிறாயா?"
பொழுது சாயும் வேளையில்
சுதாங்ஷு சாம்பலில் துழாவுகிறான்
உடைந்துபோன வளையல்களை, செயல்களை,
குங்குமச் சிமிழை
சிதறிப்போன நினைவு மணிகளை.
அந்தக் குரல் சொல்கிறது:
"நாசகாரக் கூட்டம் உன்னைச் சுற்றியலைகிறது
விலங்கு வடிவங்கள் உன்னை நெருங்குகின்றன
ஒவ்வொரு நாளும் கொலையாளியின் நிழல்
உன் மீது விழுகிறது
பீதி என்னும் வௌவால் இறக்கையின் கீழ்
காலம் ஒளிந்து கொண்டுள்ளது -
இப்படி இருந்தும், சுதாங்ஷு நீ போகாதே."
வானத்திலிருந்து ஒளி இன்னும் ஓடிப் பதுங்கவில்லை
புனிதக் கானகம் இன்னும் தன் பச்சைக் கொடியை
உயர்த்துப் பிடிக்கிறது.
ஆற்றின் இடையோ நாடோடிப் பெண் போல
வளைகிறது.
சுதாங்ஷு போகவே மாட்டான் ஒருபோதும்
தோல்வியுற்ற போர் வீரனைப் போல்
எங்கும் போக மாட்டான்
இந்த புனித பூமியை விட்டு.

பங்களாதேஷ்

ரவீந்திர கோபெ

ரவீந்திர கோபெ (Rabindra Kobe): சமகால பங்களாதேஷக் கவிஞர். மனிதநேயம் ததும்பும் கவிதைகளை எழுதியவர்.

ஒரு பறவையின் அகால மரணம்

எனவு கனவுகள் பொருளற்றதாய்த் தோன்றுகின்றன
ஒரு தோட்டத்தில் பூக்கள்,
வானத்தில் விழித்திருக்கின்றன தாரகைகள்
பேசிக்கொண்டே நான் தூக்கத்தில் ஆழ்கையில்
எனது இதயம் நடுங்குகின்றது,
கிழிந்த நட்சத்திரம் போல்
இந்த வாழ்க்கை எப்போது மங்கி மறையும்
எனச் சிந்திக்கிறேன்.
ஈட்டிகள் மெல்லமெல்ல ஓசையின்றி நெருங்குகின்றன
யாருக்குத் தெரியும் எப்போது காட்டுப் பூனை பாயும் என்று
குருவிகளைவிடப் பலகீனமான மனிதர்கள்
உருகும் பனிப்பாறையின் மீதோ
எரிமலை கக்கும் தீக்குழம்பின் மீதோ
எப்போது நுரைபோல ஊதி எறியப்படுவர் என்று.
கடவுளே, சுதந்திரத்தைப்போலப் பொக்கிஷமாய்
நான் காக்கும் இந்த இரவுகளில்
என்னை உறங்கவிடு எனது கனவுகளில் என்னை மறந்து.
வானத்திலிருந்து நிலவின் முகத்தைத்
துடைத்தெறிந்துவிடாதே
பச்சை மரத்திலிருந்து பறவைகளை விரட்டிவிடாதே
ஒரு குழந்தையின் அகால மரணத்தை
நான் தாங்கிக் கொள்ள மாட்டேன்
ஒரு பறவையின் அகால மரணத்தை.

பாகிஸ்தான்

சயீதா கஸ்தர்

சயீதா கஸ்தர் (Saeeda Gasdar): பாகிஸ்தானைச் சேர்ந்த சிறுகதை எழுத்தாளரும் நாவலாசிரியருமான சயீதா பெண்ணுரிமை இயக்கத்தில் முன்னணியில் நிற்பவர்.

சாட்சியம்

மரியம், கேள் இதை
காதிஷா பாத்திமா
கேளுங்கள் இதை
இன்னொரு சட்டம் இயற்றப்பட்டுள்ளது
இதை நீங்கள் மனமார ஏற்றுக்கொள்ள வேண்டும்.
அதற்காக
நீங்கள் மிகவும் நன்றியுடையவராக இருக்க வேண்டும்.

நீங்கள் இல்லத்தரசி
குழந்தைகளுக்குத் தாய்
எவ்வளவு அழகாய் இருக்கிறீர்கள் நீங்கள்
எவ்வளவு பாதுகாப்பாய், கௌரவமாய்
குனிந்த தலை நிமிராது
சேவை செய்துகொண்டு.

நிச்சயம் நீங்கள் சொர்க்கத்துக்குத்தான் செல்வீர்கள்
எனவேதான் உங்கள் நன்மைக்காகச்
சொல்கிறோம்:
"இரண்டு பெண்களின் சாட்சியம்
ஒரு ஆணின் சாட்சியத்திற்கு ஈடானது",
என்னதான் இருந்தாலும்
நீங்கள் தனியாக வெளியே போவது சரியல்ல.
இது தெய்வீக ஆணை
இதைத் தட்டிக் கேட்பவளோ சைத்தான்
சாகடிக்கப்பட வேண்டியவள்
தெருக்களில் இறங்கி
உரிமைகளுக்காக

சுதந்திரத்துக்காக
போராடுவதும் சண்டை பிடிப்பதும்
பெண்களுக்கு அழகல்ல
இது போக்கிரிகளின் செயல்தான்.

உங்களது மென்மையை ஏன் வீணாக்குகிறீர்கள்
உங்கள் சக்தியை ஏன் வீணடிக்கிறீர்கள்
நீங்கள் பீங்கான் பொம்மைகள்
அந்நியர் கண் பட்டால்
சுக்கு நூறாக உடைந்து விடுவீர்கள்.

உங்களைப் பெற்றெடுத்த நான்
உங்களுக்கு முன் உண்மை பேச கூச்சப்படுவேன் என
உங்களை நினைக்க வைத்தது எது?
நமக்கிடையே உள்ள
அன்பு, வெறுப்பு, மானம், இழிவு
ஆகிய பந்தங்களை நான்
வருணிக்கமாட்டேன் என
உங்களை நினைக்க வைத்தது எது?

பெண்ணின் உண்மையைக் கண்டு
உங்களுக்கு அச்சமா?
என்னைக் கோழை என்று நினைத்தீரா?
உங்கள் தேவைக்காக மீண்டும் மீண்டும்
அடிமைக் கூட்டத்தை
குருடர்களை, செவிடர்களை, ஊமைகளை
பெற்றெடுக்க நீங்க பயன்படுத்தத்தான்
எனது உடல் படைக்கப்பட்டதா?
உங்களைப் பேணுவது
எங்கள் பிள்ளைகளின்
புதைகுழியைத் தோண்டுவதற்குத்தான்

எனவே, நாங்கள்
இரண்டு பெண்கள் அல்ல
இரண்டு கோடிப் பெண்கள்
அந்த அநீதிக்கும் ஒடுக்குமுறைக்கும் எதிராக
கூறுவோம் சாட்சியம்.

பாகிஸ்தான்

கிஷ்வர் நஹீத்

கிஷ்வர் நஹுத் (Kishwar Naheed): 1940 இல் பிறந்த இவர் பாகிஸ்தானின் மிக முக்கிய கவிஞர்களில் ஒருவர். அரசாங்கப் பதவி வகித்த இவர் வானொலியில் அறிவிப்பாளராகப் பணியாற்றிவந்தார். பல ஏடுகளின் ஆசிரியராக இருந்து வந்துள்ள கிஷ்வரின் கவிதைகள் பல தொகுதிகளாக வெளிவந்துள்ளன. பாகிஸ்தானில் பெண்களின் உரிமைகளுக்காகத் தொடர்ந்து போராடி வருகின்றவர்.

ஒரு கதை

ஆடுகுதிரையின் மீது
குழந்தை ஆடுகிறது
அது மரக்குதிரை
குழந்தையின் ஸ்பரிசம் அறியாதது
குழந்தை குதிரையை அடிக்கிறான்
தனது திறமையைக் கண்டு
தன்னையே மெச்சிக் கொள்கிறான்
அவன் வளர்ந்து பெரியவனாகிறான்
மரக் குதிரையில் மீண்டும் சவாரி செய்கிறான்.
ஒரு சடங்கின் மூலம்
தன் இளமையை அறிவிக்கிறான்.
இரவு கழிந்ததும்
குதிரை உருமாறுகிறது
குதிரையை அடிப்பவன்
தன்னைத்தானே மெச்சிக் கொள்கிறவன்
மாறாமலேயே இருக்கிறான்:
எஜமானனாக
சவாரி செய்பவனாக
கணவனாக.

பாகிஸ்தான்

கிஷ்வர் நஹீத்

அந்தப் பெண்ணல்ல நான்

காலுறைகளையும் காலணிகளையும் விற்கும்
அந்தப் பெண்ணல்ல நான்
நீ காற்றைப்போல மீண்டும் பயமின்றித் திரியலாம் என
என்னை உயிரோடு புதைக்க முடிவு செய்தாய்
கற்களால் ஒரு குரலை ஒருபோதும் அடக்கமுடியாது
என்பது உனக்குத் தெரியவில்லை.
மரபுகள் என்னும் சுமையின் கீழ்
என்னை நீ மூடி மறைத்தாய்
ஏனெனில் காரிருளைக் கண்டு ஒளி ஒருபோதும்
அஞ்சாது என்பது உனக்குத் தெரியவில்லை.
நீ மலர்களைப் பறித்தது என் மடியிலிருந்துதான்
அவற்றுக்குப் பதிலாக நீ அங்கு முட்களையும்
தீக்கங்குகளையும் கொட்டினாய்
ஏனெனில் பிணைச் சங்கிலிகளால் நறுமணம்
பரவுவதைத் தடுக்க முடியாது என்பது உனக்குத்
தெரியவில்லை.
எனது கற்பின் பெயரால் என்னை நீ வாங்கி விற்றாய்
ஏனெனில் எளிதில் உடையக்கூடிய
மண் பாண்டத்தைக் கொண்டு
ஆற்றைக் கடக்கத் துணியும் சோஹ்னி'
இறக்கவே மாட்டாள் என்பது உனக்குத் தெரியவில்லை.
எப்படியாவது தொலையட்டுமென்று
உன்னால் மணம் முடித்துக்கொடுக்கப்பட்ட பெண் நான்தான்
உள்ளம் அடிமைப்பட்டிருந்தால் தேசத்திற்கு எழுச்சியில்லை
என்பது உனக்குத் தெரியவில்லை.
எனது வெட்க உணர்வையும் நாணத்தையும்கொண்டு
நீண்ட காலமாய் நீ இலாபமீட்டி வந்தாய்
எனது தாய்மையையும் எனது விசுவாசத்தையும்
வணிகப் பொருளாக்கினாய்

எங்கள் மடிகளிலும் மனங்களிலும்
மலர்கள் மலர வேண்டிய பருவம்
இப்போது வந்துவிட்டது
சுவரொட்டியிலுள்ள அந்தப் பெண் -
அரை நிர்வாணக் கோலத்தில்
காலுறைகளையும் காலணிகளையும் விற்றுக் கொண்டிருக்கும்
அந்தப் பெண்ணல்ல நான்.

1 சோஹ்னி: புகழ்பெற்ற பஞ்சாபி மரபுவழிக் கதையின் நாயகி. சுட்டெடுக்கப்பட்ட மண் பாண்டத்தில் உட்கார்ந்து கொண்டு சோஹ்னி ஒவ்வொரு நாளிரவிலும் செனாப் ஆற்றைக் கடந்து சென்று தன் காதலனைச் சந்தித்துவிட்டு வருவது வழக்கம். ஒருநாள் அவளது மைத்துனி, சோஹ்னி வழக்கமாகப் பயன்படுத்தும் மண்பாண்டத்தை எடுத்து வைத்துவிட்டு அதற்குப் பதிலாகச் சுட்டெடுக்கப்படாத மண் பாண்டத்தை வைத்துவிட்டாள். ஆற்று நீரில் அம் மண்பாண்டம் கரைந்து விடுமாதலால் சோஹ்னி நீரில் மூழ்கி இறந்துவிடுவாள் என அவள் நினைத்தாள்.

பாகிஸ்தான்

ஃபெமிதா ரியாஸ்

ஃபெமிதா ரியாஸ் (Fehmida Riaz): பாகிஸ்தானிலுள்ள சிந்து பல்கலைக்கழகத்தில் படித்த ஃபெமிதா ரியாஸ் 'ஆவாஸ்' என்னும் பத்திரிகையின் ஆசிரியரும் வெளியீட்டாளருமாவார். ஜியா உல் ஹக்கின் இராணுவ ஆட்சியின்போது அவரது பத்திரிகைக்கு எதிராகப் பதினான்கு தேசத் துரோக வழக்குகள் தொடுக்கப்பட்டன.

உருவம்

எனது இதயத்தின் அடியாழங்களில்
எனது உருவப்படமொன்று மாட்டி வைக்கப்பட்டுள்ளது
கடவுளுக்குத்தான் தெரியும்
அதை யார் எப்போது தீட்டினார்களென்று
அங்கிருக்கிறது அது என் கண்களுக்கும்
என் நண்பர்களின் கண்களுக்கும் படாமல்
ஆனால் தற்செயலாக நான் அதை ஒரு கணம்
பார்க்க நேர்கையில்
எனது இதயம் நடுங்குகிறது
எனக்கும் அதற்குமுள்ள வித்தியாசங்களைக் கண்டு.

பாகிஸ்தான்

ஃபெய்ஸ் அஹ்மத் ஃபெயஸ்

ஃபெய்ஸ் அஹ்மத் ஃபெயஸ் (Faiz Ahmed Falz, 1911–1984): இருபதாம் நூற்றாண்டின் மாபெரும் உலகக் கவிஞர்களிலொருவராகக் கருதப்படும் ஃபெய்ஸ் அஹ்மத் ஃபெய்ஸ் உறுதிதளரா மார்க்ஸியவாதியாக இருந்தவர். பாகிஸ்தானின் முதல் பிரதம அமைச்சரின் ஆட்சியை எதிர்த்ததற்காக இராணுவ நீதிமன்றத்தில் விசாரணை செய்யப்பட்டு, நீண்டகால சிறை தண்டனை வழங்கப்பட்டார். உலகளவில் எழுந்த எதிர்ப்பின் காரணமாக, தண்டனைக் காலம் குறைக்கப்பட்டது. சோசலிசத்துக்காவும் உலக சமாதானத்துக்காகவும் கடைசி மூச்சு வரை போராடியவர். பஞ்சாபி, உருது, ஆங்கில மொழிகளில் தமது ஆக்கங்களை எழுதியுள்ளார்.

மறைந்து போன இரத்தத்தைத் தேடி

இரத்தத்தின் அறிகுறி ஏதும் இல்லை, எங்குமே இல்லை
எல்லா இடங்களிலும் தேடிப் பார்த்துவிட்டேன்
கொலையாளியின் கைகள் சுத்தமாக இருக்கின்றன
விரல் நகங்களோ பளிச்சென்றிருக்கின்றன
ஒவ்வொரு கொலைகாரனின் சட்டைக் கைகளிலும்
எந்தக் கறையும் இல்லை.
இரத்தத்தின் அறிகுறி இல்லை: சிவப்பின் சுவடு இல்லை,
கத்தியின் ஓரத்தில் இல்லை, வாள் முனையிலும் இல்லை.
தரையில் கறைகள் இல்லை, கூரையும் வெள்ளை நிறம்.

சுவடேதுமில்லாது மறைந்துபோன இந்த இரத்தம்
ஏடேறிய வரலாற்றின் பகுதியல்ல:
அதனிடம் சென்றடைய எனக்கு வழிகாட்டுபவர் யார்?
போராளிகளுக்கான சேவையின் போது
சிந்தப்பட்ட இரத்தம் அல்ல -
அது பட்டம் பெருமை பெற்றதுமல்ல,
பூர்த்தி செய்யப்பட்ட தனது ஆசை எதனையும் கொண்டதல்ல.
பலிச் சடங்குகளுக்காக வழங்கப்பட்டதல்ல
கோவில்களிலுள்ள புனிதக் கோப்பைகளில்

பிடித்து வைக்கப்பட்டதுமல்ல
எந்தவொரு சண்டையிலும் சிந்தப்பட்டதல்ல -
வெற்றிப் பதாகைகளில் எழுத்துகளைப் பொறிப்பதற்கு
யாராலும் பயன்படுத்தப்பட்டதுமல்ல.

ஆயினும் யாருடைய செவிக்கும் எட்டியிராத அது
தன் குரலைக் கேட்கச் சொல்லி இன்னும் கூக்குரலிடுகிறது
கேட்பதற்கு யாருக்குமே நேரமில்லை, விருப்பமில்லை
கூக்குரலிட்டுக் கொண்டே இருந்தது அந்த அநாதை இரத்தம்
ஆனால் அதற்கு சாட்சி ஏதும் இல்லை
வழக்கு ஏதும் பதிவு செய்யப்படவில்லை
தொடக்கம் முதலே இரத்தத்திற்கு ஊட்டமாக இருந்தது
தூசி மட்டுமே
பிறகு அது சாம்பலாயிற்று,
சுவடு எதனையும் விட்டுச் செல்லாமல்,
தூசிக்கு இரையாயிற்று.

பாகிஸ்தான்

ஃபெய்ஸ் அஹ்மத் ஃபெய்ஸ்

நாம் தூக்கிலிடப்பட்ட போது

*(ஜூலியஸ் மற்றும் எதெல் ரோஸென்பெர்க்கின்
கடிதங்களைப் படித்த பிறகு)[1]*

உனது உதடுகளுக்காக ஏங்கினேன், அவற்றின்
ரோஜாக்களைக் கனவு கண்டேன்:
தூக்குமேடையின் காய்ந்துபோன கிளையில்
தூக்கிலிடப்பட்டேன்.
உனது கைகளைத் தொட விரும்பினேன்,
வெள்ளி போன்ற அவற்றின் ஒளியை:
ஒளி மங்கிய சந்துகளின் அரை-வெளிச்சத்தில்
கொலை செய்யப்பட்டேன்.

எனது சொற்களிலிருந்து வெகுதொலைவில்
நீ சிலுவையிலறையப்பட்ட இடத்தில்
நீ இன்னமும் அழகாகவே இருந்தாய்:
உனது உதடுகளில் வண்ணம் ஒட்டிக்கொண்டுதான் இருந்தது
உனது தலைமுடியில் இன்னமும் ஆனந்தப் பரவசம்
உனது கைகளில் ஒளி இன்னமும்
வெள்ளி போல் மின்னிக் கொண்டுதான் இருந்தது.

நீ சென்ற சாலைகளோடு
இரவின் கொடூரம் ஐக்கியமான போது
எனது பாதங்கள் என்னைக் கொண்டுவரும்
தொலைவுக்கு வந்தேன்
ஒரு பாடல் வரி என் உதடுகளில் இருக்க
துயரத்தால் மட்டுமே எனது இதயம் ஒளியூட்டப்பட்டிருக்க.
இந்தத் துயரம்தான் உனது அழகுக்கான எனது சாட்சியம்
பார்! மிகவும் இருள் மண்டிய சந்துகளில் கொல்லப்பட்ட நான்
கடைசிவரை சாட்சியாக இருந்துள்ளேன்.

இது உண்மை
உன்னிடம் வந்துசேர முடியாமல் போனது விதிதான்

ஆனால் உன்னைக் காதலிப்பது
முற்றிலும் என் கையில்தான் இருந்தது
இந்த ஆசை பற்றிய விஷயங்கள்
தவிர்க்கமுடியாதபடி என்னை
மரணதண்டனைக் களங்களுக்குள் கொண்டு வருமானால்
நீ ஏன் குறைகூற வேண்டும்?

ஏன் குறை கூறுகிறாய்
நமது துயரங்களைப் பதாகைகளாக உயர்த்துப் பிடித்துப்
புதிய காதலர்கள் தோன்றுவார்கள்
நாம் கொல்லப்பட்ட சந்துகளிலிருந்து
ஆசைகள் என்னும் நெடுஞ்சாலையில்
வண்டித்தொடர்களில் செல்வார்கள்
அவர்களின் பொருட்டே நாம் துயரங்களின்
தொலைவைக் குறுக்கியுள்ளோம்
அவர்களின் பொருட்டே நாம் உலகத்தை
நமக்கானதாக்கச் சென்றோம்
மிகவும் இருண்ட சந்துகளில் கொலை செய்யப்பட்ட நாம்.

1 அமெரிக்காவிலிருந்த அணு விஞ்ஞானி ஜூலியஸ் ரோஸென்பெர்க்கும் (Julius Rosenberg) அவரது மனைவி எதெல் ரோஸென்பெர்க்கும் (Ethel Rosenberg) அணுகுண்டு தயாரிப்பதைக் குறித்த அறிவியல், தொழில்நுட்பத் தகவல்களை இரகசியமாக சோவியத் உளவாளி மூலம் சோவியத் யூனியனுக்குத் தந்து விட்டதாகக் குற்றம் சாட்டப்பட்டு மரண தண்டனை விதிக்கப்பட்டனர். அவர்கள் சோவியத் உளவாளிகளாகச் செயல்பட்டார்கள் என்பதற்கான வலுவான ஆதாரங்கள் ஏதுமில்லாதிருந்தும், அமெரிக்காவின் சட்டங்களை மட்டுமின்றி சர்வதேசச் சட்ட நெறிகளையும் கேலிக்கூத்தாக்கும் வகையில் நடைபெற்ற 'நீதி விசாரணை' அவர்களுக்கு வழங்கிய மரண தண்டனையை எதிர்த்து அந்த நாட்டிலும் வெளிநாடுகளிலுமுள்ள முற்போக்குவாதிகளும் ஜனநாயகவாதிகளும் கண்டனக் குரல் எழுப்பினர். மெக்கார்த்தியிசம் தீவிரமாகச் செயல்பட்டு வந்த காலகட்டத்தில் ரோஸென்பெர்க் தம்பதிகளை 'தேசத் துரோகிகள்' என்று எப்படியேனும் நிரூபிப்பதற்காக அமெரிக்க அரசாங்கமும் நீதித் துறையும் செயல்பட்டன. அவர்களது வழக்கை விசாரணை செய்த நீதிபதி இர்விங் காஃப்மென் (Irving Kaufmaan), சட்டத்திற்குப் புறம்பான வழிமுறைகளைக் கையாண்டார். அவரது தீர்ப்பிலும்கூட இந்த வழக்குக்குச் சம்பந்தமில்லாத விஷயங்கள் சொல்லப்பட்டன. எடுத்துக்காட்டாக அன்று நடந்துவந்த கொரியப் போரில் 60000 பேர் இறந்ததற்கு ரோஸென்பெர்க் தம்பதிகளே காரணம் என்றார். மேலும்

குற்றம் சாட்டப்பட்டவர்கள் சார்பில் வழக்காடிய வழக்குரைஞர் பல விஷயங்களைக் கோட்டைவிட்டு விட்டார். அத் தம்பதிகளுக்கு எதிராகச் சாட்சியம் கூறிய ஒரு பெண்மணி முன்னுக்குப் பின் முரணாகக் கூறியவற்றை அந்த நீதிபதி சரியாகப் பயன்படுத்திக் கொள்ளவில்லை. ஆக, அத் தம்பதிகளுக்கு விதிக்கப்பட்ட மரண தண்டனை அவர்களது குற்றத்திற்காக அல்ல, மாறாக அவர்கள் கம்யூனிஸ்ட் ஆதரவாளர்களாக இருந்தார்கள் என்பதற்காகத்தான். அத் தம்பதிகளுக்குக் கருணை காட்டுமாறு போப் பன்னிரண்டாம் பயஸ் விடுத்த வேண்டுகோளும்கூட அமெரிக்க அரசாங்கத்தால் நிராகரிக்கப்பட்டது. மின்சார நாற்காலியில் உட்கார வைத்துக் கொல்லப்பட்டனர் இருவரும். ஜூலியஸ் உடனடியாக இறந்து போனார். ஆனால் மின்சாரம் பாய்ச்சும் கருவிகள் எதெலின் உடலில் சரியாகப் பொருத்தப்படாததால் அவர் சித்திரவதைக்குள்ளாகிய பிறகே மரணடமடைந்தார். அவர்கள் மீது தேசத் துரோகக் குற்றச்சாட்டுகள் தொடுக்கப்பட்டதாலும் வெறிபிடித்த கம்யூனிச எதிர்ப்புப் பிரசாரத்தை மெக்கார்தியிசம் முடுக்கிவிட்டிருந்ததாலும் அநாதைகளாக்கப்பட்ட அவர்களது குழந்தைகளை அவர்களது உறவினர்கள்கூடப் பாதுகாக்க முன்வரவில்லை. கடைசியில் பாடல்களை எழுதுவதில் புகழ்பெற்றிருந்த ஆன் மீரோபோல் (**Ann Meeropol**), ஆபெல் மீரோபோல் (**Abel Meeropol**) தம்பதிகள் இவர்களைத் தத்தெடுத்துக் கொண்டனர். ரோஸென்பெர்க் தம்பதிகளைப் பற்றி இந்தப் பாடலாசிரியர்கள் எழுதிய **'Strange Fruit'** என்னும் பாடல் ஆஃப்ரோ–அமெரிக்கப் பாடகரான பில்லி ஹாலிடேயால் (**Billie Holiday**) பிரபல்யமாக்கப்பட்டுள்ளது. அநீதியாகக் கொல்லப்பட்ட தங்களது பெற்றோர்களுக்கு நியாயம் கிடைக்க வேண்டும் என்பதற்காக அவர்களது மகன்கள் இருவரும் – ரொபெர்ட் ரோஸென்பெர்க், மைக்கல் ரோஸென்பெர்க் – இன்றுவரை போராடிக் கொண்டிருக்கின்றனர். ரோஸென்பேர்க் தம்பதிகள் தூக்கிலிடப்பட்டதாக ஃபெய்ஸ் சித்திரிப்பது கவிதைக்கு மெருகூட்டுவதற்காகவே.

பாகிஸ்தான்

ஃபெய்ஸ் அஹ்மெத் ஃபெய்ஸ்

செய்ய வேண்டியது என்ன என்பதை எங்களுக்கு நீங்கள் சொல்லுங்கள்

துயரம் என்னும் ஆற்றில்
நமது வாழ்க்கையைத் தொடங்கியபோது
நமது கைகளில் எத்தனை ஆற்றல்
நமது இரத்தம் மாணிக்கச் சிவப்பு
நமக்குத் தோன்றியது
ஓரிரு இழுப்புகளில்
துன்பம் அனைத்தையும் கடந்து சென்று
விரைவில் கரையில் இறங்குவோம் என்று.
ஆனால் அது நிகழவில்லை
ஒவ்வொரு அலையினதும் நிச்சலனத்தில்
கண்ணுக்குப் புலப்படா நீரோட்டங்கள்
திறமையற்ற படகோட்டிகள்
பயன்படுத்திப் பார்க்கப்படா துடுப்புகள்.

இந்த விஷயத்தை
உங்களால் முடிந்தளவுக்கு ஆராய்ந்து பாருங்கள்
நீங்கள் விரும்புமளவுக்கு யார் மீதாவது பழி சுமத்துங்கள்
ஆனால் ஆறு மாறவில்லை
அது அதுவேதான்.
படகும் இன்னும் அதே படகுதான்.
இப்போது என்ன செய்ய வேண்டும் என்று
ஆலோசனை கூறுங்கள்
கரைக்கு வந்து சேர்வது எப்படி என்பதை
எங்களுக்குச் சொல்லுங்கள்.

எங்கள் சருமத்தில்
எங்கள் நாட்டின் காயங்களை நாங்கள் பார்த்தபோது
குணப்படுத்துபவர்களின் வார்த்தைகள்
ஒவ்வொன்றையும் நம்பினோம்

மேலும், மருந்துகள் எத்தனையோ
நம் நினைவில் இருந்தன.
நமக்குத் தோன்றியது
இன்னல்கள் அனைத்தும் எந்த நேரத்திலும் நீங்கும்
ஒவ்வொரு காயமும் முழுமையாக ஆறிவிடும் என்று.
அது நிகழவில்லை: நமது நோய்கள் ஏராளமானவை
நமக்குள்ளே மிக ஆழமாக இருப்பவையாகையால்
நோயாக அறியப்பட்ட ஒவ்வொன்றும்
அதுவல்ல என்றான பின்
நிவாரணம் ஒவ்வொன்றும் பயனற்றதானது.
இப்போது எதை வேண்டுமானாலும் செய்யுங்கள்
எந்த நிவாரணத்தையும் பின்பற்றுங்கள்
எவரை வேண்டுமானாலும் குற்றம் சொல்லுங்கள்
நமது உடல்கள் அதே உடல்கள்தாம்
நமது காயங்கள் இன்னும் ஆறவில்லை
இப்போது கூறுங்கள்
நாங்கள் என்ன செய்ய வேண்டும் என்று
இந்தக் காயங்களை ஆற்றுவது எப்படி என்று
எங்களுக்குச் சொல்லுங்கள்.

இந்தோனீஷியா

ரிவாய் அப்பின்

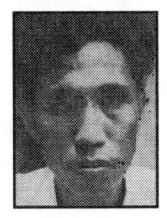

ரிவாய் அப்பின் (Rivai Apin: 1927–1995): இந்தோனீஷாவின் சுமத்ரா தீவில் பிறந்த இவரது வாழ்க்கையின் பெரும் பகுதி ஜாகார்த்தா நகரிலேயே கழிந்தது. நவீன இந்தோனீஷக் கவிதை மரபை உருவாக்கியவர்களாகக் கருதப்படும் மூன்று முக்கியக் கவிஞர்களிலொருவரான ரிவாய் அப்பின், 1965 இல் சிஐஏவின் உதவியுடன் நிறுவப்பட்ட இராணுவ பாசிச ஆட்சியாளர்களால் கைது செய்யப்பட்டு சிறையில் அடைக்கப்பட்டார்.

பகல் பொழுதைத் தாண்டிச் செல்: இரவை ஊடுருவு

இளம் பெண்கள் பூப்படைவதற்குமுன்
இலைகளில் பசுமை படர்வதற்குமுன்
பூக்களில் வண்ணம் புதிதாய்ப் படிவதற்குமுன்
இரு கோடிகளுக்கிடையே சிக்கி,
தட்டுத் தடுமாறியே வரம்புகளைத் தொடும் வேளை
- இனி அவனால் நழுவிச் செல்ல முடியாது;
நேர்மையுடன் அவன் தன்னிறைவு காணவேண்டும் -
கன்னங்களில் கண்ணீரின் கறை படியும்
எண்ணங்கள் நெஞ்சத்தை உருக்கும்
எரிந்த பின் எஞ்சும் சாம்பராய் நம்மை மாற்றியவாறு.

வறட்சிக் காலம் தொடங்கி விட்டது
அது மரணத்தின் உலர்ந்த மூச்சை
அங்குமிங்குமாய்ச் சுழற்றியடிக்கிறது
அதன் முதல் கொந்தளிப்பில் உண்மை, ஆனந்தம்.

செங்கற் சுவர்களின் பின்னாலிருந்து
சந்துகளினூடே மரணம்
முடிவில்லாதபடி எட்டிப் பார்த்துக்கொண்டிருக்கிறது.
மனிதனோ ஒரு சில மணி நேரத்தின் குழந்தைதான்

மனிதனின் குழந்தை இப்போது அறிந்ததெல்லாம்

உடைந்து போன நம்பிக்கைகளே,
பாடிக் களைத்த பறவைகளே.

இந்த வறண்ட வெளியில் அவனது நெஞ்சமோ
நம்பிக்கை இழந்த விரிசல் கண்ட கற்பாறை
இப்போது அவன் வாய் கசந்தது,
அவனது நெஞ்சு விம்மியது,
சிரமப்பட்டுத் தன்னைச்
சமாதிக்குள் புதைத்துக் கொள்கிறான்.
முதல் கொந்தளிப்பில் உண்மை, ஆனந்தம்
உள்ளத்தால் அறியப்பட்டு
எண்ணத்தால் சிதைக்கப்பட்ட உண்மை
ஏனெனில் சாதாரண மனிதனாக வாழ
அவன் உத்தரவாதங்களை வேண்டுகிறான்.
அவன் வாயில் படரும் முதல் கசப்புணர்வு
நெஞ்சத்தில் நஞ்சூட்டுகிறது,
காரணம்:
சாதாரண மனிதனுக்கும் அசாதாரண மனிதனுக்கும்
இடையே உள்ள வரம்புகளை அவன் குழப்பியதுதான்.
ஒரு சில மணி நேர வாழ்வுடைய
இருவருமே மனிதனின் குழந்தைதான்.
"ஆரம்பத்தில் இருந்தது செயல்"
உள்ளத்தால் அறியப்பட்டு
எண்ணத்தால் சிதைக்கப்பட்ட உண்மை
அசாதாரண மனிதன்
தான் வாழ்வதற்கான உத்தரவாதங்களை வேண்டுகிறான்
ஏனெனில், வேட்டையாடப்படும் விலங்குபோல
ஓடும் சாதாரண மனிதன்
அசாதாரண மனிதனின் காயங்கள் மீது
சவுக்கால் அடிக்க விரும்புகிறான்
அடிமையாக மாற விரும்பாத இவனோ
தன் கடைசிப் புகலிடத்திற்குத் தப்பியோடிவிட்டான்.

அன்புடனும் விசுவாசத்துடன்
நம்மை நெருங்கி வரும் இந்த வாழ்வை
நேர்மையுடன் எதிர்கொள்வோம்
மிக அழகான, வசீகரமான, ஆசைகள் ஊட்டுகின்ற
இந்த வாழ்வின் பாதை
பயத்தை நோக்கிச் செல்கிறது

பாதையோரச் சாத்தான்களோ
ஆசை காட்டுகின்றனர்.
மனிதக் கூட்டம் பின்தொடர்கிறது
தன்னை மறந்தும் சாத்தான்களுக்குப் பெருமையூட்டியும்
பயத்தின் பிரசன்னத்தை மெய்ப்பித்தவாறு.

இந்த பூமி ஒரு கொடையா
பீதியும் வருத்தமும் பிடித்தாட்டும்
இந்தக் கொடை
உறுதியான அஸ்திவாரம் கொண்ட
கொடையா
ஆனால் நாம்
நிறைவேற்ற வேண்டியதுதான் எதுவோ?
கடைசிக் கனவைத் தேடுவது -
கடைசிப் பாடலைத் தேடுவது -
ஆனால் எவ்வாறு?
இதில் எதற்குமே முடிவில்லை
இரண்டுமே விடாது தொடர்கின்றன.

இந்தக் கனவையும் பாடலையும்
உருவாக்குவது சாத்தியம்
சாத்தியம்தான்
ஆனால் எவ்வாறு...

தூரத்தின் முடிவு எங்கு காணப்படுகிறதோ
அந்தக் கடைசி எல்லையில், வானத்தின் விளிம்பில்,
தீராத தனிமை
தீராத நிராகரிப்பு
முடிவில்லாத தற்காப்பு
கடலில் இல்லை
பூமியில் இல்லை
அஸ்திவாரத்தின்மீது நிற்பதற்கான வலிமை.
கடலுக்கும் பூமிக்கும்
இடைப்பட்ட அந்த வெளியில்
வானத்தின் இரு கோடிகளுக்கு இடைப்பட்ட
அந்த வெளியில்
மேகக் கூட்டங்கள் உமிழ்ந்து தள்ளும்
பூமிக்கு வடிவமுண்டு பெயருண்டு...
இந்தத் தருணம் நீடிக்கிறது...

இடம் காலம்
வெற்றி தோல்வி பற்றிய உணர்வுடன்
தன்னிறைவைச் சாதித்து
பின் பாதைக்குத் திரும்பி வா
உள்ளத்திலிருந்து முதலில் தொடங்கிய
அந்த மார்க்கத்திற்கு
விரிந்த வானத்தின் அடிவாரத்திலுள்ள
அந்த ஏழாவது உலகத்தில் இரவானாலும் பகலானாலும்
நாள்தோறும்
மழையில் தோயும் அந்த ஏழாவது உலகத்தில்
சரியான தருணத்தைத் தேடு
நினைவு கொள்:
ஒளியிலிருந்து பிறந்து ஒளியைப் புறக்கணித்த
எவருக்கும்
இடமுமில்லை காலமுமில்லை.

வேறொரு காலத்தில் பாலைவனமாக இருந்த,
திடீரென ஒரேயடியாக அழிக்கப்பட்ட இந்தக் காட்டில்
முறியடிக்கப்பட்ட இரவில்
பிறந்தவன் வாழ்வான்
கடற்கரை நோக்கி ஓடியவாறு
ஒரு தலைவனாக,
காரணம் அவன் நம்பிக்கை இது:
இதுதான் பூமி, நீர், காற்று
இதன் மீது, இதில், இதற்கடியில்
மனிதனின் குழந்தை வாழ வேண்டும்.
அவன் எல்லா உயிர்களையும் மதிப்பவன்

மரணக் கணக்கெழுதும் மனோவலிமை அவனுக்குண்டு
அவன் தன் விழுமியங்களைக் காப்பவன்
சாசுவதமான, முடிவில்லாத கடலில்
கப்பல்களும் உயிர்களும் பயணிக்கின்றன
அந்த நீலக் கடலில், அதன் நேர்மையில்
அதன் புயல்களில், அதன் பளபளப்பில்
மூழ்கி எழுந்தவன் அவன்.
அந்தக் கடல்
உயிர்கள் அனைத்துக்கும் ஊற்றுவாய்
பலத்தைக் கக்கித் தள்ளும் எரிமலை
சூறாவளிக்குப் பின் தெளிந்த நீலக் கடலிலிருந்து
அழகே வடிவான பெண்கள் எழுவர்.

சீனா

மா ஸேதுங்

மா ஸேதுங் (Mao Zedong: 1893–1976): இருபதாம் நூற்றாண்டின் மாபெரும் புரட்சியாளார்களிலொருவரான மாவோ அற்புதமான கவிஞரும்கூட. அரசியல் மட்டுமல்ல, இயற்கையும் அவரது கவிதைகளின் நுவதல்பொருளாக இருந்தது. 1935 ஆம் ஆண்டு அவரது தலைமையில் சீனச் செஞ்சேனை நடத்திய நீண்ட பயணத்தின் போது எழுதப்பட்டன இக்குறுங்கவிதைகள்

மூன்று குறுங்கவிதைகள் (1934-35)

1.

மலைகள்!
சேணத்தில் உறுதியாய் அமர்ந்து
விரைந்து செல்லும் என் குதிரையை மிலாறுகிறேன்,
தலையை உயர்த்துகிறேன்...
என்ன விந்தை!
எனக்கு மூன்றடிக்கு மேலே வானம்[1]

2.

மலைகள்
மோதும் கடலில் புரளும் பேரலைகளோ!
போர்க்களம்மீது தாவிப் பறக்கும்
புரவிகள் ஆயிரமோ!

3.

மலைகள்!
நீலவானைக் குத்தித் துளைத்தும்
உங்கள் முனைகள் மழுங்கவில்லை!
தாங்கும் உங்களின் வலிமை இன்றேல்
வானம் கீழே வீழ்ந்துவிடாதோ!

1 இக்கவிதை வரிக்கு அடிப்படையாக இருந்த நாட்டுப்பாடலை மாவோ குறிப்பிடுகிறார்:
மேலே தெரிவது மண்டை ஓட்டு மலை
கீழே இருப்பது திரவிய மலை
வானம் இருப்பது மூன்றடிக்கு மேலே
நடந்து போனால் தலை குனிந்து செல்
குதிரையில் சென்றால் கீழே இறங்கி நட.

சீனா

செங் மின்

செங் மின் (Cheng Min): அமெரிக்காவிலுள்ள ப்ரௌன் பல்கலைக்கழகத்தில் 1950களில் தத்துவமும் ஆங்கில இலக்கியமும் படித்த செங் மின் 1959 இல் மக்கள் சீனக்குடியரசுக்குத் திரும்பினார். எழுபதுகளில் எழுதப்பட்டது இக்கவிதை.

மாணவர்

நான் ஓரடி முன் செல்கிறேன்
பிறகு ஓரடி தள்ளாடிப் பின் செல்கிறேன்
ஊர்வலத்தில் சேர்கிறேன்
பின்னர் பக்கவாட்டிற்கு நழுவிச் செல்கிறேன்
இடப் பக்கச் சுவரிலுள்ள சுவரொட்டிகளைக் காண்கிறேன்,
அவற்றைச் சுற்றியுள்ள மக்களையும்தான்.
அவர்கள்
என் தலை மீது பறந்து செல்லும் அம்புகளை
இரண்டு மறைவிடங்களிலிருந்து
ஒருவர் மீதொருவர் எய்கின்ற படைவீரர் போன்றவர்கள்.
தெருக்களில் உலவும் சாக்ரடீஸ்
நீ எங்கே?
சரியான பாதைகளில் தன் ஆடுகளை ஓட்டிச் செல்லும்
இடையனைப்போல,
காணாமல் போன குழந்தையை அதன் தாயிடம்
ஒப்படைக்கும் அன்பான வழிப்போக்கனைப் போல
இளைஞர்களை உண்மையை எதிர்கொள்ளச் செய்ய
உன்னால் முடியுமென கேள்விப்பட்டிருக்கிறேன்.
ஆனால் நீ மறந்து விட்டாய்
இந்த நாடு மற்றெந்த நாட்டையும்விடக் குழம்பியுள்ளது
என்பதை
இந்தக் காலம் வேறெந்தக் காலத்தையும்விடத்
தெளிவற்றதாக உள்ளது என்பதை.
இங்கு 'ஆம்' என்பதும் 'இல்லை' என்பதும்
பிரித்தறிய முடியாதவை -
துருவ முனைகளின் கிழக்கும் மேற்கும்போல்.

இங்கு உண்மை என்பது இரட்டைப் பாத்திரம் வகிக்கும்
கைப்பாவை
ஒன்று சொல்கிறது:
"எதெல்லாம் என்னுடையதோ அதுதான் உண்மை"
புத்தகங்களில் மயங்கியுள்ள மீன்களைக்
கவர்ந்திழுக்கும் சுவைமிக்க இரையாக
மாறுகிறது உண்மை.
கிட்டப் பார்வையுடைய வட்ட விழிகளால்
மோசடியின் தூண்டில் முட்கள் பலவற்றைப்
பார்க்க முடியாது.
சாக்ரடீஸ்!
இருபதாம் நூற்றாண்டின் தெருப் பின்னல்களில்
உன்னால் மீண்டும் தோன்ற முடியாதெனில்
உண்மை ஏன் சிசுவாக மாறக் கூடாது -
எதுதான் அது என்றெனக்குச் சொல்வதுபோல்
மகிழ்ச்சியாய் இருக்கையில் சிரிக்கவும்
வருத்தமாயிருக்கையில் அழவும் செய்கின்ற சிசுவாக.

சீனா

பெய் டாவோ

பெய் டாவோ (Bei Dao): 1949 இல் சீனத் தலைநகர் பெய்ஜிங்கில் பிறந்த இவரது இயற்பெயர் ஷாவொ ஷென்காய் (Zhao Zhenkai). பெய் டாவோ ('வடக்குத் தீவு') என்னும் புனை பெயரில் எழுதிவரும் இவர் மாவோவின் தீவிர ஆதரவாளராக இருந்து, கலாசாரப் புரட்சியில் கலந்து கொண்டவர். ஆனால், அந்த புரட்சி நடந்த விதம் பற்றிய சந்தேகங்கள் அவரிடம் எழுந்தன. சீனப் பிரதமர் சௌ என்லாயின் மறைவுக்குப் பிறகு சீனத்தில் ஜனநாயக உரிமைகளுக்காக பெய்ஜிங்கின் தியனென்மென் சதுக்கத்தில் தொடர் போராட்டங்களை நடத்திய மாணவர்களுக்கும் இளைஞர்களுக்கும் ஆதர்சமாக விளங்கினார். அந்த சமயத்தில் எழுதப்பட்ட கவிதைகளிலொன்று 'பதில்'. அவரது எழுத்துகளுக்குச் சீன அரசாங்கம் தடை விதித்ததன் காரணமாக பல்வேறு நாடுகளில் இலக்கியப் பேராசிரியராகப் பணியாற்றி வரும் இவரது கவிதைகள் 22 மொழிகளில் மொழியாக்கம் செய்யப்பட்டுள்ளன. பாலஸ்தின மக்களின் உரிமைகளுக்காகவும் விடுதலைக்காகவும் போராடுபவர்களுக்கு ஆதரவு தெரிவிக்கும் விதமாக பாலஸ்தினத்தின் மேற்குக் கரைப் பகுதிக்குச் சில ஆண்டுகளுக்கு முன் பயணம் சென்ற உலகப் புகழ்பெற்ற இலக்கியவாதிகளில் இவருமொருவர்.

பதில்

சிறுமைப்படுத்துதல் இழிவானவர்களின் அடையாளச் சொல்
உன்னதம் மேன்மையானவர்களின் கல்லறை வாசகம்
பார், பொன் முலாம் பூசிய வானம்
இறந்துபோனவர்களின்
கோணல்மாணலான நிழல்களால் மூடப்பட்டுள்ளது.

பனியுகம் இப்போது முடிந்துவிட்டது
ஆனால் எங்கெங்கும் பனி இருப்பது ஏன்?
நன்னம்பிக்கை முனை[1] கண்டுபிடிக்கப்பட்டுவிட்டது
ஆனால் சாக்கடலை[2]க் கடந்து செல்ல
ஆயிரம் கப்பல்கள் முனைவது ஏன்?

நான் இவ்வுலகிற்கு வந்தேன் காகிதம், கயிறு, ஒரு நிழல்
ஆகியவற்றோடு மட்டும்,
தீர்ப்புக்கு முன் தீர்ப்பு வழங்கப்பட்டவரின் குரலை அறிவிக்க:

உலகமே, நான் உனக்குச் சொல்வேன்,
நான் - நம்ப - மாட்டேன்!
உன் காலடியில் ஓராயிரம் எதிர்ப்பாளர்கள் விழுந்து கிடப்பின்
என்னை ஆயிரத்திலொருவனாக எண்ணிக் கொள்.

வானம் நீலம் என்பதை நான் நம்பவில்லை;
இடியின் எதிரொலிகளை நான் நம்பவில்லை;
கனவுகள் பொய்யானவை என்பதை நான் நம்பவில்லை;
மரணம் பழி தீர்க்காது என்பதை நான் நம்பவில்லை.

அணைகரைகளைக் கடல் உடைத்தே தீருமென்றால்
உவர்ப்பு நீரனைத்தும் என் நெஞ்சிற்குள் பாயட்டும்;
பூமி உயர்ந்தே தீருமென்றால்
தான் வாழ்வதற்காக ஒரு சிகரத்தை மானுடம்
மீண்டும் தேர்ந்தெடுத்துக் கொள்ளட்டும்.

களங்கமிலா வானத்தை இப்போது அலங்கரிக்கின்றன
கோள்களின் புதிய இணைவும் சுடரும் நட்சத்திரங்களும்
அவை ஐயாயிரமாண்டுக் காலச் சித்திர எழுத்துகள்
வருங்காலத் தலைமுறையினரின் விழிப்பு நிறைந்த கண்கள்.

1 நன்னம்பிக்கை முனை (Cape of Good Hope).
2 சாக்கடல் (Dead Sea).

   மேற்சொன்ன இரண்டையும் கவிஞர் உருவகங்களாகப் பயன்படுத்துகிறார்
   என்பதைச் சொல்லத் தேவையில்லை.

ஃபிலிப்பைன்ஸ்

ஜோஸ் மா ஸிஸ்ஸோன்

ஜோஸ் மா ஸிஸ்ஸோன் (Jose ma Sisson): 1939 இல் பிறந்த இவர் ஃபிலிப்பைன்ஸின் தலைசிறந்த அறிவாளிகளில் ஒருவர். ஆங்கில இலக்கியம், பொருளாதாரம் ஆகியவற்றை ஆழ்ந்து கற்ற சிசோன், ஆங்கிலம், அரசியல், சமூக அறிவியல் ஆகியவற்றைப் பல ஃபிலிப்பைன்ஸ் பல்கலைக் கழகங்களில் போதித்தார். ஃபிலிப்பைன்ஸ் கம்யூனிஸ்ட் கட்சியின் முக்கிய தலைவர்களில் ஒருவரான அவர் 1977 இல் கைது செய்யப்பட்டு, கடும் சித்திரவதைக்குள்ளாக்கப்பட்டார். பத்தாண்டுக் காலம் தனிமைச் சிறையில் வைக்கப்பட்டிருந்தபின் 1986 இறுதியில் மார்க்கோஸ் ஆட்சியின் வீழ்ச்சிக்குப் பிறகு விடுதலை செய்யப்பட்டார். 'பயங்கரவாதத்தை ஆதரிக்கும் நபர்' என்று 2002 ஆம் ஆண்டு முதல் அமெரிக்காவில் அறிவிக்கப்பட்டு வந்துள்ள அவரது பெயரை ஐரோப்பிய யூனியனின் தலைமை நீதிமன்றம், 'பயங்கரவாதிகள் பட்டியலிலிருந்து' நீக்கியுள்ளதுடன், அவரது உடைமைகளை முடக்கி வைக்க வேண்டும் என்ற முடிவையும் இரத்து செய்துள்ளது. தற்போது ஐரோப்பாவில் புலம் பெயர்ந்து வாழும் அவர் தாயகம் திரும்பப் போராடிக் கொண்டிருக்கிறார்.

கெரில்லாப் போராளி கவிஞனைப் போன்றவன்

கெரில்லாப் போராளி கவிஞனைப் போன்றவன்
இலைகளின் சலசலப்புக்கு
சிறு கிளைகள் முறியும் ஓசைக்கு
ஆறு குமிழியிடுவதற்கு
நெருப்பின் மணத்திற்கு
பிரிவு விட்டுச் செல்லும் சுவடுகளுக்குக்
கூர்ந்து செவிமடுப்பவன்
கெரில்லாப் போராளி கவிஞனைப் போன்றவன்
மரங்களுடன் புதர்களுடன் பாறைகளுடன்
ஒன்று கலந்துவிட்டவன்
இன்னதென்று சொல்லப்பட முடியாதவன்
ஆனால் துல்லியமானவன்
இயக்கம் பற்றிய விதிகளை ஆழ்ந்து கற்றவன்

எண்ணற்ற வடிவம் கொள்வதில் வல்லவன்
கெரில்லாப் போராளி கவிஞனைப் போன்றவன்
அனைவரும் நாடும்
அனைவர் மனங்களையும் கவரும்
சிவப்பு மலர்கள் பூத்துக் குலுங்கும் புதர்களுக்கிடையே
பச்சை - பழுப்பு ஆடை அணிந்த
போராளிக் கூட்டத்துடன் செல்கிறான்
இறுதியில் எதிரியின் அரண் நோக்கி
வெற்றி நடைபோடுகிறான்
வெள்ளம் போலப் பாய்ந்து சென்று.

முடிவற்ற வலிமையான இயக்கம் இது
நீடித்த இந்த விஷயம் காணீர்:
இது மக்கள் காவியம் மக்கள் யுத்தம்.

ஃபிலிப்பைன்ஸ்

ஜோஸ் மா ஸிஸ்ஸோன்

காட்டிற்கு இன்னும் ஒரு மந்திர சக்தி...

நிலையற்ற மனமுடைய ஆவிகளும் தேவதைகளும்
தங்கள் வழக்கமான
மரங்களையும் தோப்புகளையும்
இருண்ட குகைகளையும்
நிழல் படிந்த திட்டுகளையும்
பாசி படர்ந்த பாறைகளையும் சலசலக்கும் ஓடைகளையும்
விட்டு ஓடிவிட்டன.
முடிச்சு விழுந்த அந்த மரமும்
அந்தக் கருங் குருவியும்
தம் மயக்கும் சக்தியை இழந்துவிட்டன
கடந்த காலத்தின் நிச்சயமற்ற விஷயங்கள்
பயத்தையோ பீதியையோ இனி ஒரு போதும்
தூண்டுவது இல்லை
காட்டிற்குள் தனித்து ஒலிக்கிறது ஒரு நிச்சயம் -
மரம் வெட்டுதல்,
காட்டுப் பன்றியையும் மானையும் வேட்டையாடுதல்
பழங்களையும் தேனையும் -
ஏன், காட்டு மலர்களையும் சேகரித்தல்
என்னும் நிச்சயங்களுக்கு மேலான நிச்சயம் அது.
ஆனால் காட்டிற்கோ இன்னும் ஒரு மந்திர சக்தி
காற்றிலோ இப்போது புதிய துதிப்பாடல்
கரும் பச்சைக்குள் புதிய சக்தி
- என்றெல்லாம் நண்பர்களிடம் சொல்கின்றனர்
உழவர் பெருமக்கள்
எதிரிகளைக் கவர்ந்திழுத்துத் திகைக்கச் செய்யும்
தனியொரு போராட்ட உணர்வு மேலோங்கி உள்ளது.

மலேசியா

செசில் ராஜேந்திரா

செசில் ராஜேந்திரா (Cecil Rajendra): 1941 இல் மலேசியாவின் பினாங் நகரத்தில் பிறந்த இவர் இலண்டனில் சட்டப் படிப்பு படிக்கையில் வெள்ளை இனவெறியை ஆழமாகப் புரிந்து கொண்டார். மலேசியாவில் மனித உரிமைக்காகப் போராடும் வழக்குரைஞராகவும் களப் பணியாளராகவும் செயல்படுகிறார். இவரது கவிதைகள் ஐம்பதுக்கும் மேற்பட்ட நாடுகளில் மொழியாக்கம் செய்யப்பட்டுள்ளன என்றாலும் மலேசியாவில் போதிய அங்கீகாரம் வழங்கப்படவில்லை.

விலங்குகள் பூச்சிகள் சட்டம் 1984

இறுதியாக
முழுமையான தேசப் பாதுகாப்பை
உறுதி செய்வதற்காய்
அவர்கள்
நெருக்கடிக்கால
விலங்குகள் - பூச்சிகள்
கட்டுப்பாடு - ஒழுங்குச் சட்டம்
நிறைவேற்றினர்.
இச்சட்டத்தின் கீழ்
எருமைகள், பசுக்கள்
ஆடுகள் எதுவும்
மந்தைகளாகவோ அன்றி
மூன்றுக்கும் கூடுதலாகவோ
மேய்வதற்குத் தடை
பறவைகள் சேர்ந்து பறப்பதும்
சட்ட விரோதம்.
முன்கூட்டியே ஒப்புதல் பெறாது
கட்டிய மண் கூடுகளை
விட்டு வெளியேறுமாறு
குளவிளுக்கும் குருவிகளுக்கும்
தெரிவித்தாகிவிட்டது

இவை இருப்பது
தனியுடைமைக்குத் தொடர்ந்த அச்சுறுத்தல்
என அறிவிக்கப்பட்டு விட்டது.
அதிகாரபூர்வமான
ஒலிபரப்பு உரிமம்
அமைச்சரகத்திலிருந்து
வழங்கப்படும் வரை
தங்கள் இரைச்சல் மிக்க
காலை வழிபாடுகளை
நிறுத்தி வைக்கும்படி
குரங்குகளும் மைனாக்களும்
எச்சரிக்கப்பட்டன.
கண்காணிக்கப்படாத
ஒலிபரப்புகளும் வெளியீடுகளும்
நெருக்கடி காலத்தில்
கடுமையான அச்சுறுத்தல்கள்.
அதே போல்
மரங்கொத்திகள்
தென்னை உச்சியிலிருந்து
செண்பக மரத்துக்குத்
தந்தி மொழியில்
செய்திகள் விடுப்பதற்கும்
தடை.
செய்திகள் யாவும்
அதிகாரிகளின்
முழுமையான முன் ஆய்வுக்குட்பட வேண்டும்.
வதந்தி பரப்புவதாய்
ஜாவாக் குருவிகள்
கூட்டம் கூட்டமாய்க்
கைது செய்யப்பட்டன.
சதி செய்வதாய்ச் சந்தேகிக்கப்படுவதால்
பூனைகள் யாவும்
ஒன்பது மணிக்கெல்லாம்
வீட்டிற்குள்ளேயே இருந்தாக வேண்டும்.
சில் வண்டுகளும் சுவர்க்கோழிகளும்
தாம் ஒலிபெருக்குவதைத்
தணித்துக் கொள்ள வேண்டும்

என எச்சரிக்கப்பட்டன.
முன்னதாகவே குறிப்பிட்டுள்ள நேரங்களில்
வாத்துகள் கத்தவோ
வான்கோழிகள் கூவவோ கூடாது
நாய்களின் வாய்கள்,
அல்சேசன்கள், டாசண்டுகள்.
டெரியர்கள், பாயின்டர்கள்,
ஏன் சின்னச்சின்ன சிகுவாகுவா நாய்களின்
வாய்கள் கூட
அடைக்கப்பட்டன என்பதை நான்
சொல்லவும் வேண்டுமோ.
பாதுகாப்பு நலன்கள் கருதி
பெங்குவின்களும் வரிக்குதிரைகளும்
விதிமுறை சாராத
தம் சீருடைகளைக்
களையுமாறு
கட்டளையிடப்பட்டன.
அபாயகரமான கொம்புகளை
ஒப்படைத்துவிடும்படி
மான்களுக்கு ஆணை.
உள்ளிழுக்கத்தக்க
கூர் நகங்கள்கொண்ட
புலிகளும் ஊனுண்ணிகள் அனைத்தும்
கொலைக் கருவிகளை
மறைத்து வைத்திருந்ததற்காகச்
சிறைக்குள் விசாரணையின்றித்
தள்ளப்பட்டன.
சட்டவிதி பத்தி 2 (பி)
துணை-துணைப் பிரிவு 16 இன் கீழ்
மாலை 6 முதல் காலை 6 வரை
எக் காரணம் கொண்டும்
காற்றுப் பிரிக்க
யானைகளுக்கு அனுமதி கிடையாது
ஏனெனில் காற்றுப் பிரித்தால்
துப்பாக்கி வேட்டெனக் கருதப்பட்டு
கலவரமேதும் வெடித்துப் பரவலாம்.
இச்சட்டம் நிறைவேறி

ஒரு மாதமான பின்
பறவைகளும் பூச்சிகளும்
பறந்தன தென் திசை நோக்கி
விலங்குகள் விரைந்தன
வடபுலம் நோக்கி
காடுகளுக்குக்
கைவிலங்கிடப்பட்டது
மயான அமைதி
அங்கே இப்போது
பாதுகாப்பு முழுமையானது.

வியத்நாம்

செ லான் லியென்

செ லான் லியென் (Che Lan Vien, 1929-1989): 1920 ஆம் ஆண்டு மத்திய வியத்நாமில் பிறந்த இவர் பதினேழாம் வயதிலேயே கவிதை எழுதத் தொடங்கினார். 1975 இல் அமெரிக்காவின் பொம்மை அரசாங்கம் இருந்த தென் வியத்நாம் கம்யூனிஸ்ட் புரட்சியாளர்களின் கைக்கு வந்த பிறகு ஹோ சி மின் நகரத்தில் வாழ்ந்து, புரட்சிக்குப் பிறகு தமது தாயகத்துக்கு ஏற்பட்ட புதிய வாழ்வைப் பற்றிப் பல கவிதைகள் எழுதினார். 1969 இல் எழுதப்பட்டது இக்கவிதை.

தாயாக இருப்பது குறித்து

அது அவ்வளவு எளிதானதல்ல
வியத்நாமில் தாயாக இருப்பது
உலகில் பிறநாடுகளில் தாய்மார்கள்
பூக்களை நேசிக்குமாறு
தம் குழந்தைகளுக்குக் கற்றுக் கொடுப்பர்
இங்கோ குழந்தைகள் மேலும் அறிய வேண்டியது
குண்டு வீச்சுக்குப் பிறகு செய்ய வேண்டியவை பற்றி
உலகின் பிறநாடுகளில்
இசையின் நாதத்தையும் பறவைகளின் பாடல்களையும்
தெரிந்துகொள்ளப் பிள்ளைகளுக்குத்
தாய்மார்கள் கற்றுக் கொடுப்பர்
இங்கோ
பி-52 விமானத்தின் உறுமல் எது
எஃப்-105 விமானத்தின் உறுமல் எது என்பதைக்
குழந்தைகள்
அறிய வேண்டும்.
புனிதக் கன்னி மேரியே
1969 ஆண்டுகள் உனது பாலகனுக்குப்
பாலூட்டி வளர்த்தவளே
உனக்குத் தெரியுமா
எங்கள் நாட்டில்

மாதக்கணக்கில் தாய்மார்கள் தங்கள் பிள்ளைகளைப் பிரிந்து
வெகு தூரத்தில் உறங்க வேண்டுமென்பது.
மனிதர்களாக வாழ்வது எப்படி என்பதைத்
தங்கள் குழந்தைகளுக்குத் தாய்மார்கள்
கற்றுக் கொடுக்க வேண்டிய காலங்கள் உண்டு
ஆனால், அது மட்டுமே போதாத காலங்களும் உண்டு
வீரர்களாக வாழ்வது எப்படி என்பதைக்
குழந்தைகள் கற்றுக் கொள்ள வேண்டிய
காலங்களும் உண்டு.

வியத்நாம்

லூ ட்ரோங் லூ

லூ ட்ரோங் லூ (Lu Trong Lu, 1912–1991): மத்திய வியத்நாமில் பிறந்த இவர் புதுக்கவிதை இயக்கத்தில் பங்கேற்றவர்; புனைவிலக்கியப் படைப்பாளியாகவும், நாடகாசிரியராகவும் இருந்தவரும் வியெத்நாமியப் புரட்சிக்கு முன்னரே பிரபல்யம் அடைந்திருந்தவருமான இவரது கவிதைகள் யதார்த்தவாத மரபைச் சேர்ந்தவை.

காவல்

மலை உச்சியில் நாங்கள் எழுவர் காவல்
எதிரி முன்னேறுகிறானா என்பதைப் பார்க்க
அவன் வந்தால் தடுத்து நிறுத்த.
குண்டுகள் மழையாய்ப் பொழிந்தன
எங்களைச் சுற்றிப் புகைந்து கொண்டிருக்கும்
குழிகள் தோண்டி
செம்மண்ணை, பச்சை மலையைக்
கிளறி உழுதவாறு.
நாங்கள் எழுவர்
இந்த மலை உச்சியில் காவல்
கீழே ஒரு பட்டாளம்
வரிசையாக அணிவகுத்தவாறு.
அதன் பின்பகுதியோ பாதுகாப்புடன்
நாங்கள் எழுவர்
இந்த மலை உச்சியில் காவல்
பச்சை மலையோ செந்நிறம் கொண்டது
ஆயினும் ஒரு பாதையுண்டு
கீழேயுள்ள ஓடைக்குச் செல்ல.
இந்த உச்சியில் உறுமுகிறது எங்கள் பீரங்கி
மலைச் சரிவுகளில் வளர்கின்றன பயிர்கள்;
எதிரியின் கண் முன்னே நெல்மணிகளின் புகை
செம்மண் தவிர வேறேதும் இல்லை
முன்பு பச்சை மலை இருந்த இடத்தில்.

நாங்கள் எழுவர்
மிதந்து செல்லும் மேகங்களைப் பார்த்தவாறு,
காவலிலிருந்தபடியே கவிதையை எழுதியவாறு.
பீரங்கி ஒடுங்கிவிட்டது
துப்பாக்கிகள் ஓய்ந்துவிட்டன
எதிரியைப் பின்வாங்கச் செய்யும்
அதிசயமான அமைதி

தென் கொரியா

கிம் சி-ஹா

கிம் சி-ஹா (Kim Chi-Ha): 1941 இல் பிறந்த இவர் தென் கொரியத் தலைநகரமான ஸோலில் (Seol) ஸோல் பல்கலைக் கழகத்தில் அழகியல் பட்டப் படிப்புப் படித்தார். 1963 இல் தமது முதல் கவிதையைப் பிரசுரித்த அவர், அன்றைய தென் கொரிய அரசாங்கத்தின் சர்வாதிகாரத்தை விமர்சித்ததன் காரணமாகக் கைது செய்யப்பட்டு, சித்திரவதைக்குள்ளாக்கப்பட்டு, மரண தண்டனை வழங்கப்பட்டார். தென்கொரியாவிலும் உலகின் பிற பகுதிகளிலும் எழுந்த எதிர்ப்புக் குரல்களின் காரணமாக, மரண தண்டனை ஆயுள் தண்டனையாகக் குறைக்கப்பட்டு, பின்னர் தண்டனைக் காலம் முடிவதற்குள் விடுதலை செய்யப்பட்டார். 'மக்கள் புரட்சிகரக் கட்சி' என்னும் அரசியல் கட்சியைச் சேர்ந்தவர்கள் சித்திரவதை செய்யப்படுவதை எதிர்த்துக் குரல் எழுப்பியதன் காரணமாக 1970களில் மீண்டும் கைது செய்யப்பட்டு சித்திரவதை செய்யப்பட்டு ஆயுள் தண்டனை வழங்கப்பட்டார். கத்தோலிக்கரான அவர், தென் கொரிய மக்கள் அனுபவித்த சித்திரவதைகளையும் துன்பங்களையும் ஏசு கிறிஸ்து அனுபவித்தவற்றுடன் ஒப்பிட்டுக் கவிதைகள் எழுதியுள்ளார். பல்லாண்டுச் சிறைவாசத்துக்குப் பிறகு 1980 இன் இறுதியில் விடுதலை செய்யப்பட்டார்.

பிரார்த்தனையில் பிணைக்கப்பட்ட கரங்கள்

அவன் கடற்கரை மணலின் மேல் நின்றான். அப்பொழுது சமுத்திரத்திலிருந்து ஒரு மிருகம் எழும்பி வரக்கண்டேன்; அதற்கு ஏழு தலைகளும் பத்துக் கொம்புகளும் இருந்தன; அதன் கொம்புகளின் மேல் பத்து முடிகளும் அதன் தலைகளின் மீது தூஷணையான நாமமும் இருந்தன. நான் கண்ட மிருகம் சிறுத்தையைப்போல் இருந்தது; அதன் கால்கள் கரடியின் கால்களைப் போலவும் அதன் வாய் சிங்கத்தின் வாயைப் போலவும் இருந்தன; வலுசர்ப்பமானது தன் பலத்தையும் தன் சிங்காசனத்தையும் மிகுந்த அதிகாரத்தையும் அதற்குக் கொடுத்தது. அதன்

129

தலைகளிலொன்று சாவுக்கேதுவாய்க் காயப்பட்டிருக்கக் கண்டேன்; ஆனாலும் சாவுக்கேதுவான அந்தக் காயம் சொஸ்தமாக்கப்பட்டது. பூமியிலுள்ள யாவரும் ஆச்சரியத்தோடு அந்த மிருகத்தைப் பின்பற்றி, அந்த மிருகத்துக்கு அப்படிப்பட்ட அதிகாரத்தைக் கொடுத்த வலுசர்ப்பத்தை வணங்கினார்கள். அல்லாமலும், 'மிருகத்திற்கு ஒப்பானவர் யார்?' என்று சொல்லி மிருகத்தை வணங்கினார்கள்.

யோவானுக்கு வெளிப்படுத்தின சுவிசேஷம்
13: 1, 2, 3 (விவிலியம்)

1.
நெடுநாள்களாகவே பிணைக்கப்பட்டிருந்த கரங்கள்.
நெடு நாள்களாகவே,
பிணைக்கப்பட்ட கரங்கள் பிரார்த்தனையில்
மாதக் கணக்கில், ஆண்டுக் கணக்கில்
யாரையுமே நான் அரவணைப்பதில்லை
ஆசையுடன்.
தேவரீர் என்னிடத்தே வாருங்கள்!
இந்த இரும்புச் சங்கிலிகளை உடைத்தெறியுங்கள்.
இந்தக் கனத்த சங்கிலியிலிருந்து
என்னை விடுவியுங்கள்.

2.
இந்தத் துயரப் பள்ளத்தாக்கில்
எனது கனவுகளிலும்கூட
அடிமைச் சங்கிலி பூண்ட என் ஆன்மாவை
சோகம் தாக்கிக் காயப்படுத்துகிறது;
நேர்மைக்கும் பிரிவுக்கும் ஏங்கி
சாவு நிறைந்த இந்தப் பள்ளத்தாக்கில்
சாவை நோக்கி அலைகிறேன்
தேவரீர் என்னிடத்தே வாருங்கள்!
இந்த இரும்புச் சங்கிலியை உடைத்தெறியுங்கள்
இந்தக் கனத்த சங்கிலியிலிருந்து
என்னை விடுவியுங்கள்.

இராக்

நபில் ஜனாபி

நபில் ஜனாபி (Nabil Janabi): இராக்கியக் கவிஞரான இவர், குர்திஸ்தான் சுதந்திர தின விழாவில் கலந்துகொண்ட காரணத்துக்காக இராக் இராணுவத்தால் 1977 இல் கைது செய்யப்பட்டுக் கடும் சித்திரவதைகளுக்கு உள்ளானார். ஐந்தாண்டுச் சிறைத்தண்டனை விதிக்கப்பட்ட அவர் 1981 இல் விடுதலை செய்யப்பட்டார். ஈரானுக்கு எதிராகத் தமது நாடு தொடுத்த போரை எதிர்த்ததால் இராக் அரசின் தொல்லைகளுக்கு உள்ளானார். இப்போது இலண்டனில் வாழ்கிறார். அவர் கைது செய்யப்படுவதற்குக் காரணமாக இருந்த, குர்திஸ்தான் சுதந்திர தினத்தன்று படிக்கப்பட்ட கவிதை இது.

எனது கவிதைப் பயணங்களினூடாக

எனது கவிதைப் பயணங்களினூடாக
நான் உரைத்த சொற்கள்தாம்
எனது உண்மையான புதினங்களுக்கான நுழைவாயில்கள்
எனது கவிதை மாளிகையின் உள்ளறைக்குள்
நுழைவதற்கான
வாயில் கதவு நான்தான் என நினைக்கிறேன்
அது இசைச் சுதந்திரம்
ஆனால் அதனால் பாட முடியாது:
பாடகனுக்கோ பாடக்கூடாது என்னும் தடை.
எனக்குத் தெரியவில்லை -
அந்தக் கவிதை அறைக்குள் நுழைந்து உறங்க
அந்தக் கன்னிக் கவிதைக்களுக்கிடையே கண்ணீர் சிந்த
என்னால் ஏன் முடியவில்லை என்று.
அந்தக் கதவைத் தட்டுவதற்கு முன்
நமக்குத் தெரிந்திருக்க வேண்டும் -
கவிதைகள் தம் சாரத்தைச் சந்திக்க
அனுமதிக்கப்படுமா என்று,
மக்கள் கவிதைகளுக்குத் தயாரா என்று.
பள்ளிக்கு முதல்முறை செல்லும் குழந்தையைப் போல்
விதையை முதன்முறையாகச் சந்திக்கும் மண்ணைப் போல்

நாடக அரங்கின் விளக்குகளைச் சந்திக்கத்
தயாராகிக்கொண்டிருக்கும் கலைஞனைப் போல்
மகள் கவிதைகளுக்குத் தயாரா என்று.
இந்தக் கவிதைப் பயணங்களினூடாக
அரபு உலகம் முழுவதையும்
உரசிச் சென்றேன்
நான் கண்டறிந்தேன் -
சொல் பூரண வல்லமை என்று
சிம்மாசனத்தை விட்டுக் கீழே
இறங்காத மகாராணி என்று
சொல் மலைகளை நகர்த்த வல்ல
கடல் நீரை நகர்த்த வல்ல
பெண் என்று,
உலகம் முழுவதும்
வரலாற்றைப் புதிதாக எழுத வல்ல
பெண் என்று.
சில ஆட்சியாளர்களோ சொல்லைத் தம் எதிரியாகக்
காண்கின்றனர்
வேறு சிலரோ அவளது கூந்தலை அறுக்கின்றனர்
அவளது நாக்கை வெட்டி எறிகின்றனர்
உண்மையை மூடி மறைப்பதற்காகத்
தனது முகத்திரையை அணியுமாறு
அவளை நிர்ப்பந்திக்கின்றனர்.
அவர்களிற் சிலர் சொல் நமக்கு
அடிமையாகவும் வேசியாகவும்
இருக்கவேண்டும் என்று
அவள் தங்களைக் காதலிக்க வேண்டும் என்று
விரும்புகின்றனர்
தமது ஆட்சியை அவளுடன் பகிர்ந்து கொள்வதல்ல
அவர்கள் விருப்பம்,
அவளை அடிமையாக, வேசியாக வைத்திருப்பதுதான்.
அதற்கு அவள் சம்மதித்தாலோ
அவர்கள் அவளுக்கு வாரி வழங்குவர்
தங்கத்தை, வெள்ளியை, ஆபரணங்களை.
சில ஆட்சியாளர்களோ சொல்லைச் சிறையில்
அடைக்கின்றனர் -
பெண்களுக்கான சிறையில்.

அவளது கால்களில் விலங்கு பூட்டுகின்றனர்.
அவளது வாயை அடைக்கின்றனர்
புகைப்பதற்குச் சிகரெட்டோ
படிக்கப் பத்திரிகையோ புத்தகமோ
ஏன், தனது உயிலை எழுத ஒரு ஏட்டையோ
பென்சிலையோகூட அவளுக்குத் தருவதில்லை
ஆனால் ஆட்சியாளர்களையும் அவர்களது அதிகாரத்தையும்
கவிதை வானத்தை மூடி மறைக்க முயலும்
ராடார்களையும் ஏவுகணைகளையும் மீறி
உலகெங்கும் சொல் தொடர்ந்து பறக்கும்
எந்த விமானத் தளத்திலும் அது வந்து
இறங்குவதை எந்தச் சக்தியாலும் தடை செய்யமுடியாது,
தடுக்க முடியாது
ஏனெனில் சொல் என்பது பறவை
சுதந்திரத்துக்கோ ஜனநாயகத்துக்கோ
நுழைவுச் சீட்டுத் தேவையில்லை அதற்கு.

இராக்

ஸாதிக் அல்-ஸயிக்

ஸாதிக் அல்–ஸயிக் (Sadig al-Saygh): 1938 இல் பாக்தாதில் பிறந்த இவர் பத்திரிகை உலகிலும் தொலைக்காட்சித் துறையிலும் பணியாற்றியவர். ஏகாதிபத்திய எதிர்ப்புணர்வும் அரபுத் தேசிய உணர்வும் மிக்க இந்த இராக்கியக் கவிஞர் கருத்துச் சுதந்திரம், மனித உரிமைகள் ஆகியவற்றுக்காக தமது நாட்டில் பல்லாண்டுகள் போராடி வந்தவர். அவை அங்கு மறுக்கப்பட்டதன் காரணமாகவும் தாமே ஒடுக்குமுறையைச் சந்திக்க நேர்ந்தமையாலும் இராக்கை விட்டு வெளியேறி வெளிநாடுகளில் வசிக்கிறார். இங்குத் தமிழாக்கம் செய்யப்பட்டுள்ள கவிதை 1974 இல் வெளியான அவரது கவிதைத் தொகுப்பான 'காண்டாமிருகத்தின் பாடலி'ல் இடம் பெற்றுள்ளது.

இரவின் விரல்கள் *(சில பகுதிகள்)*

தேளின் கொடுக்கில்,
விளையாட்டு மைதானத்தின் இரைச்சல்களுக்கு மேல்
எழும்பும் பந்தில்
உனது கருப்பையில்
தஞ்சம் புகலாமென ஒரு கணம் நினைத்தேன்
எனது சொந்த நாட்டின் கருப்பையில்.
நான் நினைத்தேன், காற்றை எதிர்த்து நடந்தேன்,
மூடுண்ட நகரங்களினூடே உன்னோடு நடந்தேன்.
நெருப்புகளைக் கடந்தேன், கடல்களில் அலைந்தேன்
அனைத்தையும் இழந்தவர்களுடன் பயணம் செய்தேன்
ஹம்ஸா சுவரருகில் அழுதேன்
எப்போதும் நீ என்னை நிழல் போலத் தொடர்ந்தாய்
எனது உள்ளத்தில் உனது நோய்
உனது நெற்றியிலுள்ள குண்டுத் துளைகள்.
எனது கரத்தில் சாய்ந்து தூங்கியவாறு,
நீ கதறினாய்:
காற்று எங்கே செல்கிறது?
கொக்குகள் எங்கே பறந்து சென்றுள்ளன?
எனது கரத்தில் சாய்ந்து தூங்கியவாறு

நீ கதறினாய்:
நான் மடிந்து கொண்டிருக்கிறேன், தனிமையில் பராரியாய்.
உனது எல்லைக் கோடுகளைக் குறித்துக்கொண்டு
ஓடி விடு,
ஆனால் இடிபாடுகள் நெடுகக் கிடக்கும்
எல்லைக் கோடுகளை
எனக்கு விட்டுவிடு
எனது நெஞ்சத்தால் வானத்தை அளந்து பார்க்கிறேன்
எனது கண்ணீரால் படுகொலைகளை
அளந்து பார்க்கிறேன்
பூமி என்னிடமிருந்து விலகிச் செல்கிறது
தொலைவிலோ ஒரு குரல் இசைக்கிறது,
"கொலைகாரர்களே!
உங்கள் குண்டுகள் எனக்கு ஒளியூட்டுகின்றன
ஆனால் எனது ஆன்மாவின் எல்லைகளோ
தாவிச் செல்லும் தீப்பிழம்புகள்."

இராக்

ஸர்கான் பௌலோஸ்

ஸர்கான் பௌலோஸ் (Sargon Boulos, 1944–2007): இராக்கிலுள்ள அஸ்ஸிரிய சிறுபான்மை இனத்தைச் சேர்ந்தவர். வீட்டில் அப்பா அஸ்ஸிரிய மொழி பேச, அம்மா அரபு மொழி பேசி அவரை வளர்த்தார். கிறிஸ்தவ சமயத்தினரான அஸ்ஸிரியர்கள் நவீன இராக்கிய அரசால் கொல்லப்பட்ட காலகட்டத்தில் (1936 இல்) அந்தப் பகுதியில் இருந்த ஆங்கிலேயே இராணுவ முகாமில் அவர்களுக்குத் தஞ்சம் வழங்கப்பட்டது. பௌலுஸுக்கு 13 வயது இருக்கும் போது பல இனத்தவர் வாழும் நகரமான கிர்குக்கு அவரது குடும்பம் இடம் பெயர்ந்தது. அங்கிருந்த வளமான சர்வதேசியப் பண்பாடு – துருக்கி, ஆர்மீனியா, அரபு நாடுகள் என்று பல இன, மொழிகளின் கூட்டு பண்பாடாக வளர்ந்த பண்பாடு – அவரை வெகுவாகக் கவர்ந்தது. ஆங்கிலமும் பயிலத் தொடங்கினார். இளமைப் பருவத்தில் பெய்ரூட் செல்ல வாய்ப்பு கிடைத்த போது அங்கு வளர்சியடைந்திருந்த நவீன அரபுக் கவிதையுலகு அவரை ஈர்த்தது. நாளடைவில் அவர் அதன் முக்கியப் பிரதிநிதியாக அறியப்பட்டார். பாக்தாத், டாமஸ்கஸ் நகரங்களில் சிறிது காலம் வசித்த பின்னர் உயர் படிப்புக்காக அமெரிக்காவுக்குச் சென்று அங்கேயே தங்கி விட்டார் என்றாலும் அந்த நாட்டின் அரசியலுக்கு எதிர்ப்பு தெரிவிப்பவராகவே வாழ்ந்து மாண்டார். மேற்கத்தியக் கவிதை மரபுகளை அரபு மொழிக்குள் கொண்டு வந்து புதுமைகளைப் புரிந்தவர் என்ற பெயர் இவருக்குண்டு.

காலத்தின் முடிவில்
ஓர் இராக்கிய மனிதன் - ஒரு சித்திரிப்பு

நான் அவனை இங்கும் அங்கும் காண்கிறேன்
பேரழிவெனும் ஆற்றில் அவன் கண்கள் மேய்கின்றன
அவனது நாசித் துவாரங்கள்
படுகொலைகளைக் கண்ட மண்ணில் வேரூன்றியவை
அவனது வயிறோ பாபிலோன் நகரத்தின் ஆலைகளில்
பத்தாயிரம் ஆண்டுகளுக்கும் மேலாக
பித்தாகிப் போன மனதை மாவாய் அரைத்து எடுத்துள்ளது

வரலாற்றில் மீண்டும் மீண்டும் நிகழும் குண்டுவெடிப்புகளில்
நிலையிழந்த அவனது முக ஓவியத்தைக் காண்கிறேன்
தன் முகக்கூறுகளைப் பொறுக்கியெடுத்துப் பொருத்தி
கண்ணாடிக் காட்சியாக்கி
வரம்பற்ற வகையில் அள்ளித் தரும் அந்தக் கொடையாற்றல்
ஒவ்வொரு முறையும்
நம்மை பிரமிக்கவைக்கத்தான் செய்கிறது.

அவனது தெளிந்த நெற்றியில் காணலாம்
புத்தகத்தின் பக்கங்களில் காண்பதைப் போல
படையணி வரிசையாய்ச் செல்வதை
கருப்பு-வெள்ளைத் திரையில் வரும் காட்சியைப் போல
சிறையோ, மயானமோ
நாடு கடத்தலோ
அவனுக்கு எதையேனும் வழங்குங்கள்!
இருப்பினும் நம்மால் காண முடியும்
உண்டிவில்கள் சுவர்களை இடிப்பதை
உரூக்[1] மீண்டும் உயிர்த்தெழுவதற்காக.

1 உரூக்: பண்டைக்கால நகரமான ஸுமேர் – அது பின்னாளில் பாபிலோனியா என அழைக்கப்பட்டது – ஒரு முக்கியமான கலாசார, அரசியல் மையமாக ஆயிற்று. நவீன காலப் பெயரான 'இராக்' என்பது 'உருக்' என்பதிலிருந்து பிறந்திருக்கக் கூடும் என்று கருதப்படுகின்றது.

இராக்

ஸர்கான் பௌலோஸ்

போரின் குழந்தை
(போர்க்காலத்தில் பிறந்து இறந்த குழந்தைக்காக)

அந்தக் குழந்தை வந்தாள்
போரின் போது
காணாமல் போனாளே
அவள்தான்
தாழ்வாரத்தின் ஒரு கோடியில்
கையில் மெழுகுவத்தி ஏந்தி நின்றாள்.
புலர்தலின் முதல் பொழுதில்
நான் கண் விழிக்கும் போதெல்லாம்
அவளைக் காண்கிறேன்
அவள் காத்திருக்கிறாள்
நான் அடித்து நொறுக்க -
யதார்த்தமெனும் அந்தச் சுவரை
அடித்து நொறுக்க

அவளது கண்கள்
ஞானம் கிளர்த்திவிட்ட
பெரும் பயத்தில்
பிரம்மாண்டமானவையாய்
மலைச் சரிவுகளின் முள் புதர்களுக்கிடையே
பொறுமையான அவளது கண்கள்
அங்குதான் - இரவு நேரத்தில்
எனது எண்ணங்கள் தேடி அலையும்
எனது கரம்
அவளைப் பிணைத்துள்ள சங்கிலியை உடைக்கக்கூடும்
எனது குரல்
கடவுளை
கொலைகாரனைக்
கேள்விகள் கேட்கக்கூடும்

கேள்விகள் - அவற்றுக்கான பதில்களை அவள் அறிவாள்
இந்த யுத்தம் எத்தனை நாள் நடந்தது, குழந்தாய்
எத்தனை நாள்களாக, எந்தக் கிணற்றின் அடி ஆழத்தில்
அது என்ன, எல்லாத் திசைகளிலிருந்தும் கூடி வரும்
அந்த வலி.

நான்கு பதக்கங்களை அணிந்துள்ள
அந்தத் தளபதியின் குழந்தைக்கு
ஒரு நாள் பால் கொடுக்கப்படவில்லை என்றால்
அவன் என்ன செய்திருப்பபான்

குழந்தை சொன்னாள் -
என் குடும்பத்தை
கப்பலில் ஏற்றிக் கொண்டு போய்விட்டனர்
அவ்வுலகிற்கு -

எனக்கு எப்போதோ தெரியும்
அவர்கள் என்னைத் தனியாக
இக்கரையில் விட்டுவிட்டுச் செல்வார்கள் என்று -
எனக்குத் தெரியும்.

இராக்

ஸர்கான் பௌலோஸ்

கடிதம் வந்தது

நீ சொன்னாய்:
நான் எழுதும் இவ்வேளையில்
குண்டுகள் சரமாரியாய் விழுகின்றன
கூரைகளின் வரலாற்றை அழித்தபடி
வீடுகளின் முகங்களைச் சிதைத்தவாறு

நீ சொன்னாய்:
என் தலையெழுத்தை
அவர்கள் எழுதுவதைக்
கடவுள் அனுமதிக்கையில்
உனக்கு எழுதுகிறேன்.
இதனால்தான்
அவர் என்ன கடவுளா
என்ற சந்தேகம் எனக்கு

நீ எழுதி எனக்குத் தெரிவித்தது:
எனது சொற்கள் - நெருப்பால் அச்சுறுத்தப்படும் ஜீவன்கள்.
அவையின்றி என்னால் வாழ இயலாது

அவர்கள் போன பின்
இச்சொற்களை மீட்டெடுப்பேன்
அவற்றின் அனைத்துத் தூய்மையுடன்
எனது வெள்ளைப் படுக்கை விரிப்பைப் போல
அந்த அநாகரிகர்களின் இந்த இருண்ட இரவில்

எனது கவிதையில் என் கண்விழிப்பு
பொழுது புலரும் வரை
ஒவ்வொரு இரவும்

பிறகு நீ சொன்னாய்
எனக்கு மலை வேண்டும், சரணாலயமாய்.
பிற மனிதர்கள் வேண்டும்.
அப்புறம் நீ கடிதத்தை அனுப்பி விட்டாய்.

இராக்

ஸர்கான் பௌலோஸ்

பிணம்

கேளுங்கள்
பொழுது புலரும்வரை
பிணத்தை அவர்கள் சித்திரவதை செய்தார்கள்
அதை எதிர்த்து சேவல் கூவி எழுந்தது
அதன் சதையில் ஆணிளை அறைந்தார்கள்
மின் கம்பிகளால் அதனை விளாசினார்கள்
மின் விசிறியில் கட்டித் தொங்கவிட்டார்கள்.

சித்திரவதை செய்தவர்களுக்கு அயர்ச்சி ஏற்பட்டதும்
அவர்கள் சற்றே இளைப்பாற
பிணமோ தனது சிறு விரலை அசைத்து
இரணமாகிப் போன கண்களைத் திறந்து
எதையோ முணுமுணுத்தது

குடிக்கத் தண்ணீர் கேட்டதா?
அல்லது (ஒருவேளை) உண்ண ரொட்டித் துண்டுகேட்டதா?
அவர்களை சபித்ததா அல்லது இன்னும் வேண்டும் என்றதா?
பிணத்துக்கு வேண்டியிருந்தது என்ன?

இராக்

ஸர்கான் பௌலோஸ்

கடல் வழியாக பெய்ரூட்டைச் சென்றடைய ஒரு முயற்சி

அந்தவொரு மாலை
இடிபாடுகளுக்கிடையே நீரூற்றை
நான் கடத்திக் கொண்டு வருகையில்
அல்லது சுமாரான கவிதையைக் கையூட்டாக வழங்கி
இரவை சமாதானம் செய்ய முயல்கையில்

உனது ஆயிரமாயிரம் போர்முனைகளிலிருந்து
யுத்த நிறுத்தம் எனும் திராணியற்ற பள்ளத்தில்
நீ இரத்தக் களறியாய்

புறாவின் எலும்புக்கூடு உன் தடை அரண்
உனது முகம் இரணமாக்கப்பட்ட சொர்க்கம்
நீ இன்னமும் நிற்கும் இடத்தில்
எனது மூச்சுக் காற்றைக் கம்பளமாய் விரித்து
உனக்காகப் பாதை அமைக்க விரும்பினேன்.
உனது கைகளுக்கிடையே
கொஞ்ச நேரம் கொழுந்துவிட்டு எரிய விரும்பினேன்

எனது வருகைக்காக
எந்த இடமும் கனவுகளோடு காத்திருக்கவில்லை
வாழ்க்கை -
அச்சத்தில் தப்பியோடிய எனது வாழ்க்கை
அதன் கண்களைத் திறக்கையில்
எனது எலும்புகளுக்கிடையில் மிதந்து கொண்டிருக்கும்
தொட்டிலில்
ஒவ்வொரு நொடியும் பிறக்கத் தயாராகிறது

அயல் கடல்களில் கண் விழிக்கிறேன்
எனது வாழ்க்கை என்னை எதிர்கொள்ள
தன்னைத் தயார்படுத்திக் கொள்கிறது

பெய்ரூட் நகரத்துக்குச் செல்லவிருக்கும்
கப்பல்களைப் பற்றி நான் கேட்கும் போது
பயண முகவர்கள்
ஒன்றும் புரியாமல் தடுமாற்றத்துடன்
என்னைப் பார்க்கின்றனர்

இருப்பினும் நான் இரண்டு நாள்களுக்குப் பிறகு
பாரி நகரத்தை விட்டுப் புறப்படுகிறேன்
பாரி -
துடுப்புகளில் வெண்தாடி புரள இருக்கும்
தீர்க்கதரிசிகளைத் துருப்பிடிக்கச் செய்யும் கடலோர நகரம்
ஏதென்ஸ் நகரத்தின் சாக்ரடீஸ் தெருவிலோ
ஓட்டல்களின் வாயில்களில்
வேசைகள் பசியுடன் -
கடைக்காரர்கள் கடனாகத் தந்த மரப்பெட்டிகளின் மீது
அமர்ந்தவாறு

மத்தியதரைக் கடலின்
ஏஜியன் கடலின்
சந்துபொந்துகளில் காற்று
- பார்வையற்ற விதவையாய் -
இல்லாத ஒருவரைத் தேடியபடி
இருப்பினும் அதன் கைகள்
அவ்வப்பொழுது
தொட்டுத் துழாவித் தேடுகிறது
சிகப்பு உப்பு கூடும் இடத்தில்
அது தாமதிக்கும் இடத்தில்
- மனதின் நுழைவாயிலை வருடும்
மணத் துகள்கள் தோய்ந்த காகிதமாய்

அந்த நொடியில்
பொழுது புலர்ந்தது
முகமூடி தரித்து
பாலங்களைக் கடந்தவாறு -
அந்த நொடியில்
நான் வாழ்க்கையிடம் சொல்கிறேன் - அருகில் வா!
நான் உன்னை ஏதும் செய்துவிட மாட்டேன், அருகில் வா!

ஒவ்வொரு இரவும்
தொலைந்து போன அலறலாய்
பெய்ரூட் நகரம் -
கொலை செய்யப்பட்ட மனிதனின் குத்தி நிற்கும்
பார்வையிலிருந்து
மேல் நோக்கிச் செல்கிறது
அல்லது
வறுமையின் தொட்டிலாய்
எனது மார்புகளின் மீது கிடத்தப்பட்ட ஏணிகளிடையே
யார் கண்ணிலும் படாமல் பயணிக்கிறது.

அச்சமயம் நான் சொல்வதாவது -
வாழ்க்கையே! நான் உன்னிடம் மன்றாடிக் கேட்கிறேன்
நான் இல்லாதபோது ஒரு விஷயத்தைக் கூட
நீ செய்யக் கூடாது
ஒரேடியாய் என்னைக் காணச் செய்
அதலபாதாளத்தின் கூர்நகங்களால்
துளையிடப்பட்ட உனது வயிறை

பெய்ரூட்
இரவிடம் சொல்வதாவது -
நீ மனதின் விளிம்புக்குச் செல்ல வேண்டும்
அங்கு நான் உனது சொற்களாவேன்.
இந்தக் குளிர்ந்த எலும்புகளை நீ நக்க வேண்டும்
அப்போதுதான்
அவற்றின் நிர்வாணம்
உனது இரவுக்கு ஒளியூட்டும்

புறப்படு!
திசைமானியிடமிருந்து
புகை கிளம்பட்டும்!

(ஏதென்ஸ், 1979)

இராக்

நாஸிக் அல்-மலய்க்கா

நாஸிக் அல்–மலய்க்கா (Nazik al-Mala'ika): 1923 இல் இராக்கின் தலைநகரமான பாக்தாதில் பிறந்த இவர், தமது பத்தாம் வயதிலேயே கவிதைகள் எழுதத் தொடங்கினார். அமெரிக்காவில் ஒப்பியல் இலக்கியத்தில் முதுகலைப் பட்டம் பெற்ற பின், இராக் உள்ளிட்ட மூன்று நாடுகளில் வெவ்வேறு பல்கலைக் கழகங்களில் ஒப்பியல் இலக்கியப் பேராசிரியராகப் பணிபுரிந்தார். பல்வேறு நோய்களுக்கு ஆளாகி 2007 இல் எகிப்தின் கெய்ரோ நகரில் காலமான அவர், அரபு உலகப் பெண் கவிஞர்களில் மிக முக்கியமானவராகக் கருதப்படுகிறார்.

கடவுளை நோக்கிய புலப்பெயர்வு

ஓ எனது அரசரே
பயணங்கள் நீண்டுவிட்டன, நீண்டுவிட்டன
யுகங்கள் கடந்து விட்டன
பூட்டப்பட்ட உலகங்களுக்கு இடையில்
கடல் பயணம் செய்துள்ளேன்
கதவுகளைத் தட்டியபடி
ஃபெடாயீன்களின்[1] காயங்களையும்
செப்டம்பர் சாவின்[2] ருசியையும்
புழுதியின் ருசியையும்
சுமந்து வந்தேன்
ஜெரூசலேத்தின்[3] துயரங்களைச் சுமந்து வந்தேன்
ஓ எனது அரசரே,
ஜெனினின்[4] காயத்தையும்
ஏற முடியாத பெரும் சுவர்களின் இரவையும்.
ஆக, கதவு எங்கே இருக்கிறது? கதவு எங்கே இருக்கிறது?
எனது தியாகங்கள் பலிபீடத்தில் குவிக்கப்பட்டுள்ளன,
எனது குரான் மூடுபனியில் மறைக்கப்பட்டுள்ளது,
அல்-அக்ஸா மசூதியின்[5] வேதனை
கத்தி போல் என்னை வெட்டுகிறது...
சிறைப்பட்ட நிலையில் எங்களால் எப்படி உறங்க முடியும்?

எங்கள் இல்லங்களிலிருந்து வெளியேற்றப்பட்டு
எங்களால் எப்படி உறங்க முடியும்
கொல்லப்பட்டவர்களுடனேயே நீங்கள் இருக்கிறீர்கள்
ஓ எனது அரசரே
காயமடைந்தோர்களுடனேயே.
உங்கள் காவல் இடத்திலேயே நீங்கள் இருக்கிறீர்கள்
விழிப்புணர்வுடன்.
இங்கு நாங்கள் மதத்தை இழந்துள்ளோம்
எங்களது ஃபெடாயீன்களுடன் சண்டை புரிந்தோம்
பெய்ரூட்டில்[6] இரத்தம் சிந்தினோம்
அம்மானில்[7]
இரத்தத்தை ஊற்றினோம்,
எங்கள் கைகளைக் கொண்டு,
நமது நிலத்தை நமது மக்களைக் கொல்லும்
கியோட்டினாக்கினோம்.

1 ஃபெடாயீன்கள் (Fedayeens): மத்தியக் கிழக்கு நாடுகளில், தங்களைத் தாங்களே விருப்பத்துடன் தியாகம் செய்யத் தயாராக உள்ளவர்களைக் கொண்ட இராணுவக் குழுக்கள்.

2 செப்டம்பர் சாவு: 1970 ஆம் ஆண்டு செப்டம்பரில் ஜோர்டான் நாட்டில் தங்கியிருந்த பாலஸ்தின விடுதலை இயக்கத்தினர் மீது, அந்த நாட்டு இராணுவம் நடத்திய தாக்குதலிலும், பாலஸ்தின விடுதலை இயக்கத்தினரின் தற்காப்பு எதிர்த் தாக்குதலிலும் பல்லாயிரக்கணக்கானோர் உயிரிழந்தனர். பின்னர் பி.எல்.ஓ.வின் தலைவர்களும் அந்த அமைப்பைச் சேர்ந்த பல்லாயிரக்கணக்கான போராளிகளும் ஜோர்டானிலிருந்து லெபனானுக்கு வெளியேற்றப்பட்டனர். இதன் காரணமாக 1970 ஆம் ஆண்டு செப்டம்பர் மாதம், பாலஸ்தினர்களாலும் அவர்களுக்கு ஆதரவாக நிற்கும் பிற அரபு மக்களாலும் 'கறுப்பு செப்டம்பர்' என அழைக்கப்படுகின்றது.

3 ஜெரூசலேம்: இஸ்லாமியர்கள், கிறிஸ்தவர்கள், யூதர்கள் ஆகிய மூன்று மதத்தினருக்குமான புண்ணியத் தலங்கள் உள்ள இந்த நகரத்தின் மேற்குப் பகுதி 1948 இல் இஸ்ரேலியப் படைகளால் கைப்பற்றப்பட்டு இஸ்ரேலின் பகுதியாக்கப்பட்டது. சில ஆண்டுகளுக்குப் பின் கிழக்கு ஜெரூசலேத்தை ஜோர்டான் இராணுவம் கைப்பற்றியது என்றாலும், 1967 இல் அரபு நாடுகளுக்கும் இஸ்ரேலுக்கும் நடந்த ஆறு நாள் போரில், அரபு நாடுகள் அனைத்தும் தோற்கடிக்கப்பட்டு கிழக்கு ஜெரூசலேமும் இஸ்ரேலின் பகுதியாக்கப்பட்டுவிட்டது. உலக நாடுகளால், இஸ்ரேலின் பகுதி என்று அதிகாரபூர்வமாக அங்கீகரிக்கப்படாத ஜெரூசலேமில்தான், சர்வதேச நெறிமுறைகளுக்கு மாறாக, இஸ்ரேல் தனது நாடாளுமன்றத்தையும் முக்கிய அலுவலகங்களையும்

வைத்துள்ளது. பாலஸ்தினர்கள் ஜெரூசலேத்திற்குள் நுழைவதைத் தடுக்கின்றது.

4 ஜெனின் (Jenin): பாலஸ்தினத்தின் மிகப் பழைமையான நகரங்களிலொன்றான ஜெனின், 1967 இல் நடந்த ஆறு நாள் போரில் இஸ்ரேலால் கைப்பற்றப்பட்டது. பிறகு நோர்வே நாட்டுத் தலைநகரமான ஓஸ்லோவில் ஏற்பட்ட 'சமாதான ஒப்பந்தத்தின்படி' அந்த நகரம் மேற்குக் கரை என்றழைக்கப்படும் பெயரளவுக்கான அதிகாரமுள்ள பாலஸ்தினப் பகுதியிடம் ஒப்படைக்கப்பட்டது. இஸ்ரேலால் ஆக்கிரமிக்கப்பட்ட பாலஸ்தினப் பகுதிகளை மீட்பதற்காகப் போராடும் பல்வேறு பாலஸ்தினப் போராளிக் குழுக்களுக்கும் இஸ்ரேலுக்கும் 2000–2003 ஆண்டுகளில் நடந்த சண்டைகளில் ஏராளமான பாலஸ்தினர்கள் கொல்லப்பட்டனர்.

5 அல் அக்ஸா மசூதி: கிழக்கு ஜெரூசலேத்திலுள்ள, முஸ்லிம்களின் மிக முக்கியமான மூன்று முதன்மையான புனிதத் தலங்களிலொன்று. இஸ்ரேலில் வாழும் முஸ்லிம்களுக்கு இந்த மசூதிக்குச் செல்லத் தடையில்லை என்றாலும் காஸா, மேற்குக் கரை ஆகியவற்றிலுள்ள பாலஸ்தினர்கள் அங்கு செல்வதற்கு ஏராளமான கட்டுப்பாடுகளை விதித்துள்ள இஸ்ரேல், அந்த மசூதி உள்ள இடத்தைச் சுற்றிலும் தனது இராணுவ வீரர்களை நிறுத்தியுள்ளது – பாதுகாப்பு என்ற பெயரில்.

6 பெய்ரூட்: லெபனானின் தலைநகரம். இங்கு பாலஸ்தினப் போராளிகளுக்கும் இஸ்ரேலிய ஆதரவு பெற்ற ஃபலாங்கிஸ்டுகளுக்கும் கடுஞ் சண்டை நடந்தது. இஸ்ரேலிய இராணுவமும் அதன் ஆதரவு பெற்ற லெபனீய ஆயுதக் குழுக்களும் பாலஸ்தின அகதி முகாம்கள் மீது தாக்குதல் தொடுத்து ஆயிரக்கணக்கான பாலஸ்தின அகதிகளைக் கொன்றன.

7 அம்மான்: ஜோர்டானின் தலைநகரம். குறிப்பு எண் 2 காண்க.

இராக்

அப்டல் அல்-வஹ்ஹாப் அல்-பய்யாட்டி

அப்டல் அல்–வஹ்ஹாப் அல்–பய்யாட்டி (Abd al-Wahhab al-Bayati, 1926–1999): இராக்கில் பிறந்து ஸிரியாவில் மரணமடைந்த இந்த இடதுசாரிக் கவிஞர், ஸ்பெயினில் பாசிச இராணுவ ஆட்சியாளர்களால் படுகொலை செய்யப்பட்ட, உலகப் புகழ் பெற்ற கவிஞர் ஃபெடெரிகோ கார்ஸியா லோர்காவின் (Federico Garcia Lorca) மீது பெரும் மதிப்புக் கொண்டிருந்த, அவரது இலக்கியத் தாக்கத்தைப் பெற்றிருந்த பல அராபிய இலக்கியவாதிகளிலொருவர்.

லோர்காவுக்கு ஓர் இரங்கற் பா

குழந்தைகளின் ஆசிரியர்
கிரானாடாவில்[1] அலறினார்:
“லோர்கா இறந்து கொண்டிருக்கிறார்,
லோர்கா இறந்துவிட்டார்
யூஃப்ரெடிஸ் நதிக் கரையில்[2]
பாசிஸ்டுகள் அவரைச் சுட்டுக் கொன்றனர்
அவரது உடலைத் துண்டு துண்டாகக் கிழித்து
அவரது கண்களை வேரோடு பிடுங்கினர்”.
இப்போது கைகளில்லாத லோர்கா
ஃபீனிக்ஸ் பறவையிடம்
தமது இரகசியத்தைச் சொல்கிறார்...
“உனது பெயரால் நான் கூறுகிறேன்
இது புனிதமான மரணம்”
இங்கு நான் இறந்து கொண்டிருக்கிறேன்
சவப்பெட்டியின் இருளுக்குள்
இடுகாட்டிலுள்ள நரி
எனது சதையைத் தின்று கொண்டிருக்கிறது
குத்துவாள்கள் என்னைக் குத்திக் கொண்டிருக்கின்றன.
இங்கு நான். முடிக்கப்பட்டவனாய்.
உனது பெயரால் கூறுகிறேன்
“இது புனிதமான மரணம்”.

1 லோர்காவின் பிறப்பிடமான கிரானாடாவும்கூட மூர்களின் ஆட்சியின் கீழ் இருந்த, அல்–அன்டலாஸ் என்னும் ஸ்பானியப் பகுதிக்குள்தான் இருந்தது.

2 லோர்காவைப் பற்றிய பல கவிதைகளை எழுதியுள்ள அல்–பய்யாட்டி, லோர்கா யூஃப்ரைடிஸ் நதிக் கரையில் கொல்லப்பட்டதாகத் தம் கவிதையில் கூறுவதன் மூலம் இரு கருத்துகளைச் சொல்கிறார் என ஊகிக்கலாம்: ஒன்று, லோர்காவை அரபு மண்ணுக்குச் சொந்தமானவராகக் காட்டுவது; இன்னொன்று அரபு நாட்டு சர்வாதிகார ஆட்சியாளர்களை ஸ்பானிய பாசிஸ்டுகளுடன் ஒப்பிடுவது. லோர்காவை அரபு மண்ணுக்குச் சொந்தமானவராகக் கருதுவதற்கான இன்னொரு காரணம், அராபியாவுக்கும் ஸ்பெயினுக்கும் பன்னூறாண்டுக் காலம் இருந்து வந்த அரசியல், பொருளாதார, பண்பாட்டுத் தொடர்புகளாகும். ‘மூர்கள்’ என்று அழைக்கப்பட்டு வந்த அராபிய, ஆப்பிரிக்க முஸ்லிம்களின் ஆட்சியின் கீழ் இன்றைய ஸ்பெயின், போர்ச்சுகல் ஆகியவற்றின் கணிசமான பகுதிகள் இருந்தன. அவர்களது ஆட்சிக் காலத்தில் அறிவியல், தத்துவம், கலை, இலக்கியம், கட்டடக் கலை முதலியன பெரும் வளர்ச்சி கண்டன. யூதர்கள், கிறிஸ்தவர்கள் ஆகியோரின் உரிமைகள் மதிக்கப்பட்டன.

ஸிரியா

மொஹம்மத் எல் மகூத்

மொஹம்மத் எல் மகூத் (Muhammed al-Maghout, 1934 - April 3, 2006): ஸிரியாவில் பிறந்த இவர் அரபு உலகத்தின் மாபெரும் கவிஞர்களிலொருவராவார். மரபான அரபு இலக்கியத்தின் இலக்கண வரம்புகளிலிருந்து நவீன அரபுக் கவிதையை விடுவித்தவர் என்று கருதப்படும் எல் மகூத், அரபு நாடுகளிலுள்ள சர்வாதிகார, பிற்போக்கு அரசுகளின் போக்கைக் கண்டனம் செய்தவர். சமூக அநீதிகள், அன்றாட வாழ்க்கையின் அவலங்கள் ஆகியவற்றுக்கு எதிராகக் குரல் கொடுத்தவர். தொலைக்காட்சி நாடகங்கள், நாடகங்கள், திரைப்படக் கதைகள் எனப் பலவிதமாக விரிந்த இவரின் எழுத்து முயற்சிகள் அரபு இலக்கிய உலகத்தில் இவருக்குத் தனிச்சிறப்பான இடத்தைப் பெற்றுத் தந்துள்ளன.

பச்சை குத்துதல்

இப்போது
இந்த இருபதாம் நூற்றாண்டின் மூன்றாம் ஜாமத்தில்,
இறந்தவர்களின் சடலங்களைப்
பாதசாரிகளின் காலணிகளிலிருந்து பிரிப்பதற்குத்
தார் ரோடு தவிர
வேறு எதுவும் இல்லாமல் இருக்கையில்
அராபிய பெடோயின்களின்[1] தலைவனைப்போல்
நடுத் தெருவில் படுப்பேன்
உலகின் சிறைக்கம்பிகளும்
சந்தேகிக்கப்படுபவர்களைப் பற்றிய கோப்புகளும்
திரட்டப்பட்டு
தெருவிலுள்ள ஒட்டகம் போல
நான் மென்று அசை போடுவதற்காக
என் முன்னால் வைக்கப்படும்வரை -
போலீஸ்காரர்களின் ஆர்ப்பாட்டக்காரர்களின்
குண்டாந்தடிகள்
அவர்களின் பிடியிலிருந்து நழுவி
பூத்துக் குலுங்கும் மரங்களாவதற்கு

அவற்றின் காடுகளுக்கு மீண்டும் திரும்பிப்போகும் வரை -
எழமாட்டேன்.
இருட்டில் நான் சிரிக்கிறேன்
அழுகிறேன்
எழுதுகிறேன்
விரல் எது பேனா எது என
என்னால் இப்போதெல்லாம்
பிரித்துப் பார்க்க முடியவில்லை
கதவு தட்டப்படும் போதோ
திரைச் சீலை அசையும் போதோ
எனது தாள்களை
மூடி மறைக்கிறேன்
சோதனையிடப் போலிஸ் வரும் நேரத்தில்
திடுக்கிடும் வேசியைப் போல.
இந்த பீதியை
இந்த இரத்தத்தை
மலைப்பகுதி சிறுத்தை போல அச்சமடைவதை
யாரிடமிருந்து சுவீகரித்தேன்?
அரசு ஆவணத்தை
வீட்டின் நுழைவாயிலில் காணும் போதும்
திறந்த கதவினூடே தொப்பி தெரியும் போதும்
எனது எலும்புகளும் கண்ணீரும் நடுங்குகின்றன
எனது இரத்தம் எல்லாத் திசைகளிலும் ஓடுகின்றது -
மூதாதையர் காலப் போலிஸின்
நிரந்தரமான ரோந்தினால்
ஒரு நாளத்திலிருந்து இன்னொரு நாளத்துக்கு
அது துரத்தப்படுவதுபோல.
என் நெஞ்சுரத்தையும் பலத்தையும் மீட்டெடுக்கும்
எனது முயற்சி வீணாகிறது
என் கண்ணே
சவுக்கிலோ அதிகாரியின் மேஜையிலோ
எச்சரிக்கை மணிகளிலோ இல்லை
அவலம்
அது
தொட்டிலில்,

கருப்பையில்.
நிச்சயமாக
என்னைத் தாயின் வயிற்றுடன் பிணைத்திருந்தது
கொப்பூழ்க் கொடியல்ல,
தூக்குக் கயிறுதான்.

1 பெடோயின்கள்: அராபியாவில் நாடோடிகளாக அலைந்து திரிந்து வாழும் கூட்டத்தினர்.

ஸிரியா

நிஸார் கப்பானி

நிஸார் கப்பானி (Nizar Qabbani, 1923-1998): அரபு தேசிய உணர்வும் சோசலிசச் சிந்தனையும் கொண்டிருந்த நிஸார் கப்பானி, அரபு நாடுகளுக்கிடையே உள்ள பகைமை, இஸ்ரேல் அந்த நாடுகளுக்கு ஏற்படுத்திய தோல்வியால் ஏற்பட்ட அவமானம், அரபு நாடுகளில் ஏற்பட்ட சர்வாதிகார ஆட்சிகள் ஆகியனவற்றைக் கண்டு வேதனையடைந்தவர். அவருடைய அரசியல் கவிதைகளைப் போலவே, அற்புதமான காதல் கவிதைகளும் அரபு உலகம் முழுவதாலும் போற்றப்படுகின்றன.

அரசனும் குருவியும்

எனது கவிதைகளைப் படித்துக்காட்ட
அராபியத் தாயகத்தில் பயணம் செய்தேன்
கவிதை மக்களின் உணவு என்னும் நம்பிக்கை எனக்கு
சொற்கள் மீன்கள், மக்களோ தண்ணீர்
என்னும் நம்பிக்கை எனக்கு.
ஒரே ஒரு நோட்டுப் புத்தகத்துடன்தான்
அராபியத் தாயகத்தில் பயணம் செய்தேன்.
ஒரு காவல் நிலையத்திலிருந்து
மற்றொரு காவல் நிலையத்திற்கு
அலைக்கழிக்கப்பட்டேன்
படைவீரர்கள் என்னை அலைக்கழித்தனர்
என்னிடம் இருந்ததெல்லாம்
என் சட்டைப் பையிலிருந்த குருவி மட்டும்தான்
அதிகாரி குருவியின் கடவுச்சீட்டைக் கேட்டான்.
எனது நாட்டில் சொல்லுக்குக் கடவுச்சீட்டு
வேண்டுமாம்.
அனுமதிச் சீட்டுக்காகக் காத்திருந்தேன்
மணல் மூட்டைகளைப் பார்த்தபடி
சுவரொட்டிகளைப் பார்த்தபடி
அவை பேசின - ஒரே தாயகம், ஒரே மக்கள் பற்றி
எனது தேசத்தின்
நுழைவாயிலில் தூக்கியெறியப்பட்டேன்
உடைந்த கண்ணாடிபோல.

153

ஸிரியா

நிஸார் கப்பானி

கவிதை

1
நண்பர்களே
பழைய உலகம் இறந்துவிட்டது
பழைய புத்தகங்கள் இறந்துவிட்டன
தேய்ந்துபோன காலணிகளிலுள்ள ஓட்டைகள் போல
நமது பேச்சு இறந்துவிட்டது.

2
நமது கவிதை சலிப்புத் தட்டிவிட்டது
பெண்களின் கூந்தல், இரவுகள், திரைச்சீலைகள்,
சோஃபாக்கள்
சலிப்புத் தட்டிவிட்டன.
எல்லாமே சலிப்புத் தட்டிவிட்டன.

3
துயரார்ந்த எனது நாடே
காதல் கவிதைகள் எழுதும் கவிஞனாக இருந்த என்னை
ஒரு நொடியில்
கத்தியைக் கொண்டு எழுதும் கவிஞனாக்கினாய்.

4
நாங்கள் உணர்வது வார்த்தைகளுக்கு அப்பாற்பட்டவை:
எங்கள் கவிதைகளைக் கண்டு நாங்கள் வெட்கப்படுகின்றோம்.

5
கீழ்த்திசை நாடுகளுக்கே உரிய
வெற்றாரவாரத்தால் தூண்டப்பட்டு
ஈயைக்கூட ஒருபோதும் கொன்றிராத
தற்பெருமை அகம்பாவப் பேச்சுகளையும்
வயலினையும் முரசுகளையும் கொண்டு
போருக்குச் சென்று
தோல்வியைத் தழுவினோம்.

6.
நமது கூச்சல்கள் நமது செயல்களைவிட
உரத்தவையாக இருந்தன
நமது வாள்கள் நம்மைவிட உயரமாக இருந்தன
அதுதான் நமது அவலம்.

7
சுருங்கச் சொன்னால்
நாகரிகம் என்னும் மேலங்கியை அணிந்திருந்தோம்
ஆனால் நமது ஆன்மாக்களோ கற்காலத்தில் வாழ்கின்றன.

8
நாணலையும் புல்லாங்குழலையும் கொண்டு
போரில் நீங்கள் வெற்றிபெற முடியாது.

9
நமது பொறுமையின்மைக்கு நாம் கொடுத்த விலை
பல்லாயிரம் புதிய கூடாரங்கள்

10
விண்ணகத்தை சபிக்காதீர்கள்
அது உங்களைக் கைவிடும்போது.
சூழ்நிலைமைகளை சபிக்காதீர்கள்
கடவுள் யாரை விரும்புகிறாரோ
அவர்களுக்குத்தான் வெற்றியை வழங்குகிறார்
வாள்களை வடித்துத் தர கடவுள் கருமான் அல்ல.

11
காலையில் கேட்கும் செய்திகள் வேதனை தருகின்றன
நாய்கள் குலைப்பதைக் கேட்பது வேதனை தருகின்றது.

12
நமது எதிரிகள் எல்லைகளைத் தாண்டவில்லை
நமது பலகீனத்தினூடே எறும்புகளைப் போல ஊர்ந்து வந்தனர்

13
ஐந்தாயிரமாண்டுகளாக
நமது குகைகளில்
தாடிகளை வளர்த்து வந்தோம்.
நமது நாட்டு நாணய முறை யாரும் அறிந்திராதது

நமது கண்கள் ஈக்களுக்குப் புகலிடம்
நண்பர்களே
கதவுகளைத் தகர்த்தெறியுங்கள்
உங்கள் மூளைகளைக் கழுவுங்கள்,
உங்கள் ஆடைகளைத் துவையுங்கள்.
நண்பர்களே புத்தகத்தைப் படியுங்கள்,
புத்தகத்தை எழுதுங்கள்.
சொற்களை வளருங்கள், மாதுளம் பழங்களை,
திராட்சைகளை.
மூடுபனியும் பனித் தூறலுமுள்ள நாட்டுக்குக்
கப்பலில் செல்லுங்கள்
குகைகளில் நீங்கள் இருக்கிறீர்கள்
என்பது யாருக்கும் தெரியாது.
உங்களை ஒருவகைக் கலப்பின நாய்கள் என்று
மக்கள் நினைக்கிறார்கள்.

14

காலியாக உள்ள ஆன்மாக்களையும்
தடிப்பான தோலையும் கொண்ட மக்கள் நாம்.
பில்லி சூன்யம் நடத்தியும் சீட்டு விளையாடியும்
தூங்கியும் நமது நாள்களைக் கழிக்கின்றோம்.
'கடவுள் மனிதனை ஆசிர்வதிக்கப்
பயன்படுத்திய நாடா' நாம்?

15

நமது பாலைவனத்திலுள்ள எண்ணெய்
தீப்பிழம்புகள், நெருப்பு என்னும் குத்துவாள்களாக
ஆகியிருக்க முடியும்
நமது மேன்மையான முன்னோர்களுக்கு
நாம் அவமானம்
நமது எண்ணெயை ....களின் கட்டைவிரல்களுக்கிடையே[1]
ஓடச் செய்ய விட்டோம்.

16

வெறித்தனமாகத் தெருக்களில் ஓடுகிறோம்
மக்களைக் கயிறுகளால் இழுத்துக் கொண்டு,*
ஜன்னல்களையும் பூட்டுகளையும் உடைத்துக் கொண்டு,
அற்பர்களை வீரர்களாகவும்

வீரர்களைக் கழிவுகளாகவும் மாற்றியபடி;
நாம் ஒரு போதும் நின்று சிந்திப்பதில்லை
மசூதிகளில்
நோக்கமேதுமின்றி மண்டியிடுகின்றோம்
கவிதைகளை எழுதுகிறோம்
பழமொழிகளை எழுதுகிறோம்
எதிரி மீது வெற்றி கொள்ளச் செய்யுமாறு
கடவுளிடம் கெஞ்சுகிறோம்.

17
எனக்கு எந்த ஊறும் விளையாது என்றும்
என்னால் சுல்தானைப் பார்க்க முடியும் என்று தெரிந்தால்
அவரிடம் இதைத்தான் சொல்வேன்:
உங்கள் வெறி நாய்கள் என் ஆடைகளைக் கிழித்துள்ளன
உங்கள் ஒற்றர்கள் என்னை வேட்டையாடுகின்றனர்
அவர்களது கண்கள் என்னை வேட்டையாடுகின்றன
அவர்களது கால்கள் என்னை வேட்டையாடுகின்றன
விதியைப் போல அவர்கள் என்னை வேட்டையாடுகின்றனர்
எனது மனைவியை விசாரணை செய்கின்றனர்
எனது நன்பர்களின் பெயர்களைக் கேட்டுக்
குறிப்பெழுதிக் கொள்கின்றனர்
சுல்தான்
உங்களது சுவர்களுக்கருகில் நான் வந்து
எனது வேதனைகளைப் பற்றிப் பேசிய போது,
உங்கள் படைவீரர்கள் அவர்களது பூட்சுகளால்
என்னை அடித்தனர்
அவர்களது பூட்சுகளைத் தின்னுமாறு
என்னை நிர்பந்தப்படுத்தினர்
சுல்தான்
நீங்கள் இரண்டு போர்களில் தோற்றீர்கள்
சுல்தான்
நமது மக்களில் பாதிப் பேருக்கு நாக்குகள் இல்லை.
நாக்குகள் இல்லாத மக்களால் யாருக்கு என்ன பயன்?
சுவர்களுக்கு இடையே
நமது மக்களில் பாதிப் பேர்
எறும்புகளையும் எலிகளையும் போல
சிக்க வைக்கப்பட்டுள்ளனர்
எனக்கு ஏதும் ஊறு விளையாது என்று எனக்குத் தெரிந்தால்

157

அவரிடம் சொல்வேன்:
"நீங்கள் இரண்டு போர்களில் தோற்றுவிட்டீர்கள்
குழந்தைகளுடன் உங்களுக்குத் தொடர்பு அறுந்துவிட்டது".

18

நமது ஒற்றுமையை நாம் புதைக்காமலிருந்திருந்தால்
அதனுடைய இளம் உடலைத்
துப்பாக்கிச் சனியன்களால் கிழித்து நாராக்காமலிருந்திருந்தால்
அது நம் கண்களில் தங்கியிருந்திருந்தால்
நாய்கள் நமது சதையைக் கடித்துக் குதறியிரா.

19

வானத்தை உழுவதற்கு
வரலாற்றை உழுவதற்கு
நமது சிந்தனைகளைக் குண்டு வைத்துத் தகர்ப்பதற்கு
தவறுகளை மன்னிக்காத
வளைந்து கொடுக்காத
புதிய தலைமுறை நமக்கு வேண்டும்
பேராற்றல் கொண்டவர்களின் தலைமுறை வேண்டும்

20

அரபுக் குழந்தைகளே
எதிர்காலத்தின் தானியக் கதிர்களே
நீங்கள் எங்கள் சங்கிலிகளை உடைப்பீர்கள்
எங்கள் தலைகளில் உள்ள அபினியைக் கொல்வீர்கள்
பிரமைகளைக் கொல்வீர்கள்.
அரபுக் குழந்தைகளே
மூச்சுத்திணறச் செய்யப்பட்ட
எங்கள் தலைமுறையைப் பற்றிப் படிக்காதீர்கள்
நாங்கள் வீணாகிப் போனவர்கள்
தர்பூசணிப் பழ ஓட்டைப் போல
எதற்கும் பயன்படாதவர்கள்
எங்களைப் பற்றிப் படிக்காதீர்கள்
எங்களை நகல் செய்யாதீர்கள்
எங்களை ஏற்றுக் கொள்ளாதீர்கள்
எங்கள் கருத்துகளை ஒப்புக் கொள்ளாதீர்கள்
நாங்கள் மோசடிக்காரர்களும்
செப்பிடுவித்தைக்காரர்களுமடங்கிய கூட்டம்

அரபுக் குழந்தைகளே
வசந்தகால மாரிகளே
எதிர்காலத்தின் தானியக் கதிர்களே
தோல்வியை வெல்லப் போகும்
தலைமுறையினர் நீங்கள்.

1 இந்தக் கவிதையின் ஆங்கில மொழியாக்கத்தில் இந்த விடுபடல் (புள்ளிகளாக) உள்ளது. "மேற்கு நாட்டார்களின் கட்டைவிரல்களுக்கிடையே" என்று கவிஞர் கூறுவதாக ஊகிக்கலாம்.

குர்திஸ்தான்

ஷெர்கோ பெகாஸ்

ஷெர்கோ பெகாஸ் (Sherko Bekas): மிகப் புகழ்வாய்ந்த குர்திஸ் கவிஞர்களில் ஒருவரான ஃபய்க் பெர்காஸின் மகன். 1940 ஆம் ஆண்டில் பிறந்த அவர் தென் குர்திஸ்தானிலும் (இப்போது இது இராக்கின் பகுதி) பாக்தாத்திலும் கல்வி பயின்றார். குர்திஸ் தேசிய விடுதலை போராட்டத்துடன் நெருக்கமாக இணைந்திருந்த காரணத்தால் அரசின் ஒடுக்குமுறைகளுக்கு இலக்காகி 1987 ஆம் ஆண்டு தொட்டு ஸ்வீடனில் வாழ்ந்து வருகிறார்.

பிரிவு

எனது கவிதைகளுக்குள்ளிருந்து மலரை நீ எடுத்துவிட்டால்
என் பருவங்களிலொன்று
மடிந்துவிடும்
காதலை நீ அகற்றிவிட்டால்
என் பருவங்களிலிரண்டு
மடிந்துவிடும்
ரொட்டியை நீ விலக்கிவிட்டால்
என் பருவங்களில் மூன்று
மடிந்துவிடும்
சுதந்திரத்தை நீ பறித்துவிட்டால்
என் பருவங்கள் நான்கும்
மடிந்துவிடும்,
அவற்றோடே நானும்.

குர்திஸ்தான்
ஷெர்கோ பெகாஸ்

வேர்கள்

வான்வெளியில் கொல்லப்பட்டன
அந்தப் பறவைகள்
கொலைகாரருக்கெதிராக
நட்சத்திரங்களும் மேகங்களும்
காற்றும் கதிரவனும்
சாட்சி கூறாவிட்டாலும்
அடிவானம் அதற்குச்
செவிமடுக்க விரும்பாவிடினும்
மலைகளும் அருவிகளும்
அவற்றை மறந்து விட்டாலும்
ஏதேனுமொரு மரம் அக்கொடுஞ் செயலைப்
பார்த்துத்தானிருக்கும்
தன் வேர்களில் அக்கொடியோரின் பெயர்களை
எழுதி வைக்கத்தான் செய்யும்.

ஐக்கிய அரபு எமைரேட்டுகள்

தாமியா காமிஸ்

தாமியா காமிஸ் (Dhamia Khamis): ஐக்கிய அரபு எமைரேட்டுகளை (United Arab Emirates) சேர்ந்த பெண் எழுத்தாளர், கவிஞர்; அவரது படைப்புகள் அந்நாட்டில் தடை செய்யப்பட்டுள்ளன.

இங்கிருந்துபோக உத்தேசம்

இங்கிருந்து போக உத்தேசம்
என நான் கூறினேன்.
எங்கு?
எனது தாயின் அரவணைப்பில்
என் நெஞ்சை ஒரு நொடி புதைக்க என்றேன்
அது மேகம் கவிந்த வானமுமல்ல
வெறுமையுமல்ல
போதையேறிய கணங்களில்
சவப்பெட்டியாய் மாறிய
நெஞ்சம் அது
அதைத் தாயகம் என்றழைக்கிறோம் நாம்
பாலைவனத்திலுள்ளா மணல் மேடு நீ
அசைகிறாய் நீ
ஈரம் படிந்த மண்ணாகிறாய் நீ
பனியாகிறாய் நீ
பிறகு நீ திரும்புவாய்
ஒரு மணற் துகளாய்.

ஐக்கிய அரபு எமைரேட்டுகள்

நுஜூம் அல்-கனெம்

நுஜூம் அல்–கனெம் (Nujoom Al-Ghanem): 1962 இல் பிறந்த இந்தக் கவிஞர், திரைப்பட கலைஞரும்கூட. துபாயில் வாழ்ந்து வரும் இவர், அரபு வளைகுடாப் பகுதியின் முக்கிய பெண் எழுத்தாளர்களில் ஒருவர்.

உலகின் இதயம்

அந்தக் கடலை
எங்கள் தாய்மார்களின் பயங்களைச் சுமந்துள்ள கடலை
அது தலை நிமிர்ந்து
எங்கள் மண்ணின் கால்களை உண்ட பிறகுதான்
நாங்கள் அறிய வந்தோம்.
அது எங்கள் வீடுகளின் அருகில் பொங்கி ஓய்ந்தது
எங்கள் மீது
தார் போன்ற கறுத்த அலைகளை வீசி எறிந்து
எங்கள் மீன்களை எடுத்துச் சென்றது.
அவர்கள் போர் வரும் என்றனர்
ஆனால் இராணுவ வீரர்களுக்குப் பதில்
போர் தனது தளவாடங்களையே அனுப்பியது
எங்கள் மண்ணில் கால் எடுத்து வைக்காமலேயே
போர் எங்களைக் கொன்று போடக்கூடும்
என்று எங்களுக்குத் தெரியும்.
எண்ணெய் காணாமல் போய்விட வேண்டும் என்று
எங்கள் பாட்டிமார்கள் கடவுளிடம் பிரார்த்தனை செய்தனர்
உலகமோ அவர்களின் பிரார்த்தனைகளுக்குச்
செவிமடுக்கக்கூடாது என்று கடவுளை வேண்டி நின்றது.

இஸ்ரேல்

ஆப்பிரஹாம் ஸுட்ஸ்கேவெர்

ஆப்பிரஹாம் ஸுட்ஸ்கேவெர் (Abraham Sutzkever): 1913 இல் லிதுவேனியாவில் பிறந்த யூதர். நாஜிகளால் அந்த நாடு ஆக்கிரமிக்கப்பட்டபோது கைது செய்யப்பட்டு சிறைமுகாமில் அடைக்கப்பட்ட பல்லாயிரக்கணக்கான யூதர்களில் ஸுட்ஸ்கேவரும் அவரது குடும்பத்தினரும் அடங்குவர். அவரது தாயும் சகோதரியும் பால் மணம் மாறாப் பாலகனும் சிறை முகாமில் மடிந்தனர். கட்டடமொன்றின் தகரக் கூரையின் கீழ், குப்புறப்படுத்துக் கொள்ள மட்டுமே வசதியிருந்த குறுகலான இடத்தில் ஒரு மாத காலம் ஒளிந்திருந்த அவர், நிலா வெளிச்சத்தில் கவிதை எழுதினார். நாஜிகளிடமிருந்து தப்பிப்பதற்காக, ஒரு சவப் பெட்டிக்குள் புகுந்துகொண்ட அவர், ஒரு பிணத்தின் மீது படுத்துக்கொண்டே 'சவப்பெட்டியில் நான்' கவிதையை எழுதினார். யூதர்களின் விடுதலைப்படையில் சேர்ந்து லிதுவேனியா வனப்பகுதியில் ஒளிந்திருந்த அவரையும் அவரது மனைவியையும் சோவியத் செம்படை மீட்டு மாஸ்கோவுக்குக் கொண்டு சென்றது. 1947 முதல் இஸ்ரேலில் வாழ்ந்து வந்த அவர் 2010 இல் காலமானார்.

இதயத்தின் ஆழத்திலிருந்து

இதயத்திலிருந்து ஒரு குரல்
உரிமை -
இழிவுபடுத்தப்பட்ட சொல் -
அதில் நம்பிக்கை கொள்
சிங்கத்தின் தூரத்து வாரிசுதான் நீ
அடிமைத்தனத்தை
உதறி எறி
போராடு.
ஒரு மார்க்கம் உண்டு
அது நினைவுக் காடுகளிலிருந்து
எழுகிறது
இன்னமும் தொற்றக்கூடிய
புராதன நோயும் உண்டு

உனது கொடும் வேதனையை
உணர்ந்தறிய
உனது நரகங்களை இனம் கண்டு கொள்
நமது மூதாதையர் அடிமைத் தளைகளை
உதிர்த்தெறிகின்றனர்
நமது பிள்ளைகள்
எச்சரிக்கை மணியோசை கேட்டு விழித்தெழுகின்றனர்.
தவறுகள் வழியாக ஒரு பாதை
வரலாறு புறக்கணித்ததை
மீட்டெடு
பீதியை மரணம் மன்னிக்கும்
பணிதலை அல்ல ஒரு போதும்.

இஸ்ரேல்

ஆப்பிரஹாம் ஸுட்ஸ்கேவெர்

சவப்பெட்டியில் நான்

இந்தச் சவப்பெட்டியில் நான்
மர உடையில் இருப்பது போல்.
ஒரு படகு
வஞ்சகக் கடலலையில்
அலைக்கழிக்கப்படும்.
ஒரு தொட்டில்
ஒரு கப்பல்
அழிகின்ற உடல்களையெல்லாம்
அழியாமைக்கு இட்டுச் செல்லும்.
இங்கிருந்து
என் சகோதரியே
என்னை நான் அழைக்கின்றேன்
நீயிருக்கும் தொலைவில்கூட
என் குரல் உன் காதில் விழும்.
என் சவப் பெட்டிக்குள்
ஒரு சலனம்
ஒரு வருகை - இங்கே நீ.
உனது நட்சத்திரக் கண்கள்
ஓர் ஒளி, உனது மூச்சு
உனது கண்ணீர்
உன்னை அடையாளம் காட்டும்
இதுதான் நியதி
இதுதான் கதை
இங்கு இன்று நாளை இல்லை
ஆனாலும் இப்போது
என் சவப்பெட்டியில்
மர உடையில்
உயிர்த்தெழுகிறது என் பேச்சு
இசை பாடுகிறது என் மொழி.

பாலஸ்தினம்

மர்வான் மஹ்கூல்

மர்வான் மஹ்கூல் (Marwan Mahkoul): பாலஸ்தினத் தாய்க்கும் லெபனானைச் சேர்ந்த தந்தைக்கும் பிறந்தவர். பாலஸ்தினத்தின் மேல் கலீலி பகுதியிலுள்ள பொக்கொய்யா அவரின் சொந்த ஊர். தற்சமயம் மாலோட் தார்ஷிஹா என்ற ஊரில் வாழ்கிறார். சிவில் இஞ்சினியராகப் பணியாற்றி வரும் அவர் கவிஞர் மட்டுமல்ல, நாடகாசிரியருங்கூட.

பெய்ட் ஹானூன்[1]

ஹலோ
பெய்ட் ஹானூன்?
இன்றைய செய்தியில் சொன்னார்கள்
தளவாடங்களின்மீது ஏறி
அழகுற ரொட்டி தயாரிப்பவர் வந்தார் என்று -
அவரது ஒரு ரொட்டி, குறைந்தபட்சம்
இருபது குழந்தைகளுக்குப் போதுமானதாம்
அத்தனை வெதுவெதுப்பாக இருக்குமாம் - கையைச்
சுட்டே விடுமாம்
அத்தனை கனமானதாம்,
எதேச்சையாகத் தன் குறியிலக்கைச் சென்றடையும்
ஷெல் போல
என்றெல்லாம் கேள்விப்பட்டோம்.
அன்று குழந்தைகள் சீக்கிரமே எழுந்துவிட்டனராம்
செய்தியில் சொன்னார்கள்
பள்ளிக்கூடத்துக்குப் போக அல்ல
உள்ளூர் இளைஞர் மன்றத்துக்குச் செல்ல
ஊரின் விளையாட்டுத் திடலுக்கு எதிரே உள்ளதே
கோடைகாலத்தில் இரண்டு பெரும் படுகொலைகள் நடக்கவும்
ஒரு வகை நம்பிக்கை, வாழ முடியும் என்ற நம்பிக்கை வேர்
கொள்ளவும்
போதுமானதாக உள்ள
அந்தப் பெரிய மன்றத்துக்குத்தான் -

நான் கேள்விப்பட்டேன்
குழந்தைகள் அங்கு செல்கையில்
தங்கள் காயங்ளை அவ்வளவாகப் பொருட்படுத்தவில்லை
மூலைமுடுக்குகளில் எல்லாம் அவர்கள் இரத்தத்தை
ஊற்றினார்கள்
தெருக்கள் இரத்தச் சிகப்பாக மாறும் வரை
(இரத்தம் தெருக்களின், உணர்ச்சிகளின்
வண்ணத்தைப் பெறும் வரை)
இந்தக் காட்சிகளைத் திரையில் கண்ட போது
கனவுதானோ
நடக்கச் சாத்தியமற்றதை உண்மையாக உருமாற்றித்
தொலைக்காட்சிதான் கனவு காண்கிறதோ என்று
நினைத்தேன்.
நான் நினைக்கவேயில்லை, பெய்ட் ஹானூன்
உன்னை நான் ஒரு பொருட்டாகக் கருதுவேன் என்று
காரணம் என்னை மகிழ்விக்க அத்தனை விஷயங்கள்,
வேலைகள்
நண்பர்களுடன் விவாதம்,
மதுரசம் புட்டியிலேயே புளிக்குமா என்ற அலசல்
நான் நினைத்துக்கூடப் பார்க்கவில்லை பெய்ட ஹானூன்
உன்னை ஒரு பொருட்டாகக் கொள்வேன் என்று
கொஞ்சமாவது, சிறிதளவாவது -
ஹலோ? ஹலோ?
காதில் விழுகிறதா, பெய்ட ஹானூன்?
ஃபோன் வேலை செய்யவில்லையா?
தூங்கி விட்டாயோ -
இருக்கலாம், வெகு நேரம் ஆகிவிட்டதே
போகட்டும், இனி எதுவும் செய்வதற்கில்லை -
அரபு ஒற்றுமையென்ற பெரிய மரத்தை வீழ்த்தி
விழுந்த கிளைகளில் தஞ்சம் புகுந்துள்ள
எனது நண்பர்களுடன் இணைவதைக் காட்டிலும்
நான் வேறு என்ன செய்ய?
விடைபெறுகிறேன், பெய்ட் ஹானூன்
நான் செல்கிறேன்.

1 பெய்ட் ஹானூன் – காஸாவின் ஒரு பகுதி.

பாலஸ்தினம்

மஹ்மூத் தார்விஷ்

மஹ்மூத் தார்விஷ் (Mahmoud Darwish): பாலஸ்தினத்திலுள்ள பிர்வா எனும் கிராமத்தில் 1941 இல் பிறந்தவர் தார்விஷ். 1948 ஆம் ஆண்டு இஸ்ரேல் உருவாக்கப்பட்ட பிறகு அவரது கிராமம் தரைமட்டமாக்கப்பட்டது. அவரது குடும்பம் முதலில் லெபனான் நாட்டுக்குத் தப்பியோடியது. பிறகு ஆக்கிரமிக்கப்பட்ட பாலஸ்தினத்தில் உள்ள கலீலீ என்ற இடத்திற்குத் திரும்பி வந்தது. தார்விஷின் முதல் கவிதைத் தொகுப்பு அவரது பத்தொன்பதாம் வயதில் வெளிவந்தது. 1971 இல் கெய்ரோவுக்குச் சென்று அங்கு சில மாதங்கள் வாழ்ந்த அவர், 1972 இல் லெபனானின் தலைநகரம் பெய்ரூட்டிற்குச் சென்று பாலஸ்தின விடுதலைக் கழகத்தின் (PLO) ஆராய்ச்சி மையத்தின் இயக்குநராகப் பொறுப்பேற்றார். பின்னர் லெபனான் மீது இஸ்ரேல் படையெடுத்த காரணத்தால் அந்நாட்டை விட்டு வெளியேறினார். பல்வேறு நாடுகளுக்குப் பயணம் செய்து பாலஸ்தினத்தின் நல்லெண்ணத் தூதராக விளங்கிய தார்விஷ், 2008 இல் தமது 66 ஆம் வயதில் அமெரிக்காவின் டெக்ஸாஸ் மாகாணத்திலுள்ள மருத்துவமனையொன்றில், அறுவை சிகிச்சை பலனின்றிப் போனதால் மரணமடைந்தார். 20-21 ஆம் நூற்றாண்டு மாபெரும் உலகக் கவிஞர்களிலொருவரான தார்விஷின் கவிதைகளிற் பல அரபு உலகம் முழுவதிலும் மெட்டமைக்கப்பட்டுப் பாடல்களாகப் பாடப்படுகின்றன. இவற்றில், 'எனது தாய்', 'மற்றவர்களை நினை' ஆகியனவும் அடங்கும்.

அடையாள அட்டை

எழுது
நான் அராபியன்
எனது அடையாள அட்டை எண் 50000
எனக்கு எட்டுக் குழந்தைகள்
அடுத்த கோடையில் ஒன்பதாவது
இதில் உனக்கென்ன கோபம்?
எழுது
நான் அராபியன்

தோழர்களுடன் கல் உடைப்பவன்
எனக்கு எட்டுக் குழந்தைகள்
அவர்களுக்காக
ரொட்டித் துண்டை
ஆடைகளை
நோட்டுப் புத்தகத்தைப்
பாறையிலிருந்து பிய்த்தெடுப்பவன்
உனது கதவைத் தட்டி யாசித்து நிற்பவனல்ல
உனது வாசற்படிகளில் முழந்தாளிடுபவனும் அல்ல
இதில் உனக்கென்ன கோபம்?
எழுது
நான் அராபியன்
எனக்கொரு பெயருண்டு: பட்டம் இல்லை
கோபத்தில் சுழலும் இந்த மண்ணில்
பொறுமையைக் கடைப்பிடிப்பவன்
எனது வேர்கள் ஆழப் புதைந்துள்ளன
யுகங்களுக்கு அப்பால்
காலத்துக்கு அப்பால்
நாகரிகங்கள் உதிப்பதற்கும் முன்னதாக.
சைப்ரஸ் மரமும் ஒலிவ மரமும்
தோன்றுவதற்கு முன்னதாக
களைகள் பரவுவதற்கு முன்னதாக
எனது மூதாதையர் கலப்பையின்
மைந்தர்கள்
மேட்டுக்குடியினரல்லர்
எனது பாட்டனார் விவசாயி
பெருமை வாய்ந்த வம்சாவழியில்
பிறந்தவர் அல்லர்
நாணலும் குச்சிகளும் வேய்ந்த
காவல்காரனின் குடிசையே என் வீடு
தந்தை வழிச் செல்வத்தைச் சுவீகரிக்கும்
பெயரல்ல என்னுடையது.
எழுது
நான் அராபியன்
முடியின் நிறம்: கறுப்பு,
கண்கள்: மண் நிறம்,
எடுப்பான அம்சங்கள்:

கஃபியேவை[1] என் தலையில் இறுக்கிப் பிடிக்கும்
இந்த முரட்டுக் கயிறு.
முகவரி:
மறக்கப்பட்டுவிட்ட தொலைதூரக் கிராமம்
அதன் தெருக்களுக்குப் பெயர்கள் இல்லை
கிராமத்து ஆண்கள்
வயல்களில் வேலை செய்கிறார்கள்
கல் உடைக்கிறார்கள்.
இதில் உனக்கென்ன கோபம்?
எழுது
நான் அராபியன்
எனது குடும்பத்தின் பழத்தோட்டத்தை
நானும் என் பிள்ளைகளும் உழும் நிலத்தை
நீ திருடிக்கொண்டாய்
எங்கள் பேரக் குழந்தைகளுக்காக
நீ விட்டுவைத்ததோ வெறும் பாறைகளே
நீ சொல்வதுபோல்
அவற்றையும் கூட
உனது அரசாங்கம் எடுத்துக்கொள்ளுமோ?
எனவே
எழுது
முதல் பக்கத்தில், முதலில்:
நான் யாரையும் வெறுப்பவன் அல்ல
யாருடைய நிலத்தின் மீதும் அத்துமீறி நடப்பவன் அல்ல.
ஆனால் நான் பசியால் துடிக்கும்போது
எனது மண்ணை அபகரித்தவர்களின் சதையை
விழுங்குபவன் நான்
அச்சம் கொள்
எனது பசியைக் கண்டு.
அச்சம் கொள்
எனது சினத்தைக் கண்டு

1 கஃபியே – அரேபியர் அணியும் தலைப்பாகை.

பாலஸ்தினம்

மஹ்மூத் தார்விஷ்

கடைசி வானத்திற்குப் பின்...

இந்த மண் எங்களைச் சுரண்டி எடுக்கிறது,
கடைசிக் குறுகலான பாதையில் எங்களை நெருக்குகிறது.
பாதையில் முன்னேறிச் செல்ல எங்களை நாங்களே
கூறு போட வேண்டியுள்ளது,
இந்த மண் எங்களைப் பிழிந்தெடுக்கிறது.
நாங்கள் இந்த மண்ணின்
தானியமாகவேனும் இருந்திருந்தால்
மாண்டு மீண்டும் உயிர்த்திருப்போம்.
இந்த மண் நமது தாயாக இருந்திருந்தால்
நமது தாய் நமக்குக் கருணை காட்டியிருப்பாள்.
நமது கனவுகள் சுமக்கும் கற்சிலைகளாக
நாம் இருந்திருந்தால்,
கண்ணாடிகளாக இருந்திருந்தால் -
நம்மில் கடைசி நபரின் ஆன்மாவையும் காத்து
அதனால் மடியப் போகிறவர்களின் முகங்களை
நாம் பார்த்திருக்கிறோம்.
எங்களுக்குள்ள இந்தக் கடைசி வெளியின்
சாளரங்களிலிருந்து
எங்கள் குழந்தைகளைத்
தூக்கியெறியக் கூடியவர்களின் முகங்களை
நாம் பார்த்திருக்கிறோம்.
நமது நட்சத்திரத்தால் ஒன்று சேர்க்கப்படும்
கண்ணாடிகளாக இருந்திருந்தால்
நாம் எங்கு செல்வது
கடைசி எல்லையைக் கடந்து?
பறவைகள் எங்கு செல்லும்
கடைசி வானத்திற்குப் பின்?
பரந்த கடைசிக் காற்றுவெளிக்கு அப்பால்
செடிகொடிகள் எங்கு வேர் கொள்ளும்?
செந்நிற ஆவியில் நாம்

நமது பெயர்களை எழுதுவோம்
நமது பாடலின் கரத்தை வெட்டி எறிவோம் -
நமது உடல் அப்பாடலை எழுதி முடிப்பதற்கு.
இங்கு நாம் மடிவோம்,
இந்தக் குறுகலான பாதையில்.
அல்லது நமது இரத்தம் இங்கு நட்டு வைக்கும்
தனது ஒலிவ மரங்களை.

பாலஸ்தினம்

மஹ்மூத் தார்விஷ்

பலியானவன் எண் 48

கல்லின் மீது அவன் இறந்து கிடந்தான்
அவனது மார்பில் நிலாவும் லாந்தர் விளக்கும்
இருந்ததைப் பார்த்தனர்.
அவனது சட்டைப் பையில் சில காசுகள்
தீப்பெட்டி, பயண அனுமதிச் சீட்டு
கைகளில் பச்சை குத்தியிருந்தான்.
அவனது தாய் அவனை முத்தமிட்டாள்
ஓராண்டுக் காலம் அழுதாள்
முள்செடி அவனது கண்களில் சிக்கியிருந்தது
இருட்டு
அவனது தம்பி வளர்ந்து பெரியவனானான்
வேலை தேடி நகரத்துக்குச் சென்றான்
சிறையிலடைக்கப்பட்டான்
ஏனெனில் அவனிடம் பயண அனுமதிச் சீட்டு இல்லை;
அவன் குப்பைத் தொட்டியையும் பெட்டிகளையும்
சுமந்து கொண்டு தெரு வழியே சென்று கொண்டிருந்தான்.
என் நாட்டின் குழந்தைகளே
நிலா செத்துப் போனது இப்படித்தான்.

பாலஸ்தீனம்

மஹ்மூத் தார்விஷ்

மண்ணின் கவிதை

சிதைந்துபோன கிராமமொன்றில்
மந்தமானதொரு மாலைப்பொழுது
கண்களில் அரைத் தூக்கம்
முப்பத்தைந்தாண்டுகளை நினைவு கூர்கின்றேன்
எனது தானியக் கதிரை எதிர்காலம் காக்கும்
எனச் சூளுரைக்கின்றேன்
பாடகன் மெல்லப் பாடுகிறான்
நெருப்பையும் சில அந்நியர்களையும் பற்றி.
இந்த மாலைப் பொழுது மற்றொரு மாலைப் பொழுதுதான்
பாடகன் மெல்லப் பாடுகிறான்
அவர்கள் கேட்கின்றனர்
எதற்காக நீ பாடுகிறாய்?
அவன் சொல்கிறான்
நான் பாடுவதால் நான் பாடுகிறேன்

●●●

அவர்கள் அவனது மார்பிற்குள் துழாவிப் பார்த்தனர்
ஆனால் அவர்களால் அவனது இதயத்தை மட்டுமே
காண முடிந்தது
அவர்கள் அவனது இதயத்திற்குள் துழாவிப் பார்த்தனர்
ஆனால் அவர்களால் அவனது மக்களை மட்டுமே
காண முடிந்தது
அவர்கள் அவனது மக்களுக்குள் துழாவிப் பார்த்தனர்
ஆனால் அவர்களால் அவனது துயரத்தை மட்டுமே
காண முடிந்தது
அவர்கள் அவனது துயரத்திற்குள் துழாவிப் பார்த்தனர்
ஆனால் அவர்களால் அவனது சிறைச்சாலையை மட்டுமே
காண முடிந்தது
அவர்கள் அவனது சிறைசாலைக்குள் துழாவிப் பார்த்தனர்
ஆனால் அவர்கள் தாங்களே
விலங்கிடப்பட்டிருப்பதைக் கண்டனர்.

பாலஸ்தினம்

மஹ்மூத் தார்விஷ்

என்றென்றும் கள்ளிச் செடிகள்

என்னை எங்கே அழைத்துச் செல்கிறீர்கள், தந்தையே
காற்றின் திசையில், மகனே.
ஆக்ரெவிலுள்ள[1] பழைய சுவர் மீது விழும் நிழல்களைப்
பார்ப்பதற்காக.

போனபார்ட்டின் படைவீரர்கள்[2] ஒரு மலையைக் கட்டிய
சமவெளியிலிருந்து புறப்பட்டுக் கொண்டு
தந்தை மகனிடம் கூறினார்:
அச்சம் கொள்ளாதே
துப்பாக்கிக் குண்டுகளின் சலசலப்பொலி கண்டு
அச்சம் கொள்ளாதே
உயிர் தப்பிக்கத் தரையைக் கெட்டியாகப் பிடித்துக் கொள்
நாம் தப்பித்து வடக்கிலுள்ள மலையில் ஏறிச் சென்றுவிடலாம்
வெகுதூரத்திலுள்ள தங்கள் குடும்பங்களுக்கு
இந்தப் படைவீரர்கள் சென்ற பிறகு
நாம் திரும்பி வந்து விடலாம்.

நாம் புறப்பட்டுச் சென்ற பின்
நமது வீட்டில் யார் வசிப்பர், தந்தையே?
அது எப்படி இருந்ததோ
அப்படியே இருக்கும், மகனே.

தமது உடலின் உறுப்பொன்றைப் போன்ற
சாவியை அவர் தொட்டுப் பார்க்கையில்
அவரது இறுக்கம் தளர்கிறது
முள்வேலியொன்றைக் கடக்கையில்
கூறினார்:
இதை நினைவு கொள், மகனே
கள்ளிச் செடி முள்கள் மீது
உனது தந்தையை
இரண்டு இரவுகள்

ஆங்கிலேயர் சிலுவையைலறைந்தபோது[3]
அவர் பாவ மன்னிப்புக் கேட்கவில்லை
துப்பாக்கிகளை சுவீகரிப்போருக்கு
இரும்பின் மீது இரத்தத்தால் எழுதப்பட்ட
காவியத்தை வாசித்துக் காட்டு.

குதிரையை ஏன் தனியாக விட்டுவிட்டு வந்தீர்கள்?
- வீட்டுக்குத் துணையாக இருக்கட்டுமே என்றுதான், மகனே
வீடுகளில் குடியிருப்பவர்கள் வெளியேறிய பிறகு
அவை இறந்து விடுகின்றன

வெகுதூரத்திலிருந்து நித்தியம்
இரவின் வாகனத்துக்குத்
தனது கதவைத் திறக்கிறது
பீதியடைந்த நிலாவைப் பார்த்து
காட்டு ஓநாய்கள் ஊளையிடுகின்றன
தந்தை மகனிடம் சொல்கிறார்:
நெஞ்சுரத்துடன் இரு
கடைசி ஓக் மர மலையில்
என்னுடன் சேர்ந்து ஏறு
மகனே, இதனை நினைவு கொள்:
போரின் கோவேறு கழுதையிலிருந்து
யெனிஸெரி[4] விழுந்தது இங்குதான்
எனவே என்னோடு எழுந்து நில்
நாம் திரும்பிச் செல்வதற்காக.

எப்போது தந்தையே?
நாளை அல்லது ஒருவேளை
இரண்டு நாள் கழித்து, மகனே.

அது, நீண்ட பனிக்கால இரவுகளில்
அவற்றுக்குப் பின்புறம்
காற்றை மென்று கொண்டிருந்த
ஒரு யதேச்சையான நாளை

யோஸுவாவின்[5] சேனை சிறுவனின் எலும்புகளைக்
கொண்டும்
தந்தையின் எலும்புகளைக் கொண்டும்
தன் கோட்டையைக் கட்டிக் கொண்டிருந்தது.
கானான் தேசத்திற்குப் போகும் பாதையில்

மூச்சிறைத்தவாறு நடந்து செல்கையில் அவர்கள் கூறினர்:
“இங்குதான் ஒரு நாள் நமது தீர்க்கதரிசி யோஸுவா கடந்து சென்றார்
இங்குதான் அவர் தண்ணீரை திராட்சை ரசமாக மாற்றினார்.
அன்பைப் பற்றி நீண்ட நேரம் பேசினார்”.
போர் வீரர்கள் சென்ற பிறகு
நாளைய தினத்தை நினைவு கொள்
ஏப்ரல் மாதப் புதர்களால் கடித்துக் குதறப்பட்ட
சிலுவைப் போராளிகளின்[6] கோட்டையை நினைவு கொள்.

1 ஆக்ரே (Acre): பாலஸ்தின மாவட்டமொன்றின் பெயர். இந்த மாவட்டத்திலுள்ள அல்–பிர்வா என்னும் கிராமத்தில்தான் மஹ்மூத் தார்விஷ் பிறந்தார். 1948 இல் அந்த மாவட்டத்தை ஆக்கிரமிப்புச் செய்த ஜியோனிஸ்டுகள், அதற்கு கலிலீ மாவட்டம் என்ற புதிய பெயர் சூட்டினர்.

2 போனப்பார்ட்டின் படைவீரர்கள்: 1799 ஆம் ஆண்டில் நெப்போலியன் போனபார்ட்டின் பிரெஞ்சுப் படைகள், எகிப்து மீதும் பாலஸ்தினத்தின் மீதும் படையெடுத்து அவற்றை ஆக்கிரமித்துக் கொண்டன.

3 யெனிஸெரி (Janissary): ஓட்டோமான் பேரரசு சுல்தானின் மெய்க்காப்பாளர் படை.

4 துருக்கியை மையமாகக் கொண்டிருந்த ஓட்டோமான் பேரரசு முதலாம் உலகப் போரில் தோல்வியடைந்ததும் அதன் பகுதியாக இருந்த பாலஸ்தீனம் ஆங்கிலேயரின் ஆளுகையின் கீழ் வந்தது.

5 யோஸுவா (Joshua): விவிலியத்தில் (பழைய ஆகமத்தில்) இடம் பெறும் யூத தீர்க்கதரிசிகளிலொருவர். கானான் (Qana) தேசம் என்று விவிலியத்தில் கூறப்படும் பாலஸ்தினமும் கர்த்தரால் யூதர்களுக்கு ‘வாக்களிக்கப்பட்ட பூமி’யில் (Promised Land) அடங்குமாதலால், தமது சேனையைக் கொண்டு கானான் தேசத்தைக் கைப்பற்றி, அந்த தேசத்தின் நகரங்களை அழித்தும் அங்கிருந்த மக்கள் அனைவரையும் கொன்றும்,அந்த தேசத்தை பன்னிரண்டு இஸ்ரேலியப் பழங்குடிகளுக்கான ‘வாக்களிக்கப்பட்ட பூமி’யின் ஒரு பகுதியாக்கினார் என்று பழைய ஆகமத்தில் உள்ள ‘யோஸுவா ஆகமம்’ கூறுகிறது.

6 சிலுவைப் போராளிகள்(Crusaders): மத்திய கால ஐரோப்பிய நிலப்பிரபுத்துவச் சக்திகள், கிறிஸ்தவர்களின் புனிதத் தலமாகக் கருத்தப்படும் ஜெரூஸலேமை (பாலஸ்தின நகரம்) முஸ்லிம்கள்களிடமிருந்து மீட்டெடுத்தல் என்னும் பெயரால் புதிய நிலப் பகுதிகளைக் கைப்பற்ற நடத்திய போர்கள். இந்தப் போரில் பங்கேற்றவர்க்ள் ‘சிலுவைப் போராளிகள்’ (Crusaders) என அழைக்கப்பட்டனர்.

பாலஸ்தீனம்

மஹ்மூத் தார்விஷ்

காஸாவிற்கான மௌனம்

(மஹ்மூத் தார்விஷ் அரபு மொழியில் எழுதிய 'திரும்பி வந்தவனின் திகைப்பு' (The Returnee's Perplexity) என்னும் ஆக்கத்திலுள்ள வசன கவிதை போன்ற இந்தப் பகுதி, இராக்கிய எழுத்தாளர் ஸினான் அன்டூனால் (Sinan Antoon) ஆங்கில மொழியாக்கம் செய்யப்பட்டுள்ளது.)

காஸா தனது பகைவர்களுக்கு அருகாமையிலும் உறவினர்களிடமிருந்து வெகுதொலைவிலும் உள்ளது. அதற்குக் காரணம், காஸா வெடிக்கும் போதெல்லாம் அது தீவாவதும் அது வெடிப்பது ஒருபோதும் நின்றுவிடாததும்தான். பகைவனின் முகத்தைப் பிறாண்டி, அவனது கனவுகளைக் கலைத்து, காலத்துடன் அவன் செய்துகொண்ட சமரசத்தைக் காலத்தால் நிறுத்தியது.

ஏனெனில் காஸா வேறானது. ஏனெனில் காஸாவில் காலம் நடுநிலையான ஒன்று அல்ல.

மக்களை அமைதியாக சிந்திக்கக் கட்டாயப்படுத்துவதல்ல, மாறாக கொந்தளிப்பை, நிஜத்துடன் அவர்கள் முட்டி மோதுவதைக் கட்டாயப்படுத்துவது.

காஸாவின் காலம் குழந்தைகளின் கை பிடித்து, குழந்தைப் பருவத்திலிருந்து முதுமைக்குக் கூட்டிச்செல்லும் காலம் அல்ல. மாறாக, பகைவனை முதன்முதலில் எதிர்கொள்ளும் போது அந்தக் குழந்தைகளை வயதுவந்தவர்களாக்கிவிடும் காலமாகும்.

காஸாவின் காலம் பொழுதுபோக்குவதற்கானதல்ல - எரியும் நடுப்பகல் மீது சீறியெழுவதற்கானது. ஏனெனில் காஸாவின் மதிப்பீடுகள் வேறானவை, வேறானவை, வேறானவையே.

ஆக்கிரமிப்பாளருக்கு எதிராக ஆக்கிரமிக்கப்பட்டவர்கள் எந்தளவுக்கு எதிர்ப்பைக் காட்டுகின்றனர் என்பதில்தான் அவர்களுக்கான ஒரே மதிப்பீடு அடங்கியுள்ளது. அங்குள்ள ஒரே போட்டி இதுதான். இந்தக் குரூரமான, ஆனால் மாண்புள்ள மதிப்பீடு காஸாவுக்கு நன்கு தெரிந்த, அதற்குப் பழக்கமான ஒன்று. இதை அது புத்தகங்களிலிருந்தோ, அவசரம் அவசரமாகக் கூட்டப்பட்ட பள்ளிக்கூடக் கருத்தரங்குகளிலிருந்தோ, உரத்த பிரசாரத்துக்கான மைக்குகளிலிருந்தோ, பாடல்களிலிருந்தோ கற்றுக் கொள்ளவில்லை. இதை அது அனுபவத்திலிருந்து மட்டுமே, விளம்பரத்துக்கோ காட்சிப் பெருமைக்கோ செய்யப்படாத உழைப்பின் மூலமே கற்றுக்கொண்டது.

காஸாவுக்குத் தொண்டை இல்லை. அதன் சருமத்தின் துளைகள்தான் பேசுகின்றன - வியர்வை, இரத்தம் ஆகியவற்றின் மொழியில். இதனால்தான் பகைவன் அதை வெறுக்கிறான், சாகடிக்க வேண்டும் என்றிருக்கிறான், அதற்கெதிராகக் குற்றம் புரியும் அளவுக்கு அதைக் கண்டு அச்சப்படுகிறான். அதைக் கடலில், பாலைவனத்தில், இரத்தத்தில் மூழ்கடித்துவிட முயற்சி செய்கிறான். இதனால்தான் அதன் உறவினர்களும் நண்பர்களும் காஸாவைக் காதலிக்கின்றனர், செல்லமாக, அசூயையுடன், ஏன் சிலவேளை பயத்துடனும்கூட. ஏனெனில் காஸாதான் எல்லோருக்குமான பாடம், மூர்க்கத்தனமாகக் கற்பிக்கப்படும் பாடம், நண்பர்களுக்கும் பகைவர்களுக்கும் ஒருங்கே ஒளிரும் ஆதர்சம்.

காஸா, நகரங்களில் மிக அழகான நகரமல்ல.

அதன் கடற்கரை, அராபிய நகரங்களின் கடற்கரைகளைக் காட்டிலும் கூடுதலான நீல நிறமுடையதல்ல.

மத்தியதரைக் கடற்கரைகளில் விளையும் ஆரஞ்சுப் பழங்களின் வரிசையில் இதன் பழங்கள் ஒன்றும் அத்தனை வடிவானவை அல்ல.

காஸா, நகரங்களில் மிக வளமான நகரமல்ல.

அது, நகரங்களில் மிக நேர்த்தியானதோ, மிகப்பெரியதோ அல்ல; ஆனால் தாய்நாடு முழுவதற்குமேயான வரலாறுக்குச் சமமானது. ஏனெனில் பகைவனின் கண்ணுக்கு அது மற்ற நகரங்களைக் காட்டிலும் விகாரமானது, ஏழ்மையானது, துயரமிக்கது, தீயது. ஏனெனில் நம்

அனைவரைக் காட்டிலும் பகைவனின் மனநிலையை, அவனது சொகுசைப் பாதிக்கவல்லது அது மட்டுமே. ஏனெனில் அவனைப் பொறுத்தவரை அது அவனைத் துரத்தும் தீய கனவு. ஏனெனில் அது... கண்ணிவெடி, ஆரஞ்சுகள், குழந்தைப்பருவமற்ற குழந்தைகள், வயோதிகமற்ற வயதானவர்கள், வேட்கையற்ற பெண்கள். இதனால்தான் எல்லா நகரங்களைக் காட்டிலும் அது மிக அழகானது, தூய்மையானது, வளமானது, எல்லா நகரங்களைக் காட்டிலும் காதலிக்கத்தக்கது.

நாம் காஸாவின் கவிதைகளைத் தேடிச் செல்வோமேயானால் அதற்கு அநீதி செய்தவராகிறோம், எனவே நாம் காஸாவின் அழகைச் சிதைக்காமல் இருப்போம். கவிதைகளைக் கொண்டு நாம் பகைவனை வெற்றிகொள்ள முயற்சி செய்து, நம்மை நாமே நம்பி, பாடுவதற்கு நம்மைப் பகைவன் அனுமதித்தைக் கண்டு மகிழ்ச்சியில் திளைத்திருந்த நேரத்தில் அது கவிதைகளற்றதாய் இருப்பதுதான் அதற்கு அழகைத் தருகிறது. பிறகு நமது உதடுகளிலிருந்து கவிதைகள் வடிந்து வறண்டபோது, நகரங்களை, கோட்டைகளை, தெருக்களைப் பகைவன் கட்டி முடித்திருந்ததைக் கண்டோம். காஸாவை தொன்மமாக மாற்றினால், நாம் அதற்கு அநீதி செய்பவராவோம். ஏனெனில், அது பகைவனை எதிர்த்து நிற்கின்ற சிறிய ஏழ்மையான நகரமே தவிர வேறல்ல என்பதைக் கண்டறியும்போது நாம் அதை வெறுப்போம்.

இதைத் தொன்மமாக்கியது எது என்று நாம் வியந்து நிற்கையில் அதற்கு அநீதி செய்பவராகிறோம். நமக்கு மானம், மரியாதை இருக்குமேயானால், நமது நிலைக்கண்ணாடிகள் அனைத்தையும் உடைத்துப் போட்டு நமக்கு எதிராக நாமே கிளர்ந்தெழ மறுப்போமேயானால் நாம் அழவோ, அதை சபிக்கவோ செய்வோம். காஸாவை நாம் போற்றிப் புகழ்ந்தாலும் அது அநீதிதான். ஏனெனில் அதை மோகித்து அதில் மயங்கினால் நாம் காத்திருப்பின் எல்லைக்குச் சென்றுவிடுவோம். காஸாவோ நம்மைத் தேடி வராது. காஸா நம்மை விடுவிக்காது. காஸாவிடம் குதிரைகளோ, ஆகாய விமானங்களோ, மந்திரக்கோல்களோ, தலைநகர அலுவலகங்களோ இல்லை. காஸா, நாம் அதற்கு ஏற்றிச்சொல்லும் பண்புகளிலிருந்து தன்னைத்தானே விடுதலை செய்துகொள்ளும்; அதேவேளை நமது மொழியை அதனுடைய காஸாக்களிடமிருந்து விடுதலை செய்யும்.

181

நாம் அதை - ஒரு கனவில் - சந்திக்கும்போது, அது நம்மை அடையாளம் கண்டுகொள்ளாது. ஏனெனில் காஸா நெருப்பிலிருந்து பிறந்தது; நாமோ காத்திருப்பிலிருந்தும், இழந்த வீடுகளுக்கான புலம்பல்களிலிருந்தும் பிறந்தவர்கள்.

காஸாவுக்குரிய தனிச்சிறப்பான சூழ்நிலைமைகளும், அதற்கேவுரிய புரட்சிகர மரபுகளும் உள்ளன என்பது உண்மைதான். ஆனால் அதன் இரகசியம் புதிரல்ல. அதன் எதிர்ப்பு வலுவான இணைப்புகளால் ஆனது, மக்களாதரவு பெற்றது, தனக்கு என்ன வேண்டும் என்று அதற்குத் தெரியும் (தனது ஆடைகளிலிருந்து பகைவனை தூக்கி எறியவே அது விரும்புகிறது.) எதிர்ப்புக்கும் மக்களுக்கும் உள்ள உறவு எலும்புகளுக்கும் சதைக்குமான உறவு, ஆசிரியருக்கும் மாணவர்களுக்குமான உறவல்ல. காஸாவில் வெளிப்படும் எதிர்ப்பு தொழிலாகவோ, நிறுவனமாகவோ மாறவில்லை.

காஸா யாருடைய வழிகாட்டுதலையும் ஏற்கவில்லை, யாருடைய கையெழுத்தையும் அதிகார முத்திரையையும் நம்பி தனது விதியை ஒப்படைக்கவில்லை.

அதன் பெயர், படம், பேச்சுத்திறன் ஆகியன பிறருக்குத் தெரியுமா தெரியாதா என்பதைப் பற்றி அது அவ்வளவாகக் கவலைப்படுவதில்லை. தான் ஊடகங்களுக்கான உள்ளீடாக இருக்கக்கூடும் என்பதை நம்பவுமில்லை. காமிராக்களுக்காகத் தன்னைத் தயார்படுத்திக் கொள்ளவுமில்லை, தனக்கு நிரந்தரமாக சிரித்த முகத்தை அளிக்கவல்ல அரிதாரத்தையும் அணியவில்லை.

அவற்றை அது விரும்பவில்லை, நாமும்தான்.

இதனால்தான் காஸா வணிகர்களுக்கு உகந்ததல்ல. வணிகத்துக்கானதுமல்ல. அதனாலேயே அராபியர்களுக்கு அது ஈடிணையற்ற அறப் பொக்கிஷம்.

காஸாவின் அழகே இதுதான் - நமது குரல்கள் அதனை எட்டுவதில்லை. அதை எதுவும் திசைதிருப்புவதில்லை. பகைவனின் முகத்திலிருந்து அதனுடைய முஷ்டியை எதுவும் அகற்றி விடுவதில்லை. அது முடியாத காரியம் - நாம் நிலவின் கிழக்கிலோ அல்லது புதன் கிரகத்தின் மேற்கிலோ (அப்பகுதி கண்டுபிடிக்கப்பட்ட பிறகு) இனி நிறுவக்கூடிய பாலஸ்தின அரசின் அனைத்து வடிவங்களால்கூட அது முடியாத

காரியம். வேண்டாம் என்று விலக்கி வைக்கப்படுதலின் பெயரில் காஸாவுக்கு அபார விசுவாசம் - பசியும் விலக்கி வைக்கப்படுதலும், தாகமும் விலக்கி வைக்கப்படுதலும், இடப்பெயர்வும் விலக்கி வைக்கப்படுதலும், சித்திரவதையும் விலக்கிவைக்கப்படுதலும், முற்றுகையும் விலக்கி வைக்கப்படுதலும், மரணமும் விலக்கிவைக்கப்படுதலும்.

பகைவர்கள் காஸாவை வெற்றிகொள்ளலாம் (பொங்கு கடல் ஒரு தீவை வெல்லக்கூடும்... அதன் மரங்களை அவர்கள் வெட்டி வீழ்த்தக்கூடும்).

அவர்கள் அதன் எலும்புகளை நொறுக்கக்கூடும்.

அதன் குழந்தைகள், பெண்கள் ஆகியோரின் உடல்களுக்குள் அவர்கள் டாங்கிகளை பொருத்தக்கூடும். அதைக் கடலில், மண்ணில், இரத்தத்தில் தூக்கி எறியக்கூடும்.

ஆனால் அது பொய்களைச் திரும்பத்திரும்பச் சொல்லிப் படையெடுத்து வருவோருக்கு இசைவு தராது.

அது தொடர்ந்து வெடித்துக் கொண்டேயிருக்கும்.

அது மரணமுமல்ல, தற்கொலையுமல்ல. தனக்கு வாழத் தகுதியுண்டு என்பதற்கான அறிவிப்பு. அது தொடர்ந்து வெடித்துக் கொண்டேயிருக்கும்.

அது மரணமுமல்ல, தற்கொலையுமல்ல. தனக்கு வாழத் தகுதியுண்டு என்பதற்கான அறிவிப்பு.

பாலஸ்தினம்
மஹ்மூத் தார்விஷ்

மனிதனைப் பற்றி

அவனது வாயைச் சங்கிலியால் கட்டிவைத்தார்கள்,
இறந்தவர்களின் பாறையில்
அவனது கைகளைப் பிணைத்து வைத்தார்கள்
அவர்கள் கூறினர்: நீ கொலைகாரன்.
அவனது உணவை, அவனது உடைகளை,
அவனது கொடிகளை எடுத்துக் கொண்டு
இறந்தவர்களின் கிணற்றில் அவனைத் தூக்கியெறிந்தனர்
அவர்கள் கூறினர்: நீ திருடன்.
ஒவ்வொரு துறைமுகத்திலிருந்தும்
அவனைத் தூக்கியெறிந்தனர்
அவனது இளம் காதலியைத் தூக்கிச் சென்றனர்.
பின்னர் அவர்கள் கூறினர்: நீ அகதி.
உனது கண்களிலும் கைகளிலும்
இரத்தம் தோய்ந்துள்ளது
இரவு கடந்து சென்று கொண்டிருக்கிறது
சிறைச்சாலை செல் நீண்டநாள் இருக்காது
பிணைக்கும் சங்கிலிகள் நீண்டநாள் இரா
நீரோ இறந்தான், ஆனால் ரோம் இறக்கவில்லை
தனது கண்களைக் கொண்டு அவன் போராடுவான்
உலர்ந்துபோன ஒரு தானிய விதை
சோளப் பயிர்களால் பள்ளத்தாக்கை நிரப்பும்.

பாலஸ்தினம்
மஹ்மூத் தார்விஷ்

இரண்டாம் ஒலிவமரம்

ஒலிவமரம் அழுவதுமில்லை, சிரிப்பதுமில்லை
மலைச் சாரலின் பதவிசான பெண் அவள்
அவளது ஒற்றைக் கால் நிழலில்
புயலுக்குமுன் அவள் தன் இலைகளைக்
கழற்றி எறியமாட்டாள்
நிற்கையில் அமர்ந்தவளாக, அமர்ந்திருக்கையில் நிற்பவளாக
நித்தியத்தின் சகோதரியாக வாழ்கிறாள்
காலத்தின் அண்டைவீட்டுப் பெண்ணாக -
காலம் -
ஒளிரும் எண்ணெயை அவள்
பதுக்கிப் பாதுகாத்து வைக்க உதவியுள்ளது
வந்தேறிய எதிரிகளின் பெயர்களை அவள் மறக்கவும்தான்

ரோமானியர்களைத் தவிர -
அவர்கள் அவளுடன் வாழ்ந்தவர்கள்
அவளது கிளைகள் சிலவற்றை
இலைக் கிரீடங்களைச் செய்யக்
கடனாக வாங்கிச் சென்றவர்கள்
அவளைப் போர் கைதியாக அவர்கள் நடத்தவில்லை
மாறாக மரியாதைமிக்க மூதாட்டியாக.
அமைதியான அவளின் மாண்பின் முன்
உடைவாள்கள் நொறுங்கின
அவளின் அடக்கமான வெள்ளியோடிய பச்சைக்கு முன்
வண்ணம் பேசத் தயங்குகிறது -
வரைபடத்துக்குப் பின்னால் உள்ளதைக் காணவும்தான்

காரணம் ஒலிவ மரம் பச்சையும் அல்ல வெள்ளியுமல்ல
ஒலிவ மரம் அமைதியின் நிறம் - அமைதிக்கு வண்ணம்
தேவையானால்
ஒலிவ மரத்தைப் பார்த்து யாரும்

"நீ எவ்வளவு அழகாய் இருக்கிறாய்" என்று சொல்வதில்லை.
ஆனால் - எத்தனை அற்புதம், எத்தகைய மாண்பு

அவளோ -
இராணுவ வீரர்கள் தமது துப்பாக்கிகளை எப்படிக் கீழே
போட வேண்டும் என்பதை
அவர்களுக்கு சொல்லிக் கொடுப்பவள்
மென்மை, தன்னடக்கம் ஆகியவற்றை அவர்களுக்குப்
பயிற்றுவிப்பவள் -
வீடு திரும்புங்கள். உங்கள் வீட்டு விளக்குகளில்
என் எண்ணெயை ஊற்றி ஏற்றுங்கள் என்பவள்

ஆனால் இந்த இராணுவ வீரர்கள், நவீன வீரர்கள்
இராட்சத யந்திரங்களைக் கொண்டு
அவளை முற்றுகையிடுகின்றனர்
அவளது மண்ணிலிருந்து
அவளைப் பிடுங்கி எறிகின்றனர்
எங்கள் பாட்டியை அவர்கள் தோற்கடித்தனர்
அவள் தடுமாறினாள் -
அவளது கிளைகள் மண்ணில்
வேர்கள் வானில்
அவள் அழவில்லை
ஆனால்
அவளின் கொலைக்கு சாட்சியாய் நின்ற
பேரன்களில் ஒருவன்
ஒரு இராணுவ வீரனைப் பார்த்துக்
கல்லெறிந்தான்
அவனும் தியாகியானான்

வெற்றி பெற்ற இராணுவத்தினர் போன பிறகு
அந்த ஆழ்குழியில் -
பாட்டியின் தொட்டிலில் -
அவனைப் புதைத்தோம்
அதனால்தான் எங்களுக்குத் தெரியும்
கொஞ்ச காலத்துக்குப் பிறகு
அவன் ஒலிவ மரமாவான் என்று.
முள்கள் நிறைந்த மரமாய், பச்சையாய்

பாலஸ்தினம்
மஹ்மூத் தார்விஷ்

நான் வேடனாக இருந்தால்

நான் வேடனாக இருந்தால்
மானுக்கு ஒரு வாய்ப்புக் கொடுப்பேன்
ஒன்றென்ன, மேலும் ஒன்று
மூன்று, ஏன் பத்து வாய்ப்புகள்கூட
கொஞ்சம் கண்ணுறங்க.
வேட்டையில் எனக்கான பங்கு
உறங்கும் அவளின் தலையின்
பின்னுள்ள மன அமைதி

தோற்கடிக்கவல்ல அதிகாரம் எனக்குண்டு
ஆனால் அதை நான் கைவிடுகிறேன்
அவள் பருக வரும்
நீரைப் போல
நான் தூய்மையானவனாகி விடுகிறேன்.

நான் வேடனாக இருந்தால்
மானுக்குத் தோழனாவேன்
என்று அறிவிப்பேன் -
பாவிப் பெண்ணே, துப்பாக்கியைக் கண்டு பயப்படாதே
அது ஒரு விஷயமே அல்ல -
தீங்கிலிருந்து பத்திரமாகத் தப்பியவர்களாய்
ஏதோவொரு பண்ணைக் காட்டில் ஒலிக்கும்
ஓநாயின் ஓலத்தை
நாங்கள் கேட்டிருப்போம்.

பாலஸ்தினம்
மஹ்மூத் தார்விஷ்

மற்றவர்களை நினை

உனது காலை உணவைத் தயாரிக்கும்போது,
மற்றவர்களை நினை.
புறாக்களுக்குத் தீனி போட மறவாதே.

உனது போர்களில் சண்டையிடும்போது,
மற்றவர்களை நினை.
நம்பிக்கை இழந்த நிலையில் சமாதானத்தை
வேண்டுபவர்களை மறவாதே.

உனக்கான தண்ணீர்க் கட்டணத்தைச் செலுத்தும்போது,
மேகங்களின் மழையைக் குடிப்பவர்களை நினை.

வீட்டுக்குத் திரும்பிவரும்போது, மற்றவர்களை நினை.
கூடாரங்களில் இருப்போரை
ஒருபோதும் மறவாதே.

தூங்கும்போதும்
கோளங்களை எண்ணும் போதும்,
மற்றவர்களை நினை.
தூங்குவதற்கு எந்த இடமும் இல்லாதவர்கள் இருக்கிறார்கள்.

உருவகங்கள் அனைத்தையும் பயன்படுத்தி
உன் கருத்துகளை வெளிப்படுத்தும்போது,
பேசும் உரிமைகளை இழந்துவிட்ட
மற்றவர்களை நினை.

தொலைவிலுள்ளவர்களை நினை,
உன்னை நினைத்துச் சொல்:
"இருளை மெல்ல மறையச் செய்யும்
மெழுகுவத்தியாய் நான் இருக்க வேண்டும்" என்று.

பாலஸ்தினம்

மஹ்மூத் தார்விஷ்

ஓ கா∴பிர் காசிமே[1]

எனது வேர்களை இறுகப் பிடித்து நிறுத்தும்
கல்லறைகள்
பற்றியணைக்கும் கைகள்
தமது கரங்களை ஆழ்ந்து அகல விரிக்கப் போராடும்
அநாதைகளின் வேர்கள்

இருப்பினும் நாங்கள் இருக்கிறோம்
உன்னதக் கரமே, நாங்கள் சேர்ந்திசைக்க
கற்றுக் கொடுப்பாயாக
ஒளியைப் போல நாங்கள் இருக்கிறோம்
சொற்களும்தான் - விலங்குகளால்,
வேதனையால் முறுக்கப்படாமல்

ஓ காஃபிர் காசிமே
கல்லறைகள் பற்றியணைக்கும் கைகள்.

1 1956 இல் காஃபிர் காசிம் என்ற ஊரைச் சேர்ந்த 49 பாலஸ்தினர்கள் இஸ்ரேலின் எல்லைப் பாதுகாப்புப் படையினரால் கொல்லப்பட்டனர் – அவர்களில் 20க்கும் மேற்பட்டவர்கள் 8–17 வயது வரையிலான குழந்தைகள். இறந்தவர்களில் பிற அனைவரும் வேலையை முடித்து விட்டு வீடுகளுக்கு திரும்பி கொண்டிருந்த தொழிலாளிகளும் அவர்களுடைய குடும்பத்தினரும். ஜோர்டன் நாட்டுடன் இஸ்ரேல் போரிட்டுக் கொண்டிருந்த காலகட்டம் அது. ஊரடங்கு உத்திரவு பிறப்பிக்கப்பட்டிருந்தது. அதை மீறுபவர்கள் சுட்டுக் கொல்லப்பட வேண்டும் என்று இஸ்ரேலிய இராணுவத்துக்கு உத்தரவிடப்பட்டிருந்தது. இந்தச் செய்தி மக்களுக்குத் தெரிவதற்கு முன் இராணுவம் செயலில் இறங்கியது.

பாலஸ்தினம்
மஹ்மூத் தார்விஷ்

இலவச மரணம்

எனது சதையினூடாக
பயணிக்கும் இலையுதிர் காலம்
ஆரஞ்சுப் பழங்களின் சவ ஊர்வலமாக

மண்ணால், உலோகங்களால்
நொறுக்கப்பட்ட செப்புவண்ண நிலா
எனது மனதுக்குள் வந்து விழும் குழந்தைகள்
மனிதர்களின் ஆன்மாக்களின் மீதும்தான்

அத்தனை வேதனையும் எனக்கானது...
எல்லாம் வெளியே சொல்லப்படுவதில்லை
சிந்தப்பட்ட இரத்தங்களின் நீண்ட கரங்கள்
என்னை அழைக்கின்றன -

வா, கழுத்தை உயர்த்திக் காட்டு
இரத்தம் மேவியதால் கருணை கொண்ட சூரியனுக்கு -
இறந்தவர்களைப் புதைக்காதீர்கள்
ஒளித் தூண்களாக
அவர்கள் இருக்கட்டும்
சிந்தப்பட்ட எனது இரத்தம் அப்படியே இருக்கட்டும் -
ஒடுக்குபவருக்கு எச்சரிக்கையாய்

இரவுக்குள்
அவர்களை அது இட்டுச் செல்லட்டும்
பெருவெளியின் பரந்த மார்பில்
பச்சை மலையை ஒளிரச் செய்யும்
தீக்குச்சியாய்
எனது இரத்தம் மாறட்டும்

கவிஞர்களை
இரங்கற்பாக்கள் எழுதச் சொல்லாதீர்கள்
- பழத் தோட்டங்களின் குழந்தைகளுக்கு

ஆதிக் குடிகளின் பாதுகாப்புக்காக
ஆபத்தைத் தழுவும் பாங்கில்தான்
குழந்தைப் பருவத்தின் மரியாதையுள்ளது
இரத்தத்தையும் பாவத்தையும் முலைப் பாலெனக்
குடித்து வளரும் புகழ்
அவர்களுக்கு உரித்தாகட்டும்
என்று ஆசீர்வதிக்கிறேன்

மை தடவிய கண்களை வெற்றி கொண்ட
மரண தண்டனையை நிறைவேற்றும் மனிதரை
வாழ்த்துகிறேன்
பின்னிய அவளது கூந்தலிலிருந்து
குளிர்காலத்துக்கான "கோட்"டை
அவன் கடனாகப் பெற
வாழ்த்துகிறேன்
ஊரை வென்றவனுக்கு
ஊரை வென்றவனுக்குப் பாராட்டுகள்
குழந்தைகளைக் கொன்று குவித்தவனுக்கு
குழந்தைகளைக் கொன்று குவித்தவனுக்குப் பாராட்டுகள்.

பாலஸ்தினம்
மஹ்மூத் தார்விஷ்

எனது தாய்

எனது அம்மா தயாரிக்கும் ரொட்டிக்காக ஏங்குகிறேன்
எனது தாய் தயாரிக்கும் காப்பிக்காக
அவளது தொடுதலுக்காக
ஒவ்வொரு நாளும்
குழந்தைப் பருவ நினைவுகள்
எனக்குள் பொங்கி எழுகின்றன
எனது சாவு வருகையில்
எனது வாழ்க்கைக்குத் தகுதியுடையவனாக
எனது தாயின் கண்ணீருக்குத் தகுதியுடையவனாக
நான் இருக்க வேண்டும்

ஒரு நாள் நான் திரும்பி வருவேனாகில்
என்னை உனது கண்ணிமைகளுக்கான
திரையாக எடுத்துக் கொள்
உனது காலடிகளால் ஆசிர்வதிக்கப்பட்ட புற்களைக் கொண்டு
எனது எலும்புகளைப் புதைத்துவிடு.
உனது கேசத்தின் கற்றையொன்றைக் கொண்டு
உனது ஆடையிலிருந்து
தொங்கிக்கொண்டிருக்கும் நூலிழையைக் கொண்டு
நம் இருவரையும் பிணைத்துவிடு
உனது இதயத்தின் ஆழத்தை நான் தொடுவேனாகில்
நான் அமரத்துவம் பெற்று விடுவேன்
கடவுளாகி விடுவேன்

நான் திரும்பி வருவேனாகில்
உனது நெருப்பை மூட்டுவதற்கான விறகாக
உனது வீட்டின் கூரையில் துணி காயப் போடும் கயிறாக
என்னைப் பயன்படுத்து
உனது வாழ்த்துகளின்றி
எழுந்து நிற்கக்கூட பலமில்லாதவனாக நான்.

எனக்கு வயதாகிவிட்டது
எனது குழந்தைப் பருவத்தின்
நட்சத்திர வானத்தின் வரைபடத்தை
எனக்குத் திருப்பிக் கொடு
காத்திருக்கும் உனது கூட்டுக்கு
தகவிலான் குருவிகளுடன் நான்
திரும்பிவரும் பாதையை வரைவதற்காக.

பாலஸ்தீனம்

மஹ்மூத் தார்விஷ்

ஒரு பிரார்த்தனையும் ஒரு கவிதையும்[1]

கொலை செய்யப்பட்ட வீடுகள்

ஒரு நொடியில் வீட்டின் ஆயுள்காலமே முடிந்து போய்விடுகிறது. காலியான வீடாக இருந்தாலும், அது கொலை செய்யப்படும்போது நடப்பது தொடர்கொலைதான்: அர்த்தம் வாழ வீடளித்து உதவும் அல்லது போர்க்காலத்தில் சிறு கவிதை வாசிக்க உதவும் பயன்படுத்தப்பட்ட பொருள்களின் பொதுச் சமாதியே அது.

வீட்டைப் படுகொலை செய்வதென்பது பொருள்களை அவற்றுக்குரிய அர்த்தத்திலிருந்து, அவற்றால் உந்தப்பட்ட உணர்ச்சிகளிலிருந்து துண்டிப்பதுதான். சொல் வன்மையின் காட்சித்திறனைத் திசைதிருப்பி, பொருள்களில் உறைந்து போயுள்ள வாழ்க்கையைப் பற்றிச் சிந்திக்க வைப்பதே அவல நிகழ்ச்சிகளின் கடமை. காரணம், ஒவ்வொரு பொருளிலும் துன்புறும் ஜீவன் ஒன்றுள்ளது: விரல்களைப் பற்றிய நினைவு, நறுமணம் பற்றிய நினைவு, சித்திரம் பற்றிய நினைவு. வீடுகளும் படுகொலை செய்யப்படுகின்றன, அவற்றில் குடியிருப்பவர்கள் கொல்லப்படும்போது, பொருள்களைப் பற்றிய நினைவுகள் மாய்க்கப்படும்போது: கற்கள், மரம், கண்ணாடி, இரும்பு, காரை - மனிதக் கைகால்களைப் போலச் சிதறிப் போகின்றன. பருத்தி, பட்டு, போர்வைகள், பயிற்சி ஏடுகள், புத்தகங்கள் - சொல்வதற்கு நேரமில்லாது போனதால் மக்களால் சொல்லப்படாதுபோன வார்த்தைகளைப் போல் பிய்த்தெறியப்படுகின்றன. உடைந்த தட்டுகள், கரண்டிகள், பொம்மைகள், பழைய இசைத் தட்டுகள், குழாய்கள், கதவுப் பிடிகள், குளிர்சாதனப் பெட்டி, துவைக்கும் இயந்திரம், பானைகள், ஒலிவப்பழ சாடிகள், ஊறுகாய்ச் சாடிகள் - எல்லாமே உடைந்த நிலையிலுள்ளன, அவற்றின் சொந்தக்காரர்களைப் போல. தீப்பெட்டிகள், மருந்துப் புட்டிகள், கருத்தடை மாத்திரைகள், ஸ்டீராய்டுகள், வெங்காயக் கொத்துகள், பூண்டுக் கொத்துகள், வெண்டைக்காய் வற்றல்,

தக்காளிகள், அரிசி, பருப்பு எல்லாமே மிதிபட்டது போல்; அந்த இரண்டு வெள்ளை புட்டிகளும் - உப்புக்கு ஒன்று, சீனிக்கு ஒன்று - மிதிபட்டன, அவற்றின் சொந்தக்காரர்கள் மிதிபட்டது போல. நிலப் பட்டாப் பத்திரங்கள், திருமணச் சான்றிதழ்கள், இவற்றுடன் சேர்த்துப் பிறப்புச் சான்றிதழ்கள், தண்ணீர்க் கட்டண இரசீதுகள், மின் கட்டண இரசீதுகள், அடையாள அட்டைகள், கடவுச் சீட்டுகள், காதல் கடிதங்கள் ஆகியனவும் கிழித்தெறியப்பட்டன, அவற்றுக்குரியவர்களின் மனங்கள் கிழித்தெறியப்பட்டது போல.

சீப்புகள், ஒப்பனை சாதனங்கள், தலைமுடி வாரும் பிரஷ்ஷுகள், காலணிகள், உள்ளாடைகள், விரிப்புகள், துவாலைகள் - இவற்றுடன் சேர்த்துப் புகைப்படங்களும் அடித்துச் செல்லப்படுகின்றன, பிறத்தியாருக்குக் காட்டிக்கொடுக்கப்பட்ட, அழிவுக்கு இட்டுச் சென்ற குடும்ப இரகசியங்களைப் போல. இவையனைத்தும் பொருள்களை இழந்த மக்களின் நினைவுகளாய், மக்களை இழந்த பொருள்களின் நினைவுகளாய்... எல்லாமே ஒரு நொடியில் முடிந்து விடுகிறது. பொருள்களும் நம்மைப் போலவே மடிகின்றன, ஆனால் நம்மோடு சேர்த்துப் புதைக்கப்படுவதில்லை.

சிறுமி / கதறல்

கடற்கரையில் ஒரு சிறுமி
சிறுமிக்கு ஒரு குடும்பம்
குடும்பத்திற்கு ஒரு வீடு
வீட்டிற்கு இரண்டு ஜன்னல்கள், ஒரு கதவு
கடற்கரையில் சுற்றித் திரிபவர்களைக்
குறிவைக்கும் விளையாட்டை விளையாட
கடலில் ஒரு போர்க் கப்பல்
நான்கு ஐந்து ஏழு குண்டுகள் கடற்கரை மணலில்
சட்டைக் கை போன்ற மூடுபனியால் அவள் தப்பித்தாள்
வானத்திலிருந்து வந்த ஏதோவொரு சட்டைக் கை
காப்பாற்றியது அவளை
அவள் கதறினாள்: அப்பா, அப்பா
நாம் வீட்டுக்குப் போகலாம்
இது நமக்கான கடற்கரை அல்ல
அப்பாவிடமிருந்து பதிலில்லை

அங்கே அவன் கிடக்கின்றான்
இல்லாமல் போன வேதனையில்
தனது நிழலால் போர்த்தப்பட்டுக் கிடக்கிறான்
இல்லாமல் போன வேதனையில்
அவளது உள்ளங்கையில் இரத்தம்
மேகங்களில் இரத்தம்
அவளது கதறல்கள் அவளோடு சேர்ந்து
கடற்கரையிலிருந்து வெகுதூரம்
அதிலிருந்து மிக உயரம் பறந்து செல்கின்றன
வெறிச்சோடிக் கிடக்கும் இருளின் வெளியில்
அவள் கதறுகிறாள்
எதிரொலிக்கு எதிரொலி ஏதும் இல்லை
ஒரு புதிய செய்தி அறிவிப்பின்
நிரந்தரக் கதறலாய் அச் சிறுமி
குண்டு வீச விமானங்கள் திரும்பி வந்தபோது
புதிய செய்தி பழசாகிப் போனது.

1 2006 இல் லெபனானில் இஸ்ரேல் நடத்திய ஆக்கிரமிப்புப் போர் தொடர்பாக எழுதப்பட்டவை.

பாலஸ்தீனம்

மஹ்மூத் தார்விஷ்

யூதப் படைவீரனுக்கு

வாசல் படிகளில் நின்று கொண்டிருக்கும் நீ, உள்ளே வா
எங்களுடன் சேர்ந்து எங்கள் அராபியக் காப்பியைப் பருகு
எங்களைப் போல நீயும் மானுடன்தான் என்பதை
அப்போது உன்னால் உணர முடியும்

கொல்பவனுக்கு: கருவிலிருந்து நீ முப்பது நாள்களில்
வெளியே வந்திருந்தால்
விஷயங்கள் வேறு விதமாக இருந்திருக்கலாம்;
ஆக்கிரமிப்பு முடிவடைந்திருக்கலாம்,
தவழும் குழந்தையின் நினைவில்
முற்றுகைக் காலம் இல்லாமல் போயிருக்கலாம்
அவன் ஆரோக்கியமான சிறுவனாக வளர்ந்து
உனது மகள்களில் ஒருத்தியைப் போலவே
ஏதோவொரு கல்லூரியில்
ஆசியாவின் தொன்மை வரலாற்றைப் படிக்கக் கூடும்
அவர்கள் காதல் வயப்படக் கூடும்
அவர்களுக்கு ஒரு மகள் பிறக்கக் கூடும்
(அவள் பிறப்பால் யூதப் பெண்ணாக இருப்பாள்)
நீ எப்போது என்ன செய்துள்ளாய்?
உனது மகள் இப்போது விதவை,
உனது பேத்தி இப்போது அநாதை
சிதறுண்டு போன உனது குடும்பத்திற்கு
நீ என்ன செய்துள்ளாய்?
ஒரே துப்பாக்கிக் குண்டில் மூன்று புறாக்களை
உன்னால் எப்படிக் கொல்ல முடிந்தது?

பாலஸ்தீனம்

மஹ்மூத் தார்விஷ்

தெளிந்த வானமும் பச்சைப் பசேலென்ற தோட்டமும்

தெளிந்த வானம் என்பது கருத்து இல்லாத சிந்தனை. பச்சைப் பசேலென்றிருக்கும் தோட்டத்தைப் போல. கவிதை மிதமிஞ்சிய வகையில் தெளிவானதாக இருப்பதே அது இழைக்கும் ஒரே தவறு. வானத்தில் அலையும் மேகம் ஒன்றுகூட இல்லை - மதிமயங்கிய அதன் நீல நிலையிலிருந்து கற்பனையைத் தட்டியெழுப்புவதற்கு. கொஞ்சமேனும் உள்மனக் குழப்பத்தை உருவாக்கவல்ல வேறொரு வண்ணம் - சிகப்பு, மஞ்சள், ஊதா, குள்ளநரிகள் - என்று எதுவும் பச்சைத் தோட்டத்திடம் இல்லை. காரணம், ஆயத்த நிலையில் உள்ளதெல்லாம் முன்முயற்சியின் எதிரி. கவிதையிடம் தந்திரமான ஒரு குறை இருக்க வேண்டும். அப்போதுதான், தெளிவான வானமும் பச்சைத் தோட்டமும் கிளர்த்திவிடும் ஆன்மிகக் குழப்பத்தைப் பற்றிப் பொய்யாகக் கவிஞன் எழுதும்போது அவனை நம்புவோம். வானம் தெளிவானதாக இருக்கிறது, தோட்டம் பச்சையாக இருக்கிறது என்று கவிஞன் சொல்வானேயாகில், கவிதை நமக்கு ஏன் தேவை?

பாலஸ்தினம்

தலியா தாஹா

தலியா தாஹா (Dalia Taha): 1986 இல் பெர்லினில் பிறந்த இளம் நாடகாசிரியரும் கவிஞருமான தலியா தாஹா தற்போது பாலஸ்தினத்தின் ராமல்லா பகுதியில் வசிக்கின்றார்.

போர்

வானில் ஒரு நிலவு
எனது புறங்கையில் ஒரு ஆறு
பெர்லின் நகரமோ எல்லையற்றது
கடவுளற்றது
நான்
அங்கு சந்தித்த
அந்த அந்நியனுக்கு -
அவன் தப்பித்தோடி வந்த பாலைவனம்
வெண்மையில் மூழ்கிக் கொண்டிருக்கிறது
என்பது தெரியாது.

எங்கள் நகரத்துப் பனி
கருமையானது
இங்குள்ள தோட்டங்கள்
ஷெல்லடிபட்டு இறந்து போன
குழந்தையின் நிழலிலிருந்து வெளிப்பட்டு
மெல்லச் சாகின்றன
- காஸாவில் உள்ளது போல

அங்கு ஒவ்வொரு பிணமும்
இடிபாடுகளிலிருந்து
ஒரு கையை இழுத்து
கடவுளுக்கு சமிக்ஞை செய்கிறது.
அங்கு எல்லாமே
நடந்து முடிந்து போன
சண்டையைச் சுட்டுகின்றன.

அந்த அந்நியனும் நானும்
கவிதையெனும் வானில்
போரின் சுவடுகள் ஆறும் என்று நம்புகிறோம்
காரணம், இந்த உடலின் பாதைகளில்
விரிந்த வண்ணமாகவுள்ள எங்கள் மண்ணின் போர்களை
நாங்கள் மறந்தாக வேண்டும்.

அந்த அந்நியனுக்குத் தெரியாது
எதேச்சையாக எதிர்ப்பட்ட துப்பாக்கி ரவையால்
கொல்லப்பட்டவன்
அவனையொத்தவனா இல்லையா என்று -
"இறுதியில் வீர நாயகனின் மரணத்தை
ஈக்கள் மட்டுமே பதிவு செய்யும்".

அங்கு
எல்லாமே
மெல்ல செத்து
ஆற்றங் கரையாகும்

நானும் அந்த அந்நியனும்
எங்களுக்குப் பின்னால் நுங்கும் நுரையுமாய்
ஆறு பொங்குவதைக் காணாமலேயே
பாலத்தைக் கடக்கிறோம்.
தொடுவானில் எப்போதும் போல்
பலகனிகளிலும்
சைப்பிரஸ் மரங்களிலும்
தற்கொலைகள் நடக்கின்றன.

நான், ஒரு வேளை,
என் கைக்குள் பொருந்திய
அவனது கையை மறந்து
புலம் பெயர்தலையும் கூடக்
களவாடலாம்.

பாலஸ்தினம்

ஸாமி அல்-காஸிம்

ஸாமி அல்-காஸிம் (Sami al-Qasim, 1939-2014): பாலஸ்தின ட்ரூஸெ மதக் குடும்பத்தில் பிறந்த இவர் இஸ்ரேலில் வாழ்ந்தபோது, அந்த நாட்டின் கம்யூனிஸ்ட் கட்சியில் உறுப்பினராக இருந்தார். பின்னர், அக் கட்சியுடன் நெருக்கமான தொடர்புடைய 'சமாதான, ஜனநாயக முன்னணி'யைத் தோற்றுவிப்பதில் முக்கியப் பாத்திரம் வகித்தார். அரபு தேசியத்தால் ஈர்க்கப்பட்ட அவர், பாலஸ்தின விடுதலைக்குக் குரல் கொடுத்து வந்தார்.

சமாதானம்

யாரேனும் சமாதானம் பற்றிப் பாடட்டும்
நட்பு, சகோதரத்துவம், நல்லிணக்கம்
ஆகியவற்றைப் பற்றிப் பாடட்டும்
யாரேனும் காகத்தைப் பற்றிப் பாடட்டும்
புறாக்கள் தங்கும் கோபுரங்களின் இடிபாடுகளைப்
பிடிதாட்டும் கருத்த ஆந்தையின் காதுக்குப்
போய்ச் சேரும் வகையில்
எனது கவிதைகளுக்கேற்பட்டுள்ள
அழிவுகளைப் பற்றிக் கூச்சலிடட்டும்
அறுவடை செய்பவர்களின் எதிரொலிக்காக ஏங்கிக் கொண்டு
வயலிலுள்ள தானியம் கத்தும்போது
யாரேனும் சமாதானம் பற்றிப் பாடட்டும்
அங்கே முள்வேலிகளுக்குப் பின்னால்
இருளின் மையத்தில்
கூடார நகரங்கள்
அச்சத்தால் கூனிக்குறுகியுள்ளன
அவற்றில் குடியிருப்போர்
சோகம், கோபம், நினைவின் சயரோகம்
ஆகியவற்றின் குடியேற்றங்கள்
அங்கு, எங்கள் மக்களின்,
வாழ்க்கைக்கு எந்த ஊறும் விளைவிக்காத

201

அப்பாவிகளின் வாழ்க்கை
அணைக்கப்படுகிறது.
இதற்கிடையே, இங்கே
எத்தனை பேர் குவிகின்றார்கள்
எவ்வளவு அபரிமிதம் இங்கு
அவர்களது முன்னோர்கள் அவ்வளவு
அபரிமிதத்தை இங்கே அவர்களுக்காக நட்டு வைத்தனர்
அந்தோ, மற்றவர்களுக்கும்கூட
அவர்கள் சுவீகரித்தது - பல்லாண்டுக்கால துயரம் -
அது அவர்களுக்கு இப்போது சொந்தம்
பசித்தவர்கள் வயிராற அதனை உண்ணட்டும்
வன்மத்தின் விருந்திலிருந்து மிச்சம் மீதியுள்ளதை
ஏதிலிகள் உண்ணட்டும்
யாரேனும் சமாதானம் பற்றிப் பாடட்டும்
ஏனெனில், எனது நாட்டில்
அதன் மலைகளிலும் பள்ளத்தாக்குகளிலும்
சமாதானம் கொலை செய்யப்பட்டுள்ளது.

பாலஸ்தினம்

ஸாமி அல்-காஸிம்

ரா∴பா நகரக் குழந்தைகள்

இலட்சக்கணக்கானோரின் புண்களின் வழியாகத்
தனது பாதையைத் தோண்டிக் கொண்டிருப்பவனுக்கு
தோட்டத்திலுள்ள ரோஜாக்களை நசுக்கும்
டாங்கிகளை ஓட்டி வருபவனுக்கு
இரவு நேரத்தில் ஜன்னல்களை உடைப்பவனுக்கு
தோட்டத்திற்கும் அருங்காட்சியகத்துக்கும் தீ வைத்துவிட்டு
சமாதானம் பற்றிப் பாடுபவனுக்கு
பொதுச் சதுக்கத்தில் பாடும் பறவைகளை மிதிப்பவனுக்கு
குழந்தைகளின் கனவுகள் மீது குண்டு பொழியும்
விமானத்தை ஓட்டி வருபவனுக்கு
வானத்திலுள்ள வானவில்லைத் தகர்ப்பவனுக்கு
சாத்தியமில்லாத வேர்களைக் கொண்ட குழந்தைகள்
இன்றிரவு ஓர் அறிவிப்பை வைத்திருக்கிறார்கள்
ராஃபா நகரக் குழந்தைகள் இன்றிரவு சொல்கிறார்கள்:
“எங்கள் சடைகளை ஒருபோதும் நாங்கள்
படுக்கை விரிப்புகளாகப் பின்னியதில்லை
சடலங்கள் மீது ஒருபோதும் எச்சிலைத் துப்பியதில்லை
அவற்றிலுள்ள தங்கப் பற்களைப் பிடுங்கி எடுத்ததில்லை
அப்படியிருக்க நீ ஏன் எங்கள் நகைகளை எடுத்துக் கொண்டு
குண்டுகளைத் தருகின்றாய்?
அரபுக் குழந்தைகளுக்கு ஏதிலி நிலையை
ஏன் உருவாக்குகிறாய்?
நன்றி, ஆயிராமாயிரம் நன்றி!
எங்களது துக்கம் ஒரு மனிதனாக வளர்ந்துள்ளது
இப்போது நாங்கள் சண்டையிட்டாக வேண்டும்”.

பாலஸ்தீனம்

டேவ் வாலிஸ்

பாலஸ்தினப் புனிதப் பயணத்துக்கான பாடல்

1

எங்கள் மண்ணைப் பறித்துக்கொள்வதோடு நின்று
இஸ்ரேலில் பணிபுரியக் கூட்டமாய் நாங்கள்
பயணம் செய்வதுபற்றி அவர்கள்
பீற்றிக் கொள்ளாமல் இருந்திருந்தால்
அதுவே போதுமானதாக இருந்திருக்கும்.
எங்கள் நிலத்தைப்
பறித்துக் கொள்வதோடு நின்று
அது கடவுளின் சித்தம் என
அவர்கள் கூறாமல் இருந்திருந்தால்
அதுவே போதுமானதாக இருந்திருக்கும்.
"அமைதி உண்டாகுக" என்று
திரும்பத் திரும்ப வாழ்த்தாமல் இருந்து
நாப்பாம் குண்டுகளை அவர்கள்
பொழிந்திருந்தால்
அதுவே போதுமானதாக இருந்திருக்கும்.
ஆனால் அவர்கள் இவை அனைத்தையும்
செய்தார்கள்
அவர்கள் எங்களுக்கு இழைத்த
கொடூரங்கள்தான் எத்தனை?

2

யாருக்கு ஒன்று தெரியும்?
எனக்கு: இழந்த தாயகம் ஒன்று.
யாருக்கு இரண்டு தெரியும்?
எனக்கு: ஒரு துப்பாக்கியைப் பிடிக்கும்
இரண்டு கரங்கள்.
யாருக்கு மூன்று தெரியும்?
எனக்கு: ஒரு கல்லை எதிர்கொள்ளும்
மூன்று டாங்கிகள்.
யாருக்கு நான்கு தெரியும்?

எனக்கு: நாங்கள் இழந்த நான்கு நகரங்கள்
வந்துகொண்டிருக்கிற மூன்று டாங்கிகள்
இரண்டே கரங்கள்
இழந்த தாயகம் ஒன்று.

3

பிறகு வந்தன விமானங்கள்
அமெரிக்காவிலிருந்து -
எங்கள் பாலஸ்தினத்தில்
ஒரு காலத்தில் வாழ்ந்த
குழந்தைகளை எரித்த
நாப்பாம் குண்டுகளை வீசியபடி.
பிறகு வந்தனர் இளைஞர்கள்,
ஒரு காலத்தில் அவர்கள் சிறுவர்கள்.
பிறகு வந்தனர் இளம்பெண்கள்,
ஒரு காலத்தில் அவர்கள் சிறுமிகள்.
பிறகு வந்தனர் இளம் வயதினர்,
ஒரு காலத்தில் அவர்கள் குழந்தைகள்.
அவர்கள் இப்போது போராளிகள்
பாலஸ்தின மண்ணுக்காக.

பாலஸ்தீனம்

ஹுஸெய்ன் பர்கூட்டி

ஹுஸெய்ன் பர்கூட்டி (Hussain Barghouti, 1954-2002): பாலஸ்தீனத்தின் ரமல்லா நகரில் கல்லூரிப் பட்டம் பெற்ற பின் ஹங்கேரியில் உயர் கல்வி கற்ற இவர், அமெரிக்காவிலுள்ள வாஷிங்டன் பல்கலைக் கழகத்தில் முனைவர் பட்டம் பெற்றார். பாலஸ்தீனத்தின் மிக முக்கிய கவிஞர்களிலொருவராகத் திகழ்ந்த இவர் 48 ஆம் வயதிலேயே காலமானார்.

குழந்தைப் பருவத்திற்கான பாடல்

குழந்தைப் பருவத்திற்கு மேலே
நிலவு எழுந்தது
குழந்தைப் பருவமோ நிலாவொளியின் கீழ்
குருவிகளையும் பூக்களையும்
கூடைகளில் சேர்க்கும் மலைகள்.
நான் குழந்தைப் பருவத்தை பின் தொடர்வேன்
அழுதுகொண்டும் கூரான கற்களின் மீது விழுந்தவாறும்.
அது பறிமுதல் செய்யப்பட்டுவிட்ட குழந்தைப் பருவம்
புத்தகங்களிலிருந்தும் எண்ணெய் ஊற்றிய விளக்கிலிருந்தும்
சில சமயம், சிறைச்சாலைக்குப் பயணம்
பிறகு விடுதலை, சில சமயம்.
சில சமயம், எனது வாழ்க்கை போலியானதாகிறது -
காவலர்களால் முற்றுகையிடப்பட்டுள்ள நகரத்தில்.
குழந்தைப் பருவத்திற்கு மேலே
நிலவு எழுந்தது
குழந்தைப் பருவமோ கடலோரம் சாய்ந்து நிற்கும்
ஊசியிலை மரம்.
அந்த மரத்திற்கு மேலே, கனவுகளில் இலயித்துக்
கண் சிமிட்டும் நட்சத்திரம் தனது ஆயிரம் இரகசியங்களுடன்.
பனி மழையில் அந்த மரத்தில்
ஓர் இரவு முழுவதையும் கழிப்பேன்
தூங்காமல்.
அது பறிமுதல் செய்யப்பட்டுவிட்ட குழந்தைப் பருவம்

புத்தகங்களிலிருந்தும் எண்ணெய் ஊற்றிய
விளக்குகளிலிருந்தும்
சில சமயம், சிறைச்சாலைக்குப் பயணம்
பிறகு விடுதலை, சில சமயம்
சில சமயம், எனது வாழ்க்கை போலியானதாகிறது -
முற்றுகையிடப்பட்டுள்ள நகரத்தில்...

பாலஸ்தினம்

ரசித் ஹுஸெய்ன்

ரசித் ஹுஸெய்ன் (Rachid Hussein): இஸ்ரேலால் ஆக்கிரமிக்கப்பட்டுள்ள பகுதிகளில் பாலஸ்தினக் கவிதை இயக்கத்தின் முன்னோடிகளில் ஒருவராகத் திகழ்ந்தவர். 1976 இல் அவரது நாற்பதாம் வயதில் இஸ்ரேலிய ஆக்கிரமிப்பாளர்களால் கொல்லப்பட்டார்.

கண்டனம்

புல்லின் இதழுக்கு
ஊறு விளைவிக்கும் உரிமையை
என் நாட்டின் போராளிகளுக்கு
மறுக்கிறேன்
வெடிகுண்டைக் கையாளும் உரிமையை
குழந்தைக்கு எல்லாக் குழந்தைகளுக்கும்
மறுக்கிறேன்
துப்பாக்கியை ஏந்தும் உரிமையை
என் சகோதரிக்கு
மறுக்கிறேன்
நீங்கள் சொல்லும் எதை வேண்டுமானாலும்
என்னால் மறுக்க முடியும்... ஆனால்
அவர்களின் கண்கள்
கொலைகாரர்களின் குதிரைகள்
பாய்ந்தோடி வருவதைப் பார்க்கும்போது
இத்தனை இலட்சியங்களை
யாரால் உத்தரவாதம் செய்ய முடியும்?
பத்து வயதிலேயே குழந்தை வீரனாவதை
எதிர்க்கிறேன்
மரங்களின் உடல்கள்
வெடிமருந்துக்குப் புகலிடமாவதை
எதிர்க்கிறேன்
எனது பழத்தோட்ட மரங்களின் கிளைகள்
தூக்கு மரங்களாகப் பயன்படுத்தப்படுவதை

*எதிர்க்கிறேன்
எனது தோட்டத்தின் ரோஜாப் பாத்திகள்
மரண தண்டனை நிறைவேற்றும்
துப்பாக்கிப் படையினரால் பயன்படுத்தப்படுவதை
எதிர்க்கிறேன்
நீங்கள் சொல்லும் எதை வேண்டுமானாலும்
என்னால் எதிர்க்க முடியும்... ஆனால்
எனது நாடு
எனது நண்பர்களோடும்
எனது இளைமையோடும்
சேர்ந்து எரியும்போது
எனது கவிதைகள் ஆயுதங்களாக மாறாமல்
இருக்க முடியுமா?*

பாலஸ்தீனம்

ஃபத்வா டுக்வான்

ஃபத்வா டுக்வான் (Fadwa Tuqvan, 1917-2003): பாலஸ்தீனப் பெண் கவிஞர், அராபிய நாடுகளில் மிகச் சிறந்த நவீன கவிஞராகக் கருதப்படுகிறார். அறிவாளிகளும் கவிஞர்களும் பிறந்த குடும்பமொன்றைச் சேர்ந்த இவர் இஸ்ரேலால் ஆக்கிரமிக்கப்பட்ட (முன்பு ஜோர்டான் வசமிருந்த) பகுதியில் வளர்ந்தார். இவரது சகோதரர் இப்ராஹிம் 1930களிலும் 40களிலும் மிக முக்கிய பாலஸ்தீனக் கவிஞர்களிலொருவராகத் திகழ்ந்தார்.

இருபதாண்டுகளுக்குப் பிறகு

இங்குப் பாதச் சுவடுகள் முடிவடைகின்றன;
இங்கு நிலா
ஓநாய்கள், நாய்கள், கற்கள் ஆகியவற்றுடன்
பாறைகளுக்கும் கூடாரங்களுக்கும் பின்னால்
மரங்களுக்குப் பின்னால் படுத்துறங்குகிறது.
இங்கு நிலா
தனது முகத்தை ஒவ்வொரு இரவிலும் விற்கிறது
ஒரு கத்திக்காக, மெழுகுவத்திக்காக, மழைப் பின்னலுக்காக.
அவர்கள் மூட்டியுள்ள நெருப்பில் கல்லைத் தூக்கி எறியாதே
ஜிப்ஸிகளின் விரல்களிலிருந்து
கண்ணாடி மோதிரங்களைத் திருடாதே
அவர்கள் உறங்கினர்
மீன்களும் கற்களும் மரங்களும் உறங்கின.
இங்கு பாதச் சுவடுகள் முடிவடைகின்றன;
இங்கு நிலா பிரசவ வேதனையில்
ஜிப்ஸிகளே!
நிலாவிற்குக் கண்ணாடி மோதிரங்களையும்
நீலநிற வளையல்களையும் தாருங்கள்.

துருக்கி

நஸிம் ஹிக்மெத்

நஸிம் ஹிக்மெத் (Nazim Hikmet, 1902-1963): உலகப் புகழ் பெற்ற இந்தத் துருக்கியக் கவிஞர் நாடகாசிரியர், நாவலாசிரியர், திரைக் கதையாசிரியர், நினைவுக் குறிப்புகளை எழுதியவர் எனப் பன்முக ஆளுமை கொண்டவர்.

துருக்கியக் கம்யூனிஸ்ட் இயக்கத்துடன் நெருக்கமான தொடர்பு கொண்டிருந்த அவர், ஆட்சியாளர்களால் பல முறை சிறையில் அடைக்கப்பட்டிருக்கிறார்.

மாரடைப்பு

எனது இதயத்தில் பாதி இங்கிருந்தால்
மறு பாதி சீனாவில்,
மஞ்சள் நதியை நோக்கி ஓடிக்கொண்டிருக்கும் சேனையில்.[1]
ஒவ்வொரு காலையிலும், டாக்டர்,
ஒவ்வொரு காலையிலும் எனது இதயம்
கிரீஸில் துப்பாக்கிச்சூடு நடத்தும்
படைகுழுவால்[2] சுடப்படுகின்றது
கைதிகள் தூக்கத்தில் ஆழ்ந்து
காயம்பட்டோர்களுக்குச் சிகிச்சை அளிக்கும்
மருத்துவமனையை
மறந்துவிடும்போது, இனிய டாக்டர்,
ஒவ்வொரு இரவிலும் எனதுஇதயம்
காம்லிகாவில்[3] சிதிலமடைந்த
கிராமப்புற பெரிய வீடொன்றில் இருக்கிறது.
பத்தாண்டுகளுக்குப் பிறகு எனது மக்களுக்கு
என்னால் கொடுக்கக்கூடியதெல்லாம்,
ஒரே ஒரு ஆப்பிள் மட்டுமே
டாக்டர், ஒரு சிகப்பு ஆப்பிள்: இதயம்
இனிய டாக்டரே, இதுதான் மாரடைப்புக்குக் காரணம்
இரத்த நாளங்களில் ஏற்பட்டுள்ள தடிப்போ,
நிகோடினோ, சிறையோ அல்ல.
கம்பிகள் வழியாக இரவைப் பார்க்கின்றேன்

என் நெஞ்சுக்கூடு கசக்கிப் பிழியப்படும்போதும்
எனது இதயம் இன்னும் மிகத் தொலைதூர
நட்சத்திரங்களுடன்
துடித்துக்கொண்டிருக்கிறது.

1   நீண்டபயணத்திலிருந்த சீனச் செஞ்சேனை.
2   மெடாக்ஸிஸ் என்னும் இராணுவத் தளபதியின் கீழ் கிரீஸில் இருந்த பாசிச் ஆட்சி அந்த நாட்டுக் கம்யூனிஸ்டுகளை ஒடுக்கியதைக் கவிஞர் நஸிம் ஹிக்மத் இங்கு கூறுகிறார் என்று ஊகிக்கலாம்.
3   காமில்கா: துருக்கிய நகரமான இஸ்தான்புல்லில் உள்ள அழகிய மலை.

துருக்கி

நஸிம் ஹிக்மெத்

ஹிரோஷிமா[1]

நான் வந்து ஒவ்வொரு கதவுக்கும் பக்கத்தில் நிற்கிறேன்
ஆனால் நான் மெல்ல அடி எடுத்து வைப்பது
யாருடைய செவியிலும் விழுவதில்லை
நான் தட்டுகிறேன்,
ஆனால் பார்க்கப்பட முடியாதவளாக இருக்கிறேன்
ஏனெனில் நான் இறந்துபோனவள்
ஏனெனில் நான் இறந்து போனவள்.

நீண்ட காலத்துக்கு முன்
நான் இறக்கும்போது
எனக்கு ஏழு வயதுதான்
அப்போது இருந்ததைப் போலவே
இப்போதும் எனக்கு ஏழு வயதுதான்
குழந்தைகள் இறக்கும்போது
அவர்கள் வளர்வதில்லை.

சுழன்று வரும் தீப்பிழம்புகளால்
எனது தலைமுடி கருக்கப்பட்டது
எனது கண்கள் மங்கலாயின,
எனது கண்கள் பார்வையிழந்தன
சாவு வந்தது,
எனது எலும்புகளைத் தூசாக மாற்ற,
தூசைக் காற்று சிதறலாக வீச.
எனக்குப் பழம் வேண்டாம்
எனக்கு சோறு வேண்டாம்
எனக்கு இனிப்புகளோ,
ஏன் ரொட்டியும்கூட வேண்டாம்
எனக்காக எதையும்
நான் கேட்கவில்லை.
ஏனெனில் நான் இறந்து போனவள்
ஏனெனில் நான் இறந்து போனவள்

நான் கேட்பதெல்லாம்
சமாதானத்துகாக நீங்கள்
இன்று போராட வேண்டும்
இன்று போராட வேண்டும்
இந்த உலகின் குழந்தைகள்
வாழ்வதற்காக
வளர்வதற்காக
விளையாடுவதற்காக.

1. ஹிரோஷிமாவில் அணுகுண்டு வீச்சுக்குப் பலியான ஏழு வயதுச் சிறுமியைப் பற்றிய கவிதையை அணு ஆயுதப் பரவலுக்கு எதிராகவும் உலக சமாதானத்துக்காகவும் நஸிம் ஹிக்மெத் 1956 இல் எழுதினார். அந்தச் சிறுமியின் ஆவியே வந்து மக்களின் வீட்டுக் கதவுகளைத் தட்டி, அணு ஆயுதங்களுக்கு எதிராகப் போராட வேண்டும் என்று கேட்பதாகக் கற்பனை செய்து எழுதப்பட்ட இந்தக் கவிதை சிற்சில மாற்றங்களுடன் பல்வேறு நாடுகளில் பாடப்பட்டு வருகின்றது. இந்தக் கவிதையின் இன்னொரு ஆங்கில மொழியாக்கத்தின் தமிழாக்கம் பினவருமாறு:

கதவுகளைத் தட்டுவது நான்தான்
ஒவ்வொரு கதவாகப் பல கதவுகளை
ஆனால் யாராலும் என்னைப் பார்க்க முடியாது
ஏனெனில் சாவுகள் யார் கண்ணுக்கும் புலப்படா.
ஹிரோஷிமாவில் நான் இறந்து
பத்தாண்டுகளாகின்றன
நான் இன்னும் ஏழு வயதுச் சிறுமிதான்
இறந்துபோன குழந்தைகள் வளரமாட்டார்கள்.
முதலில் தீ என் தலைமுடியைக் கவ்வியது
பிறகு எனது கண்கள் எரிந்து கருகின
நான் கைப்பிடி அளவு சாம்பலானேன்
எனது சாம்பல் காற்றில் அடித்துச் செல்லப்பட்டது.
எனக்காக எதையும் நான் உங்களிடம் கேட்கவில்லை
ஏனெனில் காகிதம் போல் எரிந்து போன
குழந்தையால்
மிட்டாய்களைக்கூடச் சாப்பிட முடியாது.
உங்கள் கதவுகளைத் தட்டுகிறேன்
எனது உற்றார் உறவினர்களே
ஒரு கையொப்பத்தைத் தாருங்கள்
குழந்தைகள் மீண்டும் ஒருபோதும்
எரிந்து போகாமல் இருப்பதற்காக

மிட்டாய்களை அவர்களும்கூடச் சாப்பிடுவதற்காக.

2 "நான் மெல்ல அடி எடுத்து வைப்பது" என்பது இன்னொரு ஆங்கில வடிவத்தில் "எனது மௌனப் பிரார்த்தனை" என்று மொழியாக்கம் செய்யப்பட்டுள்ளது. மொழியாக்கத்திலுள்ள சிக்கல்களைப் பற்றி, இத் தொகுப்பிற்கான முன்னுரையில் கூறப்பட்டுள்ள கருத்துகளைக் காண்க.

துருக்கி

நஸிம் ஹிக்மெத்

உள்ளே தள்ளப்பட்டதிலிருந்து

நான் உள்ளே தள்ளப்பட்டதிலிருந்து
பூமி பத்து முறை சூரியனைச் சுற்றிவந்துள்ளது.
அதனிடம் நீங்கள் கேட்பீர்களேயானால்:
"சொல்வதற்குக்கூடத் தகுதியற்ற,
மைக்ரோஸ்கோப்பால் மட்டும் பார்க்கப்படக்கூடிய
மிக சொற்பக் காலம்".
என்னிடம் கேட்பீர்களேயானால்:
"எனது வாழ்க்கையின் பத்தாண்டுகள்".

நான் உள்ளே தள்ளப்பட்ட ஆண்டில்
என்னிடம் ஒரு பென்சில் இருந்தது
ஒரு வார காலத்தில் அதைப் பயன்படுத்தித் தீர்த்துவிட்டேன்.
அதனிடம் கேட்பீர்களேயானால்:
"முழு வாழ்க்கையும்"
என்னிடம் கேட்பீர்களேயானால்:
"சும்மா சொல்லாதே, ஒரு வாரம்தான்".

நான் உள்ளே தள்ளப்பட்டதிலிருந்து,
கொலைக் குற்றத்துக்காக
ஏழரையாண்டுகளை முடித்துவிட்டுச் சென்ற ஒஸ்மான்
கொஞ்சகாலம் சுற்றித் திரிந்தபின்
கள்ளக்கடத்தலின் காரணமாய்
திரும்பவும் உள்ளே தள்ளப்பட்டு
ஆறு மாத காலத்துக்குப் பின் மீண்டும் விடுதலையானான்,
அவனது கடிதம் நேற்று வந்தது
அவனுக்குத் திருமணமாகிவிட்டது
வசந்தகாலத்தில் குழந்தை பிறக்கும்.

அவர்களுக்கு இப்போது பத்து வயது
நான் உள்ளே தள்ளப்பட்ட ஆண்டில்
கருத்தரிக்கப்பட்ட குழந்தைகள்.

அந்த ஆண்டில் பிறந்த
நடுங்கும், நீண்ட கால்களையுடைய
குதிரைக் குட்டிகள் நம்பிக்கை மிகுந்த,
அகன்ற புட்டங்களைக் கொண்ட
ஆண் குதிரைகளாகிவிட்டன.

ஆனால் ஒலிவ விதைகள்
இன்னும் ஒலிவ விதைகளாகவே உள்ளன
அவை இன்னும் குழந்தைகளாகவே உள்ளன.
தொலைவிலுள்ள எனது நகரத்தில்
புதிய சதுக்கங்கள் முளைத்துள்ளன
நான் உள்ளே தள்ளப்பட்டதிலிருந்து.

என்னால் நேசிக்கப்பட்டவர்கள்
நான் ஒருபோதும் பார்த்திராத தெருவிலுள்ள
வீடொன்றில் வசித்து வருகின்றனர்.

நான் உள்ளே தள்ளப்பட்ட ஆண்டில்
ரொட்டி வெள்ளையாக இருந்தது
பஞ்சு போல மென்மையானதாக
பிறகு அது பங்கிடப்பட்டது

இங்கோ, கரி நிற, முஷ்டி அளவுத் துண்டுக்காக
மனிதர்கள் ஒருவரை ஒருவர் அடித்துக்கொள்கின்றனர்.
இப்போதோ ரொட்டி மீண்டும் தாராளமாகக் கிடைக்கின்றது
ஆனால் கருப்பாக, ருசியின்றி
நான் உள்ளே தள்ளப்பட்ட ஆண்டில்
இரண்டாம் உலகப் போர் இன்னும் தொடங்கியிருக்கவில்லை
டாஹாவிலுள்ள[1] அடுப்புகள் இன்னும் பற்ற
வைக்கப்பட்டிருக்கவில்லை
ஹிரோஷிமாவில் அணுகுண்டு இன்னும்
வீசப்பட்டிருக்கவில்லை.

கழுத்து அறுக்கப்பட்ட குழந்தையின் இரத்தம் போல
காலம் ஓடுகின்றது.

பிறகு அந்த அத்தியாயம் அதிகாரபூர்வமாக முடிக்கப்பட்டது
இப்போது அமெரிக்க டாலர் மூன்றாவது போரைப்
பற்றிப் பேசுகிறது

இருப்பினும், இவை அனைத்தையும் மீறி
நான் உள்ளே தள்ளப்பட்டதிலிருந்து
நாள்கள் ஒளிர்ந்து கொண்டிருந்தன,
இருளின் முனைகளிலிருந்து மக்கள்,
தங்கள் கனத்த கைகளை
நடைபாதையில் அழுத்தமாக ஊன்றி
எழுந்து நிற்கத் தொடங்கிவிட்டனர்.

நான் உள்ளே தள்ளப்பட்டதிலிருந்து
பூமி சூரியனைப் பத்து முறை சுற்றி வந்துள்ளது
நான் உள்ளே தள்ளப்பட்ட ஆண்டில் எழுதியதை
அதே உணர்ச்சியோடு திரும்பச் சொல்கிறேன்:
"தரையில் உள்ள எறும்புகளைப் போல,
கடலிலுள்ள மீன்களைப் போல,
வானத்திலுள்ள பறவைகளைப் போல
ஏராளமாக உள்ள மக்கள்
கோழைகளாய், தீரமுள்ளவர்களாய்,
அறிவிலிகளாய், ஒப்பற்றவர்களாய்,
குழந்தையைப் போன்றவர்களாய் உள்ள மக்கள்
அவர்கள்தாம் நசுக்குகிறார்கள், படைக்கிறார்கள்
அவர்களது சாகசங்கள்தாம் பாடல்களில் பாடப்படுகின்றன"

மற்றவற்றைப் பொருத்தவரை,
எடுத்துக்காட்டாக எனது பத்தாண்டுச் சிறைவாசம்,
அவையெல்லாம் அர்த்தமற்ற வார்த்தைகள்.

1 டாஹா (Dachau): ஜெர்மனியில் 1933 இல் நாஜிகளால் உருவாக்கப்பட்ட சித்திரவதைச் சிறை முகாம். இதில் பல்லாயிரக்கணக்கான யூதர்கள், சோவியத் போர்க் கைதிகள் முதலானோர் கொல்லப்பட்டனர்.

துருக்கி

நஸிம் ஹிக்மெத்

சிறையில் காலம் கழிக்கப் போகிறவர்களுக்கு ஒரு வார்த்தை

இந்த உலகின் மீது, நாட்டின் மீது, மக்களின் மீது
நம்பிக்கை இழக்காமல் இருந்ததற்காக
 உன்னைத் தூக்கிலிடாமல்
 உள்ளே தள்ளினால்
 உனக்கு எஞ்சிய வாழ்க்கையில்
 பத்துப் பதினைந்தாண்டுகள்
 உள்ளே இருந்தால்
நீ கூற மாட்டாய்:
"கம்பத்தில் கட்டித் தொங்கவிடப்பட்டுள்ள கொடிபோல
நான் தூக்கில் தொங்கியிருக்கலாமே."
மாறாக மண்ணில் உன் கால்களைப் பதித்து வாழ்ந்திருப்பாய்
அது ஒன்றும் அவ்வளவு மகிழ்ச்சி தரக்கூடியது அல்லதான்
இருந்தாலும்
பகைவனுக்கு எரிச்சலூட்டுவதற்காக
இன்னும் ஒரு நாள் வாழ்வது
உனது மகத்தான கடமை.
கிணற்றில் போட்ட கல்லைப் போல
உனது ஒரு பகுதி தனிமையில் வாழலாம்
ஆனால் மற்றொரு பகுதியோ
உலகின் சலசலப்புகளில் சிக்கிக் கொண்டிருக்கும்.
இதனால் உள்ளேயிருக்கும்
உனக்கு ஏற்படும் நடுக்கம் -
வெளியே
நாற்பது நாள்கள் தொலைவில்
ஒரு இலை அசைந்தாலும்கூட.
சிறைக்குள்ளே கடிதங்களுக்காகக் காத்திருப்பது
சோகமான பாடல்களை இசைப்பது

இரவு நெடுகக் கண் இமை மூடாமல்
மோட்டுவளையைப்
பார்த்துக் கொண்டிருப்பது
இவை இனியவையாக இருக்கலாம்
ஆனால் அபாயகரமானவை.
ஒவ்வொரு முறையும்
சவரம் செய்யும்போது
உன் முகத்தை உற்றுநோக்கு.
உனது வயதை மற.
முடியில் பேன் பிடிக்காமல் பார்த்துக்கொள்.
வசந்தகால இரவுகளுக்கு காத்திரு.
கடைசி ரொட்டித் துண்டு ஒவ்வொன்றையும்
சாப்பிட வேண்டும் என்பதை
எப்போதும் நினைவுகொள்.
இது முக்கியம் -
வாய்விட்டுச் சிரிக்க மறவாதே.
யாருக்குத் தெரியும்
நீ காதலிக்கும் பெண்
உன்னைக் காதலிப்பதை விட்டுவிடலாம்.
அது ஒன்றும் பெரிய விஷயமல்ல எனச் சொல்லாதே
உனக்குள் இருக்கும் மனிதனுக்கு
பச்சை மரக்கிளை முறிந்தது போன்ற அனுபவம் அது.
சிறைக்குள்ளே
ரோஜாக்களையும் தோட்டங்களையும் நினைத்து
ஏங்குவது நல்லதல்ல
கடல்களையும் மலைகளையும் பற்றி
நினைப்பது நல்லது.
ஓயாது படி, எழுது.
நீ நெசவு செய்யலாம்.
நிலைக்கண்ணாடிகளைச் செய்யலாம்.
நான் சொல்ல வருவது என்னவென்றால்
உள்ளே உன்னால்
பத்துப் பதினைந்தாண்டுகள்
கழிக்க முடியாதா என்ன?
உன்னால் முடியும் -
உனது மார்பின் இடப்புறமுள்ள இரத்தினக்கல்
ஒளிகுன்றாமல் இருக்கும்வரை.

துருக்கி

நஸிம் ஹிக்மெத்

இரும்புக் கூண்டிலுள்ள சிங்கம்

இரும்புக் கூண்டிலுள்ள
சிங்கத்தைப் பார்
கோபத்தால் சுடர்கின்ற,
உறையிடப்படாத இரு குத்துவாள்களைப் போன்ற
அதன் கண்களுக்குள் ஆழமாகப் பார்.
அது தன் கண்ணியத்தை ஒருபோதும் இழப்பதில்லை
அதன் கோபம் வருவதும் போவதும்
போவதும் வருவதுமாக இருந்தாலும்.
அதன் அடர்த்தியான மென்மயிர்ப் பிடரியைச் சுற்றி
கழுத்துப் பட்டையை வைக்க ஓரிடத்தை
உன்னால் கண்டறிய முடிந்திராது.
அதன் மஞ்சள் நிற முதுகில்
சவுக்கின் தழும்புகள்
இன்னும் எரிந்து கொண்டிருந்தாலும்
அதன் நீண்ட கால்கள்
நீட்டி நிமிர்ந்து
இரு செப்பு வளைநக வடிவத்தில் முடிவடையும்.
அதன் பிடரியிலுள்ள மயிர்கள்
ஒவ்வொன்றாகச் சிலிர்க்கின்றன
அதன் கர்வமிக்க தலையைச் சுற்றி.
அதன் வெறுப்பு
வருகின்றது போகின்றது
போகின்றது வருகின்றது.
இருண்ட அறையின் சுவரின் மீது விழும்
எனது சகோதரனின் நிழல்
அசைகின்றது
மேலும் கீழும்
கீழும் மேலும்.

துருக்கி

நெஸ்வாட் ஸெலிக்

நெஸ்வாட் ஸெலிக் (Nezvat Celik): 1960 ஆம் ஆண்டில் பாட்டாளி வர்க்கக் குடும்பத்தில் பிறந்த ஸெலிக் அவரது இருபதாம் வயதில் துருக்கிய அரசாங்கத்தால் கைது செய்யப்பட்டு, ஒரு பயங்கரவாத அமைப்பைச் சேர்ந்தவர் என்று குற்றம் சாட்டப்பட்டு மரண தண்டனை விதிக்கப்பட்டார். தண்டனைக் குறைப்பின் காரணமாக 1987 இல் விடுதலை செய்யப்பட்ட அவர் தொடர்ந்து கவிதைகளை எழுதி வருகின்றார். ஒரு நாவலும் அவரால் எழுதப்பட்டுள்ளது.

அகதிகள்

மாலை நேரங்களில் அவர்கள்
பயணிப்பர்
ஒரு சண்டை முடிந்து மற்றொன்று தொடங்குவதற்குள்
கிழிந்த ஆடைகளைத் தைத்துக் கொள்வர்.
தேவதாரு மரங்களின் கீழிருந்து அவர்கள் புறப்படுவர்
பதுங்கு குழிகளிலிருந்து
சடலங்களை அகற்றுபவராய்
முற்றுகையின் கீழ் வெள்ளைக் கொடி
எதனையும் அறியாதவராய்
அவர்கள் பயணிப்பர்
முதுகில் சுமையுடன்
நம்பிக்கை வைத்து வைத்துச்
சோர்ந்துபோன கண்களில்
சண்டையை ஏந்தி
அடக்க முடியாக் கண்ணீருடன்
ஒரு பாலஸ்தினப் பாடலை
அவ்வப்போது இசைத்து
தன்னந் தனியாய்த் தம் விதி வழிப் பயணிப்பர்
பிரிவால் அவர்கள் இரு திசைகளில்
ஏதோ ஒரு நாட்டைக் கடந்து
நிமிர்ந்த நெஞ்சினராய்ப் பயணிப்பர்

தம் மனைவியரின் உதடுகளை முத்தமிட்டவாறு
மரணிக்கும் வரை வானத்தை முற்றுகையிட்டவாறு
தம் துப்பாக்கிகளிலிருந்து
ஒரு புறாக் கூட்டத்தைப் பறக்க விட்டவராய்.
போய் வருகிறேன் நண்பனே
அந்தக் கூண்டிலிருக்கும் பறவை
கிளியா, பொன் சிட்டா
நீ போகுமிடமெல்லாம்
சாவுமில்லை, பிரிவுமில்லை -
மர நிழலும் பறவையும்

2

எமது பெண்கள்
ஓரளவு பாலஸ்தினப் பெண்கள் போலத்தான்
பருத்த மார்பகங்களுடன்
அகதி உடைகளுடன்
வேர் போல உறுதியாய், மென்மையாய்
பிடிவாத குணம் நிறைந்தவராய்
போராடும் பெண்கள்
எமது அன்னையருக்கும் இந்த அனுபவங்கள் உண்டு.
பெய்ரூட் நகரம்போல் அவர்களது முகங்கள்
குழப்பத்தில்
ஆனால் ஒரு பெண்
சைப்ரஸ் மரத்தைவிட மென்மையானவளாய்
ஊசியிலை மரத்தைவிட உயரமானவளாய்
மற்றெல்லாப் பெண்டிரையும் போலத்
தாய்மையைத் தன் கண்களில் கொண்டவளாய்
அகதிகளின் பாதையில்
எனது குழந்தையே
நாளைய மனிதனே
என் பாலைப் பருகு
உனது பிஞ்சுக் கரங்களை வெதுவெதுப்பாக்கு
உனது விளையாட்டுத்
துப்பாக்கியின் விசையை வெதுவெதுப்பாக்கு

3

ஒரு சண்டையிலிருந்து
மற்றொரு சண்டைக்கு அவர்கள் பயணிப்பர்

மத்திய தரைக் கடலின்
சிறிய கடலோரங்களிலிருந்து
நான் எட்டிப் பார்த்து
நம் அனைவருக்கும் தெரிந்த
பாடலைப் பாடினால்
கைகள் அசையும் கொடி போல
போய் வருகிறேன் நண்பனே போய்வருகிறேன்
எனது துருக்கியக் குரல்
எனது துருக்கியக் கரம்
அனைத்தும் உனக்கே
கத்திபோல் கூர்மையான
அந்த நாள்களுக்காக.

ஈரான்

ஈராஜ் ஜன்னட்டீ அட்டேய்

ஈராஜ் ஜன்னட்டீ அட்டேய் (Iraj Jannatie Ataie): ஈரானின் புகழ்பெற்ற கவிஞரும் நாடகாசிரியருமாவார். ஈரானின் ஷா ஆட்சியின்போது சிறைப்படுத்தப்பட்ட இவர் கொமெய்னி ஆட்சியைப் பிடித்த பிறகு, நாட்டை விட்டு வெளியேறி இங்கிலாந்தில் வாழ்ந்து வருகிறார்.

பாதுகாப்பிடத்தின் பாடல்

தெருக்களில் இரத்த வெள்ளம்
வீட்டிற்குள் கோபத் தீ
புராதன சமாதிகளில் அவர்கள்
இளம் பெண்களைப் புதைத்துள்ளனர்
மிக அழகிய நெஞ்சிலுள்ள அன்பும்கூட
ஒரு தோட்டாதான்.
ஒவ்வொரு வீட்டுக் கூரையிலிருந்தும்
பீதி ஓலமிடுகிறது
ஆழமான கிணறுகளில்
பாடல்கள் பதுங்கியுள்ளன.
உதடுகள் தைக்கப்பட்டுள்ளன.
இரவு நேரப் போலிஸ் வேட்டைகளின் போது
சுவர்கள் உரக்கக் கத்துகின்றன.
புதிய முழக்கம் ஒவ்வொன்றையும்
சாயங்கள் அழிக்கின்றன.
மரணத்துக்கோ கொண்டாட்டம்.
கடைசித் தோட்டா தாக்கி
அவன் மண்ணில் வீழ்ந்த அந்தக் கணத்திற்கு
மிக அழகியதொரு பெயரை
நான் சூட்ட வேண்டும்
மிக அன்பு தோய்ந்த கோபத்தை
நான் கண்டறிய வேண்டும்
விடியற்காலையில் மழை
பாதுகாப்பிடங்களில் வெறுப்பு

யாருடைய சமாதி
நான் அழுகின்றேன்
யாருடைய சமாதி
நான் பாடுகிறேன்
சென்று வா
வானம்பாடியே
சென்று வா மகளே.

ஈரான்

ஈராஜ் ஜன்னட்டீ அட்டேய்

சின்னக் கரீம்

சின்னக் கரீமே
கருமைநிறக் கண்ணுடைய கரீமே
அமைதியான நெஞ்சுரம் கொண்ட கரீமே
நாசமடைந்த கிராமம் உன்னை
வரவேற்க முன்வந்ததே
அங்கு நீ கடந்து செல்ல உன்னை
அனுமதித்த அந்த இரவிடம்
நட்சத்திரங்கள் என்ன கூறின?
எந்தவொரு இரகசியத்தை
அந்தக் காயமுற்ற மலையிடம்
இந்த வம்பளக்கும் காற்று கூறியது?
உனது வருகையின் அறிகுறியை
எந்த நீரூற்றில் நிலவொளி
கோலமிட்டுக் காட்டியது?
சின்னக் கரீமே
அழிக்கப்பட்ட ஸானன்டெஜ் நகரத்தின்[1]
கரீமே
யாரும் அறியாமல் அலைந்து திரியும் கரீமே
வறுமையில் சிக்கிய கிராமங்களில்
பராரிகளின் வாயில்களில்
விளக்குபோலத் தொங்கவிட்டாய்
உனது இதயத்தை
புதிதாக அழிக்கப்பட்ட வீடுகளிலிருந்து
குடிசைகளுக்கு உன் இளமையைக்
கொண்டு வந்தாய்
காலித் தட்டுகளுக்கு உன் அன்பை
எப்படித்தான் பகிர்ந்து கொடுத்தாயோ
அடிமைக் குடிசைகளிலிருந்து
சுதந்திரத்தின் எல்லைகளுக்குச் செல்ல
உணவுக்கு, ஆயுதங்களுக்கு, இளமைக்கு

நீ பாலம் அமைக்கையில்
துயருற்ற மானுடர்க்கு
சுதந்திரம் பற்றி நீ வழங்கிய
வரையறைதான் என்ன?
உன்னைத் தொடர்கிறது அன்புடன்
நீண்டதொரு வரிசையாய் நம்பிக்கை
இரவு நேரத் தாக்குதலிலிருந்து
விடியற்காலை வீடு திரும்பும்வரை
உழைப்பின் கரீம்களே
பெஷ்மெர்காவின்[2] கரீம்களே
நீங்கள் காற்றில் என்ன பாடலிசைத்தீர்கள்
நீங்கள் கற்களில் எதைப் பொறித்தீர்கள்?
கூலி விவசாயிகள் தம் மூட்டைமுடிச்சுகளுடன்
கிளம்பவும்
சாகுபடியாளர்கள் தம் கரங்களை விரித்து
அறுவடைக்கு உங்களை அழைக்கவும்
மண்ணிடம் நீங்கள் கூறியது என்ன?
எதிர்காலத்தின்
வெற்றிகரமான கரீம்களே
மகத்தான கரீம்களே
குர்திஸ்தானின் கரீம்களே
நீங்கள் கடந்து செல்லச்
சூரியன் வழிவிட்டு நிற்கும்.

1   ஸானண்டெஜ் நகரம் (Sanandaj): ஈரானிலுள்ள குர்திஸ் நகரம். இராக்கிய, துருக்கிய ஆட்சியாளர்களைப் போலவே ஈரானின் ஆட்சியாளர்களும் தம் கட்டுப்பாட்டிலுள்ள குர்திஸ் பகுதிகளுக்குப் பாரபட்சம் காட்டி வருகின்றனர். குர்திஸ் மக்களின் சுயாதீனத்தை மறுக்கின்றனர்.

2   பெஷ்மார்கா: சாகும் வரை போராடும் குர்திஸ் கெரில்லாப்படை.

நைஜீரியா

பழங்கால யொருபா கவிதை[1]

வேட்டைக்காரன் இறக்கும்போது
தன் வறுமையைத் தன் துப்பாக்கிக்கு விட்டுச் செல்கிறான்
கருமான் இறக்கும்போது
தன் வறுமையை ஏருக்கு விட்டுச் செல்கிறான்
பறவை இறக்கும் போது
தன் வறுமையைத் தன் கூட்டுக்கு விட்டுச் செல்கிறது
நீ இறக்கும்போது
இருளிடம் என்னைக் கைவிட்டு விட்டுச் செல்கிறாய்
இப்போது நீ எங்கே?
வீட்டருகே புல் தின்று திரியும்
ஆடுதானா நீ?
சூடான மண் சுவரில் அசையாது கிடக்கும்
பல்லிதானா நீ?
மண் புழுவைத் தின்னாதே என நான் சொன்னால்
பட்டினி கிட என நான் சொல்வதுபோல் ஆகிவிடும்
சொர்க்கத்தில் அவர்கள் எதை உண்டாலும்
அதையே நீயும் பகிர்ந்துகொள்
பிணத்தை இருமுறை தண்டிக்க முடியாது;
அதை மறைக்கத் துணியில்லாது போய் விட்டாலும்
கட்டாயம் மண் உண்டு.
சேறு கலந்த நீர்க் குளம்
காலப் போக்கில் ஆறாக மாறும்
எனது தாயின் நோய் மெல்ல மெல்ல
மரணத்தில் போய் முடியும்
மரத் துண்டு உடையுமானால்
அதைச் சரி செய்துவிட முடியும்
ஆனால் தந்தமோ முறிந்தது முறிந்ததுதான்
முட்டை உடைவது
கலைந்து போன இரகசியத்தை வெளிப்படுத்த,
எனது தாய் தன் இரகசியத்தைத்
தன்னுடனே சுமந்து சென்றாள்.
அவள் வெகுதூரம் சென்று விட்டாள் -
அவளைத் தேடி வீணாக அலைகிறோம் நாங்கள்.

ஆனால் பண்ணைக்குச் செல்லும் வழியில்
நீ புள்ளி மானைப் பார்க்க நேர்ந்தால்
ஆற்றுக்குச் செல்லும் வழியில்
நீ புள்ளி மானைப் பார்க்க நேர்ந்தால்
அம்பறாத் துணியிலேயே அம்புகளை வைத்து விடு
இறந்தவர் அமைதியுடன்
விடைபெற்றுச் செல்லட்டும்.

1 *நைஜீரியாவிலுள்ள பழங்குடி மக்களின் ஒரு பிரிவினர் பேசும் மொழி யொருபா (Yoruba) இலக்கியத்துக்கான நோபல் பரிசு பெற்ற எழுத்தாளர் வோலெ ஸோயின்காவின் (Wole Soyinka) தாய்மொழியாகும்.*

நைஜீரியா

யொருபா பழங்குடி பாடல்[1]

வாழ்க்கை பலவிதம்

மரம் வளைந்திருக்கிறது என
நாம் ஏன் முணுமுணுக்க வேண்டும்
நமது தெருக்களில் வளைந்திருக்கும் மனிதர்களே
சிலர் காணப்படும் போது?
பிறைச் சந்திரன் ஏன் சாய்ந்திருக்கிறது என
நாம் ஏன் குறை கூறவேண்டும்?
யாராவது வானத்தை எட்டிப் பிடித்து அதை
நிமிர்த்த முடியுமா?
நாம் பார்ப்பதில்லையா -
சில சேவல்களுக்குத் தலையில் கொண்டையிருந்தும்
வால்களில் தோகையில்லாமல் இருப்பதை
சிலவற்றுக்கு காலில் நகமிருக்கும்
கூவும் ஆற்றல் அவற்றுக்கு இருக்காது
தலையுள்ளவனுக்குத் தலை மீது அணிந்து கொள்ளக்
குல்லாயில்லை.
குல்லாயிருப்பவனுக்கோ அதையணிந்து கொள்ளத்
தலையில்லை.
ஓவா மக்களுக்கு எல்லாமே இருக்கின்றன
குதிரை லாயத்தை தவிர
ஐஃபா மக்களைச் சேர்ந்த பெரிய அறிஞர்களுக்கு
ஒஃபா மக்களுக்கு வழிகாட்ட முடிவதில்லை.
ஒஃபா மக்களுக்கு வழிகாட்டுவதற்குச் சிலருக்குத் தெரியும்
ஆனால் ஐஃபா மக்களின் நெறிமுறைகளில் ஒரு வரிகூட
அவர்களுக்குத் தெரியாது.
நிறையத் தின்பவர்களுக்கு உண்ண உணவேதுமில்லை
நிறையக் குடிப்பவர்களுக்குக் குடிக்க மது ஏதுமில்லை
செல்வம் என்பதோ பல வண்ண ஆடை.

---

1. நைஜீரியாவிலுள்ள யொருபா பழங்குடி மக்களிடையே பாடப்பட்டு வரும் பாடல்.

சூடான்

கெமால் அல்-கிசௌலி

கெமால் அல்-கிசௌலி (Kemal al-Ghizouli): சூடானில் தடை செய்யப்பட்டுள்ள சூடானிய எழுத்தாளர் சங்கத்தின் பொதுச் செயலாளராக இருந்தவர்; சூடான் அரசாங்கத்தின் தலைமை வழக்குரைஞராகவும் பணிபுரிந்திருக்கிறார். 1989 இல் சூடானில் நடந்த இராணுவப் புரட்சியை அடுத்துக் கைது செய்யப்பட்ட அவர், எந்த விசாரணையுமின்றி 1991 மே வரை சிறையிலடைக்கப்பட்டிருந்தார். மீண்டும் 1992 மார்ச்சில் கைது செய்யப்பட்டு ஜூலை வரை காவலிலிருந்தார். சோமாலியாவைப் போலவே மத அடிப்படைவாதிகளின் கட்டுப்பாட்டிலுள்ள இன்றைய சூடானின் நிலைமைகளுக்கு இந்தக் கவிதை மிகவும் பொருந்தும். இந்தக் கவிதையையும் அடுத்து வரும் இரண்டு கவிதைகளையும் ஆங்கிலத்தில் மொழியாக்கம் செய்தவர் சிறையிலடைக்கப்பட்டிருந்த மற்றொரு எழுத்தாளரான கலித் அல்-கிட்.

நண்பர்கள்

(சிறையிலெழுதப்பட்ட கவிதை)

என் மனைவிக்கு ஒரு செய்தி:
என்னைப் பற்றி விசாரித்து வருபவர்களுக்கு
உன்னைச் சந்திக்க மிகவும் பயப்படுபவர்களுக்கு
உதவியாக இருக்கட்டுமே என்று உன் கையில் கொஞ்சம்
பணத்தைத் திணித்துவிட்டுப் போக இரகசியமாக வந்து
உன் கதவைத் தட்டுபவர்களுக்கு
உனக்கு உதவி செய்யவோ முயற்சி வெற்றி பெறவோ
கொளுத்தும் உச்சி வெய்யிலில் ஊர்க் கோடியிலிருந்து
வருபவர்களுக்கு
தங்கள் வறுமையின் காரணமாகவும் இல்லாமையினாலும்
விருப்பமிருந்தும்கூட உன்னருகே
இருக்க முடியாதவர்களுக்கு
எனது குழந்தைகளின் கையைப் பற்றி
இனிய நினைவுகளைப் பகிரங்கமாக நினைவுகூர்பவர்களுக்கு
களைப்புற்ற தங்கள் நினைவின் துளைகளினூடாக
என்னைக் கைவிட்டு விடும்படி

கட்டாயப்படுத்தப்பட்டவர்களுக்கு
அவர்கள் அனைவருக்கும், என் அன்பே,
தெரிவித்து விடு:
அவர்களனைவரும் என் இதயத்தின் அடியாழத்தில்
இருப்பர் என்று
என் அன்பே, எனது இந்தச் சொற்களையும்
அவர்களுக்கு எடுத்துச் சொல்:
"நீங்கள்தான் என் இதயத்தின் கதகதப்பு, இதயத் தீ
என் இதயத்தின் மாபெரும் வேட்கை
என் இதயத்தை முழுமையாக வைத்திருக்கும் பிணைப்புகள்
அதன் புண்களின் பிளந்த வாயிலிருந்து
பூத்துக் குலுங்கும் மலர்கள்".

சூடான்

கெமால் அல்-கிஜெளலி

சிறையில்

வானமோ சாம்பல் பூத்திருந்தது
எங்குமே ஒளியில்லை
கிழக்குத் திசையை நோக்கி
மேகங்களின் சிறகுகளை
விறைப்பாக இழுத்துப் பிடிக்கிறது பனிக்காலம் -
கொட்டும் மழையால் வானத்தை நனைத்தபடி
இரவு முழுக்கத் திட்டுத் திட்டாய் பனியைப் பொழிந்தபடி.
இந்த ஊமைச் சுவர்களால் என் பார்வையிலிருந்து
மறைக்கப்பட்ட உப்பும் முத்துக்களும் நிறைந்த கடலை
என்னால் பார்க்க முடியாது
ஆனால் இந்தச் சுவர்களிருப்பினும் கடலலைகளை
என் நெஞ்சத்திலும் அடிவயிற்றிலும்
உணரத்தான் செய்கிறேன்
நீலக் கடலலைகள் என் இரத்த நாளங்களினூடே
பாய்ந்து செல்கின்றன
எனது உதடுகளில் உப்புக் கரிப்பு இன்னும் நீங்கவில்லை
உப்பையும் நீலத்தையும் யாரால் மறக்க முடியும்!
அவற்றைப் பற்றிய நினைவை
யாரால் மறக்க முடியும்!

சூடான்
கெமால் அல்-கிசௌலி

ஜான்

ஒருநாள் நீ இறந்துவிடுவாய்
என்னும் நிச்சயத்தோடு இருப்பதைவிட
நீ இறந்துவிட்டாய் என நம்புவது
எவ்வளவோ எளிதானது
கடற்கரையில் ஆபத்தை எதிர்கொள்வதைவிட
பெரிய மீனின் வயிற்றுக்குள் கிடப்பது
எவ்வளாவோ பாதுகாப்பானது, ஜான்,
உனது மரணப்படுக்கையிலேயே கிட
உனது மரணப்படுக்கையிலேயே கிட
குளிரில் விறைக்க வைக்கும்
மாடிப் படிகளில் இறங்கிவந்து
நிரந்தரமான பீதியின் விதைகளை நாள் முழுக்க
விதைத்துச் செல்லும்
மரணத்தின் காலடியோசையைக்
கேட்டுக் கொண்டிருப்பதைவிட
மரணப் படுக்கையில் கிடப்பது அப்படியொன்றும்
பயங்கரமானதல்ல
வாடியுதிரக் காத்திருந்து தேக்க நிலையில் இருப்பதைவிட
ஒவ்வொரு காலையிலும் இறந்து போகவும்
புயல் வேகத்தில் இப்பூமியை விட்டுச் செல்லவும்
உன்னை ஆயத்தம் செய்து கொள்.
மகனே, காலங்கள் கழியும்
காலங்கள் கழியும்
எதுவுமே எப்போதும்போல் இருப்பதில்லை.

சோமாலியா

இஸ்மெயில் ஹுர்ரென்

இஸ்மெயில் ஹுர்ரென் (Ismael Hurren): சோமாலிய நாட்டைச் சேர்ந்த இக்கவிஞர் அந்நாட்டுத் தலைநகரான மொகாடிஷுவில் ஆசிரியராகப் பணியாற்றியிருக்கிறார். பல்லாண்டுகளுக்கு முன்பு எழுதப்பட்ட இக்கவிதை மத, இன அடிப்படைவாதிகளின் கட்டுப்பாட்டிலுள்ள இன்றைய சோமாலிய நிலைமைகளுக்கு மிகவும் பொருத்தப்பாடு உடையதாக விளங்குகிறது.

என்னை மன்னித்துவிடுங்கள்

என்னை மன்னித்துவிடுங்கள், தந்தையே
உங்கள் எதிர்பார்ப்புகளின்படி நான் இல்லாமல்
உங்களை ஏமாற்றியதற்காக

என்னை மன்னித்துவிடுங்கள், தந்தையே -
வேறு இனக்குழு மக்களை என்னால்
வெட்டிக் கொலை செய்ய முடியாவிட்டால்
காலையில் நான் தொழுகையைச் செய்யாவிட்டால்
உங்கள் அறிவுரைகள் சிலவற்றை நான்
பொருட்படுத்தாவிட்டால்.

ஏனெனில் தந்தையே
உங்களது இரத்தம் எனது நாளங்களில் பாய்ந்தாலும்
நானுமே நாடோடியாக இருந்துள்ள போதிலும்
கூரையில்லாத குடில்களில்
நான் படுத்துறங்கிய போதிலும்
நிலவைப் பார்த்தபடி
கடவுளை நோக்கி என் கரங்களை உயர்த்திய போதிலும்
அவரது வல்லமையைக் கண்டு
பொறாமையுற்ற போதிலும்
காலம் பல அந்நியமான போர்வைகளை அவிழ்த்து
நமக்கிடையே விரித்துள்ளது
காலம் என்னை வேரறுத்துள்ளது
தொழுகையால் ஏதும் பயனில்லாத மண்ணில்
என்னை நாற்றாக நட்டுள்ளது

அம்மா என்னை மன்னித்துவிடு
உனது எலும்புகளைத் தோண்டியெடுத்ததற்காக
(இங்கு புதைக்கப்பட்ட உனது எலும்புகளை)

என்னை மன்னித்துவிடு
இங்கு நீ புதைக்கப்பட்டாய் என்பதை
நான் மறந்திருந்தால்.

மொஸாம்பிக்

ஜோர்ஜ் ரெபெலோ

ஜோர்ஜ் ரெபெலோ (Jorge Rebelo): 1940 இல் பிறந்த ரெபெலோ, வழக்குரைஞராக இருந்தவர்; மொஸாம்பிக் நாட்டின் விடுதலைப் போராட்ட இயக்கமான FRELIMOவுடன் நெருக்கமான தொடர்பு கொண்டு 'மொஸாம்பிக் புரட்சி' ஏட்டின் ஆசிரியராகப் பணியாற்றியவர்.

கவிதை

சகோதரனே வா!
உன் கதையைக் கூறு என்னிடம்
வா! எதிரி உன் உடலில் விட்டுச் சென்ற
உன் கிளர்ச்சித் தழும்புகளைக் காட்டு.
வா! என்னிடம் சொல்:
"என் கைகளுக்குச் சொந்தமான மண்ணைக் காத்ததற்காக
என் கரங்களில் இதோ இந்த இடம்தான் நசுக்கப்பட்டது"
"எதிரிகளுக்கு வளைந்து கொடுக்காத என் உடல்
இதோ இங்கேதான் வதைக்கப்பட்டது."
"எனது மக்களின் விடுதலையைப் பாடத் துணிந்த
என் வாய் இதோ இங்கேதான் புண்ணாக்கப்பட்டது."
சகோதரனே வா!
உன் கதையைக் கூறு என்னிடம்
வா! உன் கிளர்ச்சிக் கனவுகளை
காதலுக்கே உரிய அந்த இரவுகள் நெடுக
மௌனமாக நீயும் உன் தந்தையும்
உன் மூதாதையரும் கண்ட
கிளர்ச்சிக் கனவுகளை
என்னிடம் விவரி.
வா! என்னிடம் கூறு
இந்தக் கனவுகள் மாறும் போராக,
வீரர்களின் பிறப்பாக,
மீட்டெடுக்கப்பட்ட பூமியாக,
போரிடத் தம் மக்களைப் பயமின்றி அனுப்பும்

தாய்மார்களாக.
வா! என்னிடம் கூறு
இவையனைத்தையும்
என் சகோதரனே.
பிறகு நான்
குழந்தைகளுக்கும் புரியும்
எளிய வார்த்தைகளை
வார்த்தெடுப்பேன்
காற்றைப்போல் ஒவ்வொரு வீட்டிலும்
நுழையும் வார்த்தைகள்
எமது மக்களின் உள்ளங்களில்
செந்தணலாய் அமிழும்.
எமது மண்ணில்
பூக்கத் தொடங்கிவிட்டன
தோட்டாக்கள்.

மொஸாம்பிக்

ஜுவனெல் புக்கானெ

பழச்சோலை

தங்கமென மின்னும்
தழைத்தோங்கும் சோளக் கதிர்களிடையே
ஒலிக்கும் திருவிழா மணியோசைபோல்
பறவைகள் பாடுவதைக் கேட்கிறேன்.
ஆமாம், என் நண்பனே
நாம் விதையைத் தூவுவது
வாழ்வு என்னும் பழச் சோலைக்காக.
நமது அன்புக் கரங்கள்
எல்லா இடங்களிலும் மண்ணைத் தோண்டி எடுக்கும்
நமது நெற்றி வியர்வை நிலத்துக்கு நீராகும்
நம் கடும் உழைப்பு மண்ணுக்கு உரமாகும்
என் உள்ளத்துக்கு ஆறுதல் ஊட்டும்
காலைப் பாடல் போல
என் நண்பனே,
சோளக் கதிர்களிடையே பறவைகள் பாடுகின்றன.
ஏனெனில் நாம் ஒன்று கூடி விதைகளைத் தூவுகிறோம்
வாழ்வு என்னும் பழச் சோலைக்காக.

கென்யா

ஜொனாதன் காரியாரா

ஜொனாதன் காரியாரா (Jonathan Kariara, 1935-1993): கென்யா நாட்டைச் சேர்ந்த இந்த ஆப்பிரிக்கக் கவிஞர் புகழ்பெற்ற புத்தக வெளியீட்டு நிறுவனமான ஆக்ஸ்ஃபோர்ட் பதிப்பகத்தில் பதிப்பாசிரியராகவும் பணியாற்றியிருக்கிறார்.

புல் வளரும்

எனது குழந்தையை நீங்கள் எடுத்துக் கொண்டால்,
கர்த்தரே
அவனுக்குப் புதைகுழி தோண்ட என் கரங்களுக்குப்
பலத்தைக் கொடுங்கள்
அவனை மண்ணால் மூடுங்கள்
கர்த்தரே கொஞ்சம் மழையை அனுப்புங்கள்
ஏனெனில் புல் வளரும்
எனது வீடு எரிந்து
சாம்பல் எனது நாசித் துவாரங்களுக்கு எரிச்சலூட்டி
எனது கண்களில் நீர் வழிந்தால்
அப்போது கர்த்தரே கொஞ்சம் மழையை அனுப்புங்கள்
ஏனெனில் புல் வளரும்
ஆனால் கர்த்தரே
என்னைப் பைத்தியக்காரனாக்காதீர்கள்
நான் கண்ணீரை வேண்டுகிறேன்
ஆனால் எனது மண்டையோட்டிற்குள் சொகுசாக
நுழைந்து கொள்ளும்
பைத்தியக்காரத்தனத்தை
நிலவைப் பார்த்ததும் வெறிபிடிக்க வைக்கும்
பைத்தியக்காரத்தனத்தை
எனக்கு அனுப்பாதீர்கள்
பாய்ந்தோடி வரும்,
நசுக்கிக் கொண்டு வரும்
குதிரைக் கூட்டங்களை நீங்கள் அனுப்புவதுதான்
எனக்கு விருப்பம்
ஆனால் நிலாவின் கருவை
என் மீது போட்டுடைக்காதீர்கள்.

ஐவரி கோஸ்ட்

பெர்னார்ட் டாடீ

பெர்னார்ட் டாடீ (Bernard Binlin Dadie): 1916 இல் பிறந்த இவர் செனகால் நாட்டின் தலைநகர் தாகாரில் கல்வி பயின்றார். ஐவரி கோஸ்ட் அரசில் சிறிது காலம் கலாசாரத் துறை அமைச்சராகப் பணியாற்றிய இவர் நாவல்களையும் நாடகங்களையும் எழுதியுள்ளதுடன் ஆப்பிரிக்க நாட்டார் கதைகளைத் திரட்டி வெளியிட்டுள்ளார்.

கடவுளே உமக்கு நன்றி

கடவுளே உமக்கு நன்றி
என்னைக் கறுப்பனாகப் படைத்ததற்காக
துயரங்கள் அனைத்தையும்
சுமப்பவனாகப் படைத்ததற்காக
என் தலையில் உலகத்தை
உட்கார வைத்ததற்காக
நான் சென்டாரின்[1] தோலைப் போர்த்தியிருப்பவன்
முதல் காலையிலிருந்தே
உலகத்தைச் சுமந்து வருபவன்
வெள்ளை நிறம் விசேட நாள்களுக்குரியது
கறுப்பு நிறமோ ஒவ்வொரு நாளுக்கும்.
முதல் மாலையிலிருந்தே
உலகத்தைச் சுமந்து வருபவன் நான்
உலகத்தை ஏந்தித் திரியும் வண்ணம்
உருவாக்கப்பட்ட என் தலை அமைப்பு
எனக்கு மகிழ்ச்சிதான்
உலகத்தின் காற்றனைத்தையும் தடுத்து நிறுத்தும்
என் மூக்கின் அமைப்பு
எனக்குத் திருப்திதான்
உலகத்தின் ஓட்டப் பந்தயங்கள் அனைத்திலும்
ஓடத் தயாராக இருக்கும் என் கால்களின் அமைப்பு
எனக்கு மகிழ்ச்சிதான்.
கடவுளே உமக்கு நன்றி

என்னைக் கறுப்பனாகப் படைத்ததற்காக
துயரங்கள் அனைத்தையும் சுமப்பவனாகப் படைத்தற்காக
முப்பத்தாறு வாள்கள் என் நெஞ்சில் பாய்ந்துள்ளன
முப்பத்தாறு நெருப்புகள் என் உடலை எரித்துள்ளன
ஒவ்வொரு கல்வாரி மலையிலும்[2] சிந்தப்பட்ட என் இரத்தம்
பனியைச் செந்நிறமாக்கியது
ஒவ்வொரு விடியற்காலையிலும் சிந்தப்பட்ட என் இரத்தம்
இயற்கை முழுவதையும் செந்நிறமாக்கியுள்ளது.
இன்னமும் உலகத்தைச் சுமப்பதில்
எனக்கு மகிழ்ச்சிதான்
எனது குட்டைக் கைகள், நீண்ட கைகள்
தடித்த உதடுகள் பற்றி
எனக்கு மகிழ்ச்சிதான்.
கடவுளே உமக்கு நன்றி
என்னைக் கறுப்பனாகப் படைத்ததற்காக
வெள்ளை நிறம் விசேட நாள்களுக்குரியது
கறுப்பு நிறமோ ஒவ்வொரு நாளுக்கும்.
காலம் தொடங்கியதிலிருந்து
நான் உலகத்தைச் சுமந்துள்ளேன்
இரவு தோறும் உலகத்தின் மீது ஒலிக்கும்
என் சிரிப்பு பகல் பொழுதைப் படைக்கிறது
கடவுளே உமக்கு நன்றி
என்னைக் கறுப்பனாகப் படைத்ததற்காக.

1 சென்ட்டார் (centaur): கிரேக்கத் தொல்கதைகளில் இடம்பெறும் பாதி மனிதன் – பாதிக் குதிரை.

2 கல்வாரி மலை: கல்வாரி மலைமீது ஏற்றிச் செல்லப்பட்டு ஏசுநாதர் சிலுவையில் அறையப்பட்டார்.

அங்கோலா

அகஸ்ட்டினோ நேட்டோ

அகஸ்ட்டினோ நேட்டோ (Augustinho Neto, 1922-1979): காலஞ்சென்ற நேட்டோ, போர்ச்சுக்கீசியக் காலனியாதிக்கத்திலிருந்து விடுதலை பெற்ற அங்கோலாவின் முதல் அதிபர். சிறந்த மார்க்ஸிய அறிஞர். நாட்டின் விடுதலைக்காக ஆயுதம் ஏந்திப் புரட்சிப் போராட்டம் நடத்திய MPLA என்னும் அமைப்பின் தலைவர்.

இரவு

உலகின் இருண்ட மூலைகளில் வாழ்கின்றேன்
அங்கு ஒளியுமில்லை, ஜீவனுமில்லை
வாழ்ந்தே தீரவேண்டுமென்று
தெருக்களில் நடக்கின்றேன்
துழாவித் துழாவி
வடிவமற்ற எனது கனவுகளுக்குள் சாய்ந்துகொண்டு
அடிமைத்தனத்திற்குள் தடுக்கி விழுந்து.
- இருண்ட மூலைகள்
கேடுகெட்ட உலகங்கள்
அங்கு மனோ உறுதி குலைந்துவிட்டது
மனிதரோ பொருள்களுடன் குழம்பிய நிலையில்
புதிரும் பீதியும் மண்டிக் கிடக்கும்
விளக்குகளில்லா, பெயரில்லாத தெருக்களில்
தள்ளாடி நடக்கின்றேன்
பேய்களோடு கைகோர்த்து
இரவும்கூட இருளில்.

அங்கோலா

அகஸ்டினோ நேட்டோ

மேலை நாகரிகம்

மண்ணில் நட்டு வைக்கப்பட்ட
கம்பங்களின் மீது ஆணி அடித்து நிறுத்தப்பட்ட
நகரங்கள்தான் அந்த வீடு.
கந்தல் துணிகள் சில
அந்தப் பழக்கமான காட்சியை
முழுமையாக்கும்.
விரிசல்களுடாகச் சரிந்து விழும் கதிரொளி
வீட்டுச் சொந்தக்காரனை வரவேற்கும்
பன்னிரண்டு மணி நேர
அடிமையுழைப்பிற்குப் பிறகு
பாறையைப் பிளப்பது
பாறையை நகர்த்துவது
பாறையைப் பிளப்பது
பாறையை நகர்த்துவது
வெயில் காலத்திலும் சரி
மழைக் காலத்திலும் சரி
பாறையைப் பிளப்பது
பாறையை நகர்த்துவது.
முதுமை சீக்கிரமே வந்துவிடுகிறது.
பசியால்
நிம்மதியோடு
அவன் சாகும்போது
இருண்ட இரவுகளில்
பாய் மட்டுமே
போதுமானது.

அங்கோலா

ஃபெர்னான்டெஸ் தெ ஓலிவெய்ரோ மரியோ அந்தோனியோ

ஃபெர்னான்டெஸ் தெ ஓலிவெய்ரோ மரியோ அந்தோனியோ (Fernandes De Oliveiro Mario Antonio): 1934 இல் லுவாண்டாவில் பிறந்த இவர் அங்கோலாவின் இளங்கவிஞர்களை ஊக்குவித்தே தமது இலக்கிய வாழ்வைத் தொடங்கினார். பதினோரு ஆண்டுகள் அங்கோலாவில் அரசு அலுவலராக இருந்த அவர் 1965 இல் போர்ச்சுகல் தலைநகர் லிஸ்பனுக்குச் சென்றார். கவிதைகள், சிறுகதைகள், நாவல்கள், இலக்கிய, பண்பாட்டுத் திறனாய்வுக் கட்டுரைகள் ஆகியவற்றைப் போர்ச்சுகீசிய மொழியில் எழுதியுள்ளார்.

காதலும் எதிர்காலமும்

உனக்குப் புரியாத இந்த மூப்பெய்திய மொழியை
நான் அமைதிப்படுத்த வேண்டும்.
(இயல்பாகவே நீ பூக்கும் மரத்தைப் போல்
வருங்காலத்தைச் சேர்ந்தவள்தான்)
வருங்காலத்தின் புதிய மொழியில்
நான் பேச வேண்டும், மலர் சூடிய அந்த மொழியில்
பழங்காலத்தைப் பற்றிய இந்த ஏக்கத்தை,
அடிமைக் கப்பலுக்குள்ளிருந்தே நிலவைப்
பற்றிக் கனவு காணும்
வெள்ளை மாலுமிகளும் கறுப்பு அடிமைகளும்
கொண்டுவந்த இந்த ஏக்கத்தை
நான் அடிமைப்படுத்த வேண்டும்
ஸ்லோஸ், ப்ளூஸ், பொலரோஸ்[1] என்னும்
வடிவங்களெடுத்த இந்த புராதானக் கண்ணீரை
நான் அடிமைப்படுத்த வேண்டும்
(உனது வேட்கை, எனது மார்பின் மீது
உனது மார்பு, எனது கையில். உனது கை
உனது தொடையின் கதகதப்பு, உனது
கண்களின் ஆசை - இவை யாவற்றையும்
காட்டிக்கொடுக்காத இந்த வேதனைமிக்க மன அழுத்தம்)
நான் இவையனைத்தையும் அமைதிப்படுத்த வேண்டும்
(இயல்பாகவே நீ பூக்கும் மரத்தைப்போல்
வருங்காலத்தை சேர்ந்தவள்தான்)

நனவாக்கப் படவேண்டிய
நம்பிக்கை கீதத்தை உனக்கு நான் பாடிக் காட்ட வேண்டும்
ஓ பூக்கும் மரமே நாளை கனியப் போகும்
பழங்களைப் பற்றி உன்னிடம் நான் பாடவேண்டும்
என் வாழ்விற்குள் பாய்ந்து பரவும் சூரியனே
ஏற்கெனவே விடிந்து விட்ட நாள் இது.

1 கறுப்பின மக்களின், குறிப்பாக ஆஃப்ரோ-அமெரிக்க மக்களின் இசை வகைகள்; பெரும்பாலும் சோக கீதங்கள்.

கேப் வெர்தே

ஒனெஸிமோ ஸில்வெய்ரா

ஒனெஸிமோ ஸில்வெய்ரா (Onesimo Silvera): 1935 இல் பிறந்த ஸில்வெய்ரா, கினியா பிஸ்ஸா (Guinea Bissau) – கேப் வெர்தெ தீவுகளில் விடுதலைக்காகப் போராடிய PAIGC என்ற அமைப்பில் தீவிரப் பணியாற்றியவர். ஸ்வீடனிலும் சீனாவிலும் சில ஆண்டுகளைக் கழித்த அவர், பின்னாளில் ஐ.நா. அவை சார்ந்த பணிகளை மேற்கொண்டு வந்தார்.

நெடிய பகல் பயணம்

எமது பாதங்களின் கோபத்தில்
சுவர்கள் இடிந்து விழும்
பாதைகளின் தூசியை இரத்தம் விழுங்குவதற்காகக்
காத்திருக்கும் நெடிய பகல் பயணத்தில்
தடுமாறுவோர் யாருமில்லை
முழக்கமிட்டு முழக்கமிட்டுக் கிறங்கிப் போன நாங்கள்
தொடுவானத்தைக் கருக்கச் செய்வோம்
தூரத்தில் இருந்தபடி
தண்டனை முகாமிலிருந்து.
இறுதியில் நாம் புன்னகைப்போம்
நட்சத்திரங்களின் ஒளியைக் கண்டு.

பெனின்

ஹோலோகொவ்டொவ்

ஹோலோகொவ்டொவ் (Emile Hologoudou): முன்பு டஹோமி என்றழைக்கப்பட்டு வந்ததும் தற்போது பெனின் என்று பெயரிடப்பட்டதுமான ஆப்பிரிக்க நாட்டுக் கவிஞர்.

இலையுதிர்கால வானம்

இலையுதிர்கால வானம்
இந்தப் பூமியில் மாபெரும் கோபம்
வெடித்த அந்த நாளில்
சூரியன் செந்நிற எண்ணெய் நிறைந்த
தனது கலசத்தை உடைத்தான்
வானத்தின் சிறு கீற்றிடம்
உருகிய ஈயத்தின் வெள்ளிபோன்ற கனமான செய்தியை
வைத்துவிட்டு நான் செல்வேன்.
நான் செல்வேன்
எனது மக்களிடம்
அக்கரையில் உள்ளவர்கள்
சொல்லச் சொன்னதைச் சொல்வேன்
அது மறக்க முடியாத அவதூறு
இந்தக் கடமையில் எனது இதயம் ஈடுபட்டிருக்க
எனது வாழ்நாள் முழுவதும்
இந்தத் தள்ளாடும் சூரியனை
மாலை நேர நிழல்களின் கீழ்
தடுமாறும் ஒளியை
இனி நான் பார்க்க மாட்டேன்.
ஓ
நான் புறப்படும் இந்த வேளையில்
எனது இதயக் கடலில்
என்னென்ன விஷயங்கள் கவிழ்ந்து மூழ்குகின்றனவோ
அவை எனது ஆன்மாவின் உச்சியில் உள்ளவை
ஆயிரமாயிரம் வாக்குறுதிகளை
நாம் நிறைவேற்றுவதற்கு முன்
நாம் எதிர்கொள்ளும் பீதிகள் அவை.

தெனாப்பிரிக்கா

க்யோராபெட்ஸெ கோஸிட்ஸிலே

க்யோராபெட்ஸெ கோஸிட்ஸிலே (Keorapetse William Kgositsile): 1938 இல் பிறந்த இந்தக் கவிஞர் தென்னாப்பிரிக்காவின் விடுதலைக்காகப் போராடியதும் நெல்ஸன் மாண்டெலாவின் தலைமையில் இருந்ததுமான ஆப்பிரிக்க தேசியக் காங்கிரஸில் (African National Congress) தீவிரப் பங்கேற்றவர். ஜாஸ் இசையில் மிகுந்த ஆர்வம் கொண்டுள்ள இவர், அந்த இசையைப் பற்றிய பல ஆய்வுக் கட்டுரைகளை எழுதியுள்ளார்.

மாண்டெலாவின் பிரசங்கம்

மனிதத்தன்மை இழந்தவர்கள் ஆசீர்வதிக்கப்பட்டவர்கள்
ஏனெனில் அவர்களுக்கு இழப்பதற்கு ஒன்றுமில்லை
பொறுமையைத் தவிர.
போலிக் கடவுள்கள் என்னுள் இருந்த
கவிஞனைக் கொன்றனர்
இப்போது நான் புதைகுழிகளைத் தோண்டுகிறேன்
கலாரீதியான துல்லியத்துடன்.

தெனாப்பிரிக்கா

கேரன் ப்ரெஸ்

கேரேன் ப்ரெஸ் (Karan Press): 1956 இல் பிறந்த கேரேன் ப்ரெஸின் கவிதைகள் இதுவரை எட்டுத் தொகுதிகளாக வெளிவந்துள்ளன. ஆங்கிலத்தில் எழுதும் இந்தத் தென்னாப்பிரிக்கப் பெண் கவிஞர், தமது இளமைக்காலந்தொட்டே இனவெறியாட்சிக்கு எதிரான போராட்டங்களில் ஈடுபட்டு வந்துள்ளார். தென்னாப்பிரிக்க சோசலிச அமைப்புகளுடன் நெருங்கிய தொடர்புடைய அவர், மக்கள் கல்வி தொடர்பான பல பணிகளை மேற்கொண்டு வருகிறார். அவரது கவிதைகள் நளினமானவை; அமைதியான, ஆனால் அழுத்தமான தொனியில் அவலம், சோகம், களிப்பு, நையாண்டி, மௌனம் ஆகியவற்றை வெளிப்படுத்துபவை. தாம் வாழ நேர்ந்த நேர்மையற்ற, ஈனத்தனமான இனவெறிச் சமுதாயத்தில் தமக்கும் தம் கவிதைகளுக்குமான கண்ணியத்தையும் மதிப்பையும் தக்கவைத்துக் கொள்வதையே முதன்மையான கடமையாகக் கருதி எழுதி வருகிறார்.

தென்னாப்பிரிக்கக் குடியுரிமை பெற ஒரு விண்ணப்பம்

நாடே:
மலைத்தொடரில் விரியும் உனது நாள்கள்
எனது வருகையை அணைத்துக் கொள்ளுமா?
எதற்காகவோ காத்திருக்கும்
வெறுமையான சுவர்கள் உள்ள அறையில்
காத்திருக்கிறேன்.
கடலிடையே, தெருக்களிடையே, வானத்திடையே
செல்கிறேன்
என்னுடன் உரையாட அவற்றுக்கு நேரமில்லை.

நாடே:
உனது நிலா வெளிச்சம் என்னைப் பருகுவதற்காக
நான் தூசியாக வேண்டுமா?
எனது ஜன்னலை நீ திறப்பதில்லை.
ஜன்னல் கண்ணாடி மீது சாய்ந்துகொண்டிருக்கிறேன்

இரவு முழுவதும் கடல் காகங்களுடன்
நீ பேசிக்கொண்டிருப்பது எனக்குக் கேட்கிறது.
நான் ஒளிமயமானவள்
ஒளியூடுருவ முடியாதவள்
உரத்துச் சொல்லப்படக் காத்திருக்கும்
மந்திரச் சொல்
நாடே, எனது நிழலாக மாறு
நான் உனது உடலாக அமைவேன்.

தெனாப்பிரிக்கா

கேரன் ப்ரெஸ்

அவளைத் தேடிக் கொண்டிருக்கிறான்...

அனைவரும் சென்ற பிறகு
அந்த இடத்திற்குத் திரும்பி வந்தான்
மணலில் மண்டியிட்டுத் தோண்டினான்
அவளை வெளியே எடுத்துவர.
சடலத்தைப் புதைக்கப் பயன்படுத்தும் மண்வெட்டியால்
தோண்ட முடிவதைக் காட்டிலும் ஆழமாக
உதிரும் மணல், அக்குள் வரை.
அப்படியும் அவனது விரலிடுக்குகளுக்கு அகப்பட்டதெல்லாம்
சின்ன வெள்ளை நண்டுகள் மட்டுமே
தொடர்ந்து தோண்டினான் கைகளால்
கடலேரி முழுவதிலும், அவளை நினைத்து அழுதுகொண்டே
மண்ணைப் பிய்த்து எறிந்தவாறு
அவளது சுவாசம் அவன் காதை நெருடுகிறது
நிமிர்ந்து பார் நிமிர்ந்து பார்
மரகதப் பச்சை நெஞ்சுடைய தேன் சிட்டின்
மேலெழும்பும் சிறகடிப்பின் மீது
நான் பறந்து கொண்டிருக்கிறேன்
நிமிர்ந்து பார், என் அன்பே
நான் அப்பொழுதே தப்பிவிட்டேன்
என்றாள் அவள்
மனதினூடாகத் தோண்டிக் கொண்டிருந்த
அவனுக்குக் காதில் எதுவும் விழவில்லை
அவன் நிமிர்ந்து பார்ப்பதற்காக
அவள் காத்துக் கொண்டிருக்கிறாள்.

தெனாப்பிரிக்கா

கேரன் ப்ரெஸ்

பத்தொன்பதாம் நூற்றாண்டின் நன்றியுணர்வு

கப்பல் தளபதிகள் இங்குதான் வருவர்
நங்கூரம் பாய்ச்ச
இருண்ட குரூரங்களை, உண்டு பெருத்த கனவுகளை
இறக்கி வைத்தவாறு
தமது தாடிகளிலிருந்து அற்பத்தனங்களின் துகள்களை
தட்டியுதிர்த்தவாறு
அவர்களது மனைவியர் அமைதியான மண்ணைத்
தோண்டுகின்றனர்
குழந்தைகளை, பணியாள்களை,
கடவுளின் கருணை என்ற பொறிகளை விதைக்கின்றனர்
சிறுத்தைகளும் காடுகளும் அண்டவிடாமல்
திருப்பி அனுப்பப்படுகின்றன.
கரகரப்பான குரலுடைய குதிரை வீரனிடமிருந்து வாங்கப்பட்ட
சிங்கத்தின் புட்டம் போன்ற நிலம்
வீடுகளின் வரவேற்பறையிலிருந்து பார்த்து இரசிக்கும்
ரோஜா மலர்களாய்த் துண்டு போடப்படுகின்றது
உள்ளூர்க் குடிகளின் அம்மணத்தை மறைக்க
ஆடைகள் கொடுக்கப்படுகின்றன
ஆனால் அவர்கள் ஓயாது இடம் மாறிக் கொண்டே
இருக்கிறார்கள்.
புகையிலைப் பை ஒவ்வொன்றையும் நிரப்புகிறது
நகராட்சி அதிகாரம்.
கடலுங்கூட மந்தமாக இருக்கக் கற்றுக்கொண்டுள்ளது.
இரவில் மட்டுமே மூடுபனி எழுகின்றது
மணல் மீது மௌன நடை போட்டவாறு
பாறைகளின் மீது கப்பல்கள் மோதிச் சிதறுவது
கண்கூடாகத் தெரிகிறது
மூழ்கிக் கொண்டிருப்பவர்களின் ஓலத்தைக் கேட்டு
கப்பல் தலைவர்கள் புருவத்தை நெறிக்கிறார்கள்
அவர்களது பேரப்பிள்ளைகளோ

அந்தக் காட்சியைப் பார்க்கக் கூடுகின்றனர்
மிட்டாய் வண்ணங்களிலான கோடுகள் போட்ட
தொப்பிகளை அணிந்தவாறு.
அவர்கள் யாருக்கேனும் நன்றி சொல்ல வேண்டுமோ?
தூக்கிலிடப்பட்டவர்களின் மலையிலிருந்து
வீசுகிறது காற்று
நீங்கள்தாம் தப்பித்துவிட்டீர்களே
என்பதை நினைவுறுத்தியவாறு.
பொதுக் குளியலறைகளுக்குச் செல்ல
அவர்களை வண்டிகளில் வைத்து
நகர்த்திச் செல்கின்றன கறுப்புக் கைகள்
அவர்களது மனைவிமார்கள்
விதவிதமான சவமாலைகளைத் தொடுப்பது எப்படி
எனத் தமக்குள்ளேயே பேசிக்கொள்கின்றனர்
அவர்களது சருமத்தை வெய்யில் உரித்தெடுக்கிறது.

தெனாப்பிரிக்கா

அன்ட்யெ க்ரோக்

அன்ட்யெ க்ரோக் (Antje Krog): 1952 இல் பிறந்த இவர் தென்னாப்பிரிக்காவின் நிகழ்கால முக்கியக் கவிஞர்களிலொருவராகக் கருதப்படுகிறார். தென்னாப்பிரிக்காவின் 'பாப்லோ நெரூடா' என அழைக்கப்படும் இப்பெண் கவிஞர், 'ஆப்பிரிக்கான்ஸ்' மொழியில் கவிதைகள், கட்டுரைகள், நாவல்கள் எழுதி வருகிறார். அண்மைக்காலம் வரை தென்னாப்பிரிக்காவில் ஆட்சியதிகாரமும் செல்வாக்கும் பெற்றிருந்த 'ஆப்பிரிக்கானர்' இனத்தில் (இவர்கள் டச்சுக்காரர்களின் வம்சாவழியினர்) பிறந்திருந்தாலும் அவ்வினத்தினரின் இனவெறியைத் தம் இளம் பருவத்திலிருந்தே எதிர்த்து வந்துள்ளார். இனவொதுக்கல் (Apartheid) ஆட்சி முடிந்தபின் அவ்வாட்சியின் கீழ் நடந்த கொடூரமான சித்திரவதைகள், ஒடுக்குமுறைகள் போன்ற மனித உரிமை மீறல்களையும் இனவெறிக்கு எதிராகப் போராடிய குழுக்களும் அமைப்புகளும் கையாண்ட வன்முறைகளையும் தீர விசாரித்து, நீதியையும் உண்மையையும் நிலைநாட்ட அமைக்கப்பட்ட உண்மையறியும் ஆணையத்தின் (Truth Commission) செயற்பாடுகள் குறித்து விரிவாக, விமர்சன நோக்குடன் எழுதியுள்ளார். இவரது கவிதைகள் தூய்மை, காதல், ஊடல், கூடல் போன்றவற்றைப் பேசும் அகப்பாடல்களாக ஒரு புறமும் அரசியல், தத்துவம், அழகியல், வரலாறு முதலியவற்றை விவாதிக்கும் புறப்பாடல்களாக மறுபுறமும் விரிவடைகின்றன. முழுக்க முழுக்க அரசியலின் தர்க்க வாதங்களுக்குள்ளேயே சிக்கிப் போய்விட்ட ஒரு சமுதாயத்தில் கவிதையின் அடையாளம், இருப்பு என்னும் பிரச்சினைகள் இவரது கவிதைகளில் அலசி ஆராயப்படுகின்றன.

பேச்சு மொழி

சொற்களில்
பயனற்ற யுகங்களில்
நான் அப்பட்டமாக
ஊறித் திளைப்பதால்
பொய் சொல்கிறேன்
என்று எனக்குத் தோன்றுகின்றது

இத்தனை அநீதிகளுக்கு நடுவே
கவிதை ஒரு சொகுசாக நீடித்தால்
அதுவும்கூட பொய்யாகி விடுகிறது.
நான் அநீதிகளின்
எதிர்க் கரையில் வாழ்கிறேன்
அதனால்தான்
எனக்குள்ளே
குரல் நரம்புகளை மீட்டிச்
சுருதி சேர்க்க
எனக்கு நேரமிருக்கிறது
நான் இதைச் செய்வதில்
என்ன தவறு?
இந்த நாடு ஏற்கெனவே பாழடைந்துவிட்டது.
கட்டளையிடுகிறார்கள்:
சொற்கள் ஏ.கே. 47களாக வேண்டும்
சொற்கள் எப்போதும் போராட வேண்டும்
கவிதை பயனுள்ளதாக இருக்க வேண்டும்
செயலாக வேண்டும்
போராட்டங்களை விவரிக்க வேண்டும்
நிலைப்பாடு மேற்கொள்ள வேண்டும்
களைகள் ரோஜாக்களைவிட வலிமையானவை
விதைக்கப்பட்ட கவிதை
ஒலி மழையில் நனைந்து
காடாக வளர்கிறது.
(அரசியலின் மூடத்தனத்திலிருந்து
இந்த கவிதையை
நான் எப்படிப் பாதுகாப்பது?
சோகத்தில் நான் ஆழ்ந்திருக்க
என்னை சந்தேகிக்கிறார்கள்
எனது சாதாரண சொற்களைக்கூட
ஏற்க மறுக்கிறார்கள்.)
உனது கண்பார்வையின் வீச்சு நிற்கும் இடத்தில்
மூச்சுக் காற்றுக்கு அந்தப் பக்கமாக இரைகின்ற
கவிஞனின் கேட்கப்படாத கவிதை
என்னை வெட்கமுறச் செய்கிறது.
அங்கு கற்கள் பாவிய சாலையில்
கறுப்பர் குடியிருப்பில் உள்ள கடைக்கு அருகே

விடியலுக்கு முன்னே
யாரேனும் ஒருவர் காணாமல் போயிருக்கலாம்.
ஏதொவொரு போரில் சண்டையிடுவது போலக்
காற்று வீசுகிறது.
உலகின் முக்கால் வாசிப்பேர் வாழும்
நகரக் குடியிருப்புகளில்
குழந்தைகள் கால் பந்து ஆடுகின்றனர்.
அங்கு அவர்கள் நியாயமாகவே
சமத்துவத்தை எதிர்நோக்கிக் காத்திருக்கின்றனர்.
உன்னைப்போலவே
கூச்சத்துடன், தைரியத்துடன் அல்லது
மடத்தனமாக
அல்லது ஒருவேளை நம்மைப் போலவே
சோம்பேறிகளாக, ஊழல் படிந்தவர்களாகக்
காத்திருக்கின்றனர்.
அவர்கள் கையிலிருந்து தொங்குகின்றது
நம்பிக்கை, பசி, கனவு ஆகியவற்றால்
பின்னப்பட்ட இந்த வஞ்சகக் கம்பளம்
ஆனால் கவிஞனோ
ஒதுங்கி நிற்கிறான்.
கோரிக்கை மனுக்கள்
அநீதியான தீர்மானங்கள்
அவன் காதுக்கு எட்டுகின்றன.
அவன் கவிதைகள் எழுதுவதை நிறுத்திவிட்டான்
கவிதைக்கு இடமில்லை
குளிரில் நீலம் பாரித்து நிற்கிறான்
சிந்திக்கும் கவிஞன்.
மிக மெல்லிய குரலில்
தான் கைது செய்யப்பட்டதை
அவள் மீண்டும் விவரிக்கிறாள்
அவளது சொற்கள்
நாக்கிலேயே கரைந்து விடுகின்றன
அவை
அச்சில் இல்லை
புகைப்படங்களில் இல்லை
புள்ளிவிவரங்களில் இல்லை
எல்லா இடங்களிலும் ஈரம் படிந்துள்ளது.

காணாமல் போனவர்கள்
சித்திரவதைகள்
அனாமதேய மரணங்கள் பற்றிய
வதந்திகள்.
மர நிழல் படிந்த புறநகர்ப் பகுதிக்குள்
போராட்டம்
வடிந்து விழுகிறது
காதுகளுக்கு எட்டாத
கோபக் கூச்சல்களின் ஊடாக.
இது வதந்திகளின் நாடாகிவிட்டது.
எனது புலன்களால்
இலைகளிலிருந்து ஓலங்களைப்
பிரித்து எடுக்க முடியாமல் போனால்
மளிகைக் கடைகளுக்கு வெளியே உள்ள
தடுப்பு வேலிகளிலிருந்து இரத்தத்தைப்
பிரித்து எடுக்க முடியாமல் போனால்
அல்லது
எனது மேசைக்கு அருகே உள்ள தடுப்புகளிலிருந்து
மரணத்தைக் கொத்தி எடுக்க முடியாமல் போனால்
உண்மைக்காக எப்போதும் போராடும்
எழுதுகோலும் தாளும் நடத்தும்
துப்பாக்கிச் சண்டையில்
மனம் இறுகி நான் இறப்பேன்.
எல்லா எழுத்தாளர்களும்
மடிந்துவிட்டனர் அல்லவா
அவர்களால்
ஒடுக்கப்பட்டவர்களைப் பற்றியோ
ஒடுக்கப்பட்டவர்களுக்காகவோ
எழுத முடியாது
ஒடுக்கப்பட்ட எழுத்தாளன்
கோபத்தில் மூழ்கிக்கொண்டிருக்கிறான்
இதைத்தான் சொல்கிறார்கள்
"அழகியல் மட்டுமே ஒரே அறநெறி"
என்றும் அவர்கள் சொல்கிறார்கள்
ஆனால் காலத்தின் தேவைகளோ
நடுநிலை எதையும் சகித்துக்கொள்வதாக இல்லை
இரண்டு தீமைகளில்

எதையும் நான் தெரிவு செய்யவில்லை.
பேராசையும் இழித்துரைப்பும் மண்டிக்கிடந்த
குலத்தில் நான் பிறந்தேன்
எப்பொழுதும் தனிமையானவளாகவே
என்னை உணர்ந்தேன்
எனக்கும் அவர்களுக்குமிடையே
ஒரு புதர்.
எனக்கும் படுகொலைகளுக்குமிடையே
ஒரு புதர்.
பசி, வீடின்மை, நிலமின்மை
ஆகியவற்றை எதிர்கொள்ள
என்னை எதுவுமே ஒரு போதும்
ஆயத்தப்படுத்தியதில்லை.
இணைப்புப் பாலமொன்று அமைக்க
முயற்சி செய்கிறேன்
ஆனால்
எல்லாமே பற்றி எரிந்து கொண்டிருக்கின்றது
நான் வழிகாட்டியைத்
தேடிக் கொண்டிருக்கிறேன்.
பிரசாரம், வாய்வீச்சு
ஆகியவற்றில் எச்சரிக்கையாக இருங்கள்
தன்னுணர்வோடு சொல்லப்படும் நயம்கூட இல்லாத
பொய்கள் எனும் சாட்டையடியின் கீழ்
வெளிவரும் முரட்டுத்தனமான சொற்றொடர்களில்
எச்சரிக்கையாக இருங்கள்
அழகியலால் எப்போதேனும் பயனுண்டா?
உயிர் பிழைத்தலை ஆய்ந்தறிவதை
நான் ஒருபோதும் நிறுத்துவதில்லை
இந்த நொய்மையான மென்மையான
அளவுகோலைக் கொண்டு
ஒவ்வொரு உறவையும்
நேர்மையாக ஆய்வு செய்கின்றேன்
மூச்சுவிட, மூச்சுவிட, ஆம்! மூச்சு விடுவதற்காகவே
இதைச் செய்கிறேன்
மொழி ஒரு போதும்
பயனற்றதாகவோ
போலியானதாகவோ இருந்ததில்லை

ஆனால் கவிஞன் தன் கவித் தொழிலை
மேற்கொள்ள விரும்பினாலும்
அரசியல் சொற்கள் அணிவகுத்து முன் சென்றாலும்
அநீதிகள் என்னவோ நிஜமானவையே.
நான் எழுதுவதில்
எனக்குப் பிறகும் எஞ்சுபவை
பொய்க்கும் ஆரவார வெடிகுண்டுக்கும்[1]
இடையே நடக்கும் பழங்காலச் சண்டையினுடாகத்
துளிர் விடும்.

1 ஆரவார வெடிகுண்டு: தென்னாப்பிரிக்காவில் பத்தொன்பதாம் நூற்றாண்டின் இறுதி ஆண்டிலிருந்து தொடங்கி இருபதாம் நூற்றாண்டின் முதலிரண்டு ஆண்டுகள் முடிய, அங்கு குடிபெயர்ந்த டச்சு (ஒல்லாந்திய) வம்சாவழியினரான போயர்களுக்கும் (அவர்களின் வழித்தோன்றல்கள் இன்று ‘ஆஃப்ரிகானர்கள்’ என்று அழைக்கப்படுகிறார்கள்) ஆங்கிலேயர்களுக்குமிடையே நடந்த போரில் – இது போயர் யுத்தம் (Bore War) என அழைக்கப்படுகிறது – பயன்படுத்தப்பட்ட ஒரு நூதனமான வெடிகுண்டின் பெயர் லிட்டெட் (Lyddite). புழுதியையும் மண்ணையும் கிளப்பிக்கொண்டு பேரொலியோடு வெடிக்கும் அந்த குண்டு பல சமயங்களில் குறி தவறவும் செய்யும். மூலக் கவிதையில் பயன்படுத்தப்பட்டுள்ள Lyddite என்ற சொல் இங்கு ‘ஆரவார வெடிகுண்டு’ எனத் தமிழாக்கம் செய்யப்பட்டுள்ளது.

தெனாப்பிரிக்கா

ப்ரெய்ட்டன் ப்ரெய்ட்டன்பாஹ்

ப்ரெய்ட்டன் ப்ரெய்ட்டன்பாஹ் (Breyten Breytenbach): 1939 ஆம் ஆண்டில் ஆப்பிரிக்கானர் இனக் குடும்பத்தில் பிறந்த ப்ரெய்ட்டன்பாஹ், தமது இளமைக் காலம் தொட்டே தென்னாப்பிரிக்க இனவெறி அரசாங்கத்தை எதிர்த்துப் போராடியவர். அதன் காரணமாக ஏழாண்டுச் சிறை தண்டனை அனுபவித்தவர். தென்னாப்பிரிக்காவின் தலைசிறந்த கவிஞரும் ஓவியருமான இவர், பாலஸ்தின மக்களின் விடுதலைப் போராட்டத்தை ஆதரிப்பவர்.

இனியது உன் கடிதம்

இனியது உன் கடிதம்
மலரைப் பற்றிய எண்ணங்களைக் காட்டிலும்
பெரியது, மென்மையானது
கனவோ தோட்டத்து மண்ணைப் பற்றியதாக இருக்கும்போது.
உனது கடிதம் தொடங்கும்போது
விரிகிறது வானம்
பரந்த வெளிகளுக்கு அப்பாலிருந்து
விரிகிறது வார்த்தை.
பசும் புல் வெளியில் உறங்கினேன்
மரண நிழல் எனும் பள்ளத்தாக்கின்
விளிம்பில் கிடந்தேன்
இரவு நேரக் காவலின் போது
மரண தண்டனைக் கைதிகள்
பாதாள அறையின் நடைக்கூடத்தில் அழைத்துச்
செல்லப்படுகையில்
அவர்கள் எப்படிப் பாடுகிறார்கள் என்பதைக் கேட்டவாறு.
வாயில் மூச்சை அடக்கியபடி
எரியும் நகரத்தை விட்டுச் செல்லும்
நகரவாசிகளைப் போல்
அவர்கள் எப்படிப் பாடுகிறார்கள்
விலங்கிடப்பட்ட அந்த மூச்சோடு

அவர்கள் எப்படிப் பாடுகிறார்கள்
இருளிலிருந்து வெளிச்சத்துக்குத் தள்ளப்படும் அவர்கள்
எந்தவொரு இலக்குக்கும் அனுப்பப்படாத அவர்கள்...
இந்த அபசாரம் கண்டு பீதியடைகிறேன்
எனக்கு முன் உள்ள மேசையின்மீது
ஏதும் இல்லை என் எதிரிகள் இருக்கும்போது;
எனது தலையின் மீது சாம்பல்
எனது கோப்பையோ காலி
உன் கடிதத்திடம் ஓடோடி வந்தேன்
கதிரவன் ஒளிபட்டுச் சிறிய ஆரஞ்சு மரம்
வெண்ணிறப் பூப்பூவாய்ப் பூப்பதைப் படிக்க
உப்பரிகையில் அவற்றின் வாசத்தை
என்னால் முகர முடிகிறது
உன்னையும் என்னால் முகர முடிகிறது
இன்னும் இனிதாக, பூவைப் பற்றிய
எண்ணத்தைவிட மென்மையாக
இந்தச் சலிப்பூட்டும் இரவில்
உனது சொற்கள் எனும் வானத்தில்
நான் தொங்க விடப்படுவேன்
எனது வாழ்நாள் முழுவதும்
உன் கடிதத்தில் வாழ அனுமதி கொடு.
தூது சொல்பவளே
இனியது உன் கடிதம்
மலரைப் பற்றிய எண்ணங்களைக் காட்டிலும்
மென்மையாக விரிகிறது
கனவோ தோட்டத்து மண்ணைப் பற்றியதாக
இருக்கும்போது
உனது கடிதம் தொடங்கும்போது
விரிகிறது வானம்
நினைவுக்கு அப்பாலிருந்து
விரிகிறது வார்த்தை.

மார்ட்டினிக்

எய்ம் செஸேர்

எய்ம் செஸேர் (Aime Cesaire, 1913-2008): பிரெஞ்சு காலனியான மார்ட்டினிக்கில் பிறந்த இவர் பாரிஸில் பல்கலைக்கழகப் பட்டம் பெற்றார். மார்ட்டினிக் தலைநகரமான ஃபோர்ட் டி ஃபிரான்ஸின் மேயராகவும் பிரெஞ்சு நாடாளுமன்ற உறுப்பினராகவும் பணியாற்றினார். நீக்ரோவியல் (Negritude) என்னும் கருத்தை வலியுறுத்தும் கவிஞர்களின் முன்னோடியாகத் திகழ்ந்தார். பிரெஞ்சுக் கம்யூனிஸ்ட் கட்சியின் உறுப்பினராக இருந்த அவர், அக்கட்சியில் இருப்பவர்கள் பலரிடையே இனவாதம் இருப்பதைக் கண்டு அதிலிருந்து வெளியேறினார். ஆப்பிரிக்க, ஆஃப்ரோ-அமெரிக்க மக்களின் விடுதலைக்காக ஓயாது போராடிய செஸேர் நாடக ஆசிரியரும் கூட. பிரெஞ்சுக் கவிஞர் ஆந்ரே ப்ரித்தோனுடன் (Andre Breton) ஏற்பட்ட தொடர்பின் காரணமாக ஸர்ரியலிசத்தின் தாக்கத்துக்கு உட்பட்டார்.

எனது சொந்த மண்ணுக்குத் திரும்புதல்

(சில பகுதிகள்)

...

புறப்படுகையில்
கழுதைப் புலி மனிதர், சிறுத்தை மனிதர்போல[1]
நானும் இருப்பேன்
யூத - மனிதனாக
காஃபிர் மனிதனாக[2]
கல்கத்தா இந்து - மனிதனாக
வாக்குரிமை கூட கிடைக்கப் பெறாத
ஹார்லெம் - மனிதனாக[3]
பஞ்சு - மனிதன்
சாப - மனிதன்
சித்திரவதை மனிதன்
எந்த நேரத்திலும் நீ அவனைப் பிடித்து அடித்துக்
கொன்று விடலாம்.
ஆமாம் - நன்றாகவே கொன்றுவிடலாம்
யாருக்கும் சமாதானம் கூறவேண்டியதில்லை

யாருக்கும் விளக்க வேண்டியதுமில்லை.
யூத - மனிதன்
இனக் கொலை மனிதன்[4]
நாய்
பிச்சைக்காரன்
ஆனால், தனது சட்டியில் ஹாட்டென்டோட்டின்[5]
மண்டையோட்டைக் கண்டு திகைத்த
வெள்ளைக்காரியைப் போன்ற
அழகிய முகமுடைய குற்றவுணர்வைக்
கொன்றுவிட முடியுமா?
...
மகத்தான பேச்சின் மகத்தான வேட்கையின்
இரகசியத்தைக் கண்டறிய விரும்புகிறேன் நான்
புயல்,
ஆறு,
சூறாவளி,
இலை,
மரம்
என்றெல்லாம் கூற விரும்புகிறேன்
ஒவ்வொரு மழையிலும் குளிக்க விரும்புகிறேன்
ஒவ்வொரு பனித்துளியிலும் நனைய விரும்புகிறேன்
கொதிக்கும் இரத்தம் கண் மீது அலையென
உருளுவதுபோல
வெறிபிடித்த குதிரைகள் போன்ற,
புத்திளம் குழந்தைகள் போன்ற,
உறைந்த பால் போன்ற,
அந்தி மணியோசை போன்ற,
கோவிலின் சாயல்கள் போன்ற,
சுரங்கத் தொழிலாளிகளும்கூடத்
தோண்டியெடுக்க முடியாதபடி
ஆழமாய்ப் புதைக்கப்பட்டிருக்கும்
நவரத்தினக் கற்கள் போன்ற
சொற்களை உருட்டிவிட விரும்புகிறேன்
...
அவர்கள்
வெடிமருந்தையோ திசைகாட்டியையோ
கண்டுபிடிக்கவில்லை
நீராவியையோ மின்சாரத்தையோ

கட்டியாளவில்லை
கடலையோ வானத்தையோ
அளக்கவில்லை
ஆனால் அவர்களின்றி
இப் பூமி பூமியாக இராது
பூமி தன்னுடையதைக் கைவிடக் கைவிட
எங்கள் நிலமோ மேலும் கருணையுடையதாகிறது
பூமிக்கே மிகவும் சொந்தமான, பூமியில் உள்ள
அனைத்தையும்
சேர்த்து வைத்து முதிரச் செய்யும்
தானியக் களஞ்சியம் நாங்கள்
எனது கறுப்பின உணர்வு
கல் அல்ல
பகல்பொழுதின் இரைச்சலுக்கெதிராக
வீசியெறியப்பட்ட செவிட்டுத்தனம் அல்ல
எனது கறுப்பின உணர்வு
பூமியின் அவிந்த கண்ணின் மீது தெளிக்கப்பட்ட
அழுக்குக் குட்டை நீரின் வெள்ளைத் துளியல்ல
எனது கறுப்பின உணர்வு
கோபுரமுமல்ல கோவிலுமல்ல
அது மண்ணின் சிவந்த தசைக்குள் பாய்வது
வானத்தின் ஒளிரும் தசைக்குள் பாய்வது
எனது கறுப்பின உணர்வு
தனது போற்றுதலற்குரிய பொறுமையுணர்வில்
திரண்டு நிற்கும் நோயைத்
துளைத்துப் பொத்தலாக்குவது.

1. இங்கு செஸேர் கழுதைப்புலியாகவும் சிறுத்தையாகவும் வேடம் தரித்து ஆடுபவர்களை குறிக்கிறார்.
2. காஃபிர்: பொதுவாக, ஆப்பிரிக்க மக்களை வெள்ளைக்காரர்கள் இப்படித்தான் அழைத்தனர்.
3. அமெரிக்காவின் நியூயார்க் நகரத்தில் கறுப்பின மக்கள் வாழும் பகுதி ஹார்லெம். செஸேர் இக்கவிதை எழுதிய காலத்தில் ஹார்லெம் வாசிகளுக்கு வாக்குரிமை வழங்கப்பட்டிருக்கவில்லை.
4. இனக்கொலை – மனிதன் (Pogrom-man): ஐரோப்பிய நாடுகளிலும் ஜார் ஆட்சியின் கீழிருந்த ரஷ்யாவிலும் யூதர்களை ஒழித்துக்கட்டுவதற்காகத் திட்டமிட்டு நடத்தப்பட்ட கொலையே ஆங்கிலத்தில் 'Pogrom' என அழைக்கப்படுகிறது.
5. ஹாட்டென்டோட்: ஆப்பிரிக்க பழங்குடியினர்.

ஹெய்தி

ரெனெ தெபெத்ரே

ரெனெ தெபெத்ரே (Rene Depestre): ஹெய்தியின் மிகச்சிறந்த கவிஞர். லியோபோல்ட் செங்கோர் (Leopold Senghor), எய்ம் செஸேர் (Aime Cesaire) ஆகியோரின் வழிநடந்த இவர் ஃப்ரன்ஸ் ஃபனோனின் (Frantz Fanon) கருத்துகளால் மிகவும் கவரப்பட்டார். ஒருமுறை அவர் கூறினார்: "புதிய கறுப்பினக் கவிஞன் புரட்சியாளனாகவே இருப்பான். ஏனெனில் அவன் ஹோ சி மின், ஃபிடல் காஸ்ட்ரோ, எர்னெஸ்டோ செ குவாரா ஆகியோரின் சமகாலத்தவன்". ஹெய்தியின் இடதுசாரி இயக்கத்துடன் தம்மைப் பிணைத்துக்கொண்ட இவரை அங்கு நீண்ட நெடுங்காலமாக சர்வாதிகார ஆட்சி செய்துவந்த துவாலியே (Duvalier) அரசு இருமுறை நாடு கடத்தியது. 1959 ஆம் ஆண்டு முதல் கூபாவில் பல ஆண்டுகளைக் கழித்த பின், தற்போது பிரான்ஸின் வசிக்கிறார்.

ஒப்புதல் வாக்குமூலம்

மலட்டுத்தனமான வாக்குறுதிகளை வழங்கி
எனது கடந்தகாலத்தை அவர்கள் சூதாடினர்
எனது சட்டையைக் கந்தலாக்கினர்
எனது வேதனையின் ஊடாக
பாய்ந்து சென்றது
எதிர்ப்புக் காட்டாதவர்களின் மௌனம்
முடை நாற்றம்போல.
அவர்கள் விவிலியத்தை உருவாக்கித் தந்தனர்
அவர்கள் அடிமைச் சங்கிலிகளை உருவாக்கித் தந்தனர்
நானே முன் வந்து சரணடையுமாறு
எனது உடலின் ஒவ்வொரு அணுவிலும்
ஊசி மருந்து செலுத்த
அவர்கள் ஆயிரமாயிரம் வகைகளை உருவாக்கினர்
ஆனால் பிறகு நான்
உண்மையை அறிந்தேன்
இனி என் புண்களை ஆற்றப்
பச்சிலைகள் தேவையில்லை

ஸ்பரிசங்கள் தேவையில்லை
மறதி தேவையில்லை
கொதிப்படைந்த
கட்டுக்கடங்காத
எனது நம்பிக்கை
வரலாற்றின் கரைகளில்
எரிமலைக் குழம்பெனப் புரண்டோடுகிறது.
வாக்குறுதிகள், பச்சிலைகள், ஸ்பரிசங்கள், மறதி
தூக்கியெறியப்பட்ட கந்தல்கள்
உண்மை என்னும் சம்மட்டி அடியால்
ஒழித்துக் கட்டப்பட்ட நிழல்கள்.
சண்டையிட்டு வெற்றிகொள்வதே மேல்
எனது ஆதங்கத்தை
எனது நம்பிக்கையை
எனது வலிமையை
கடுமையான மோதல்கள் என்னும் கொதிகலனில்
உருக்கிப் பார்ப்பதே மேல்
அப்போதுதான்
எனது இளமையான, உறுதியான வாழ்வு
பொங்கிச் செல்லும் பாய்தோடி
இந்தப் பாழடைந்த உலகத்தின் மீது.

மெக்ஸிக்கோ

ரோஸாரியோ காஸ்டெஜானோஸ்

ரோஸாரியோ காஸ்டெஜானோஸ் (Rosario Castellanos, 1925-1974): மெக்ஸிக்கோ நாட்டிலுள்ள சியாபாஸில் (Chiapas) பிறந்த இப்பெண் கவிஞர், மெக்ஸிக்கோ பல்கலைக்கழகத்தில் தத்துவப் பாடத்தில் பட்டம் பெற்றுப் பின்னர் ஸ்பெயினிலுள்ள மாட்ரிட்டில் முதுகலைப் பட்டப் படிப்புப் படித்தார். பதினைந்தாம் வயதிலிருந்து கவிதைகள் எழுதி வந்த காஸ்டெஜானோஸ் மிகச் சிறந்த உரைநடையாசிரியராகவும் விமர்சகராகவும் கருதப்படுகிறார். ஆணாதிக்கத்தைக் கடுமையாக விமர்சித்து பெண்ணிலைவாதக் கண்ணோட்டத்தில் பல படைப்புகளை வழங்கியுள்ளார். இலத்தின் அமெரிக்காவின் பழம்பெரும் நாகரிகம், பழங்குடி மக்கள், அவர்களுக்கு ஸ்பானியர்களால் ஏற்பட்ட அழிவு ஆகியன பற்றிய அவரது அக்கறையை இக்கவிதையில் காணலாம்.

தொன்மையான கல் தொடர்பான மௌனம்

இங்கு நான் அமர்ந்திருக்கிறேன்
கனியாத பழங்கள் நிறைந்த கூடையைப் போல்.
ஆடாமல் அசையாமல்
அழிக்கப்பட்ட ஓராயிரம் தொன்மையான கடவுள்களின்
சிதறல்கள்
எனது இரத்தத்தில் ஒன்றையொன்று தேடி வந்து
நெருங்குகின்றன
அவை தமது சிலைகளை மீண்டும் கட்டியெழுப்பத்
துடிக்கின்றன
தகர்த்தெறியப்பட்ட அவற்றின் வாய்களிலிருந்து
ஒரு பாடல்,
எரிந்து போன மரப் பிசினின் நறுமணம்,
புதிர் நிறைந்த முறையில் வடிவமைக்கப்பட்ட
கல்லின் அசைவு
எனது வாயை வந்தடைய முனைகின்றன
ஆனால் நானோ மறதி, துரோகம்,
கடலிலிருந்து மிகச் சிறிய அலையின் எதிரொலியைக்கூட

தக்க வைத்துக் கொள்ளாத கிளிஞ்சல்.
நான் மூழ்கிப்போன கோயில்களைப் பார்ப்பதில்லை
இடிபாடுகளுக்கு மேல் தமது பெரிய நிழலை விரிக்கும்
மரங்களை -
காற்று கடந்து செல்கையில் அதைச் சுரீரென்று உரசும்
மரங்களைத்தான் பார்க்கிறேன்
பார்வையிழந்தவனின் துழாவும் விரல்களுக்கடியிலுள்ள
மலரைப் போல
எனது கண்கள் மூடப்பட்டு முத்திரையிடப்படுகின்றன
ஆனால் எனக்குத் தெரியும்:
எனது உடலுக்குப் பின் மற்றொரு உடல்
பதுங்கியிருக்கிறது
காட்டில் இரகசியமாக நடமாடும்
இரவு நேர விலங்குகளைப்போல
என்னைச் சுற்றிலும் பல்வேறு மூச்சுகள்
எனக்குத் தெரியும்:
எங்கோ பாலைவனத்திலுள்ள கள்ளிச் செடியைப் போல்
கூர் முள்களால் பின்னப்பட்ட ஓர் இதயம்
ஒரு பெயருக்காகக் காத்திருக்கிறது
கள்ளிச் செடி மழைக்காகக் காத்திருப்பது போல்
ஆனால் எனக்குத் தெரிந்தவை
உயிருடன் புதைக்கப்பட்ட என் மூதாதையர்களுக்கு
மேலுள்ள கற்களில்
பொறிக்கப்பட்டுள்ள மொழியில்
ஒரு சில சொற்கள் மட்டுமே.

சிலி

மரியா யூஜெனியா ப்ரேவோ கால்டெராரா

மரியா யூஜெனியா ப்ரேவோ கால்டெராரா (Maria Eugenia Bravo Calderara): 1970களில் சிலி (Chile) நாட்டிலிருந்து நாடு கடத்தப்பட்டு இலண்டனுக்குச் சென்ற இக்கவிஞர் 1971 இல் ஸால்வடோர் அஜெண்டெவின் (Salvadore Allende) புரட்சி அரசாங்கம் சிலியின் எதிர்ப்புரட்சி இராணுவ அதிகாரிகளால் கவிழ்க்கப்பட்டபிறகு கைது செய்யப்பட்டுத் துன்புறுத்தப்பட்டார். சிலியின் தலைநகரமான ஸான்டியாகோவிலுள்ள பெரிய விளையாட்டு மைதானத்தில் ஆயிரக்கணக்கான அரசியல் கைதிகள் அடைக்கப்பட்டுச் சித்திரவதை செய்யப்பட்டனர். எனவேதான் 'விளையாட்டரங்கங்கள் என்னும் துன்ப நரகம்' என்னும் வரியைக் கவிஞர் எழுதியிருக்கிறார்.

புலம்பெயர்ந்து வாழ்தல் பற்றியும் தோல்விகள் பற்றியும்

இல்லை. சேனாவில் நான் கழித்த
மோசமான காலமோ
அவசர அவசரமாகக் கூட்டப்பட்ட
இராணுவ விசாரணைக் குழுக்கள் தொடுத்த
திடீர்க் குற்றச்சாட்டுகளோ
என் முதுகில் அழுத்திய துப்பாக்கிக் கட்டையோ
என்னை வீழ்த்தவில்லை.
இல்லை.
புலன் விசாரணையின் திகிலூட்டும் கருப்பு முகமூடியோ
பயங்கரத்தின் ஓலங்கள் ஒலித்த
விளையாட்டரங்கங்கள் என்னும் துன்ப நரகமோ
என்னை வீழ்த்தவில்லை.
இல்லை, வாழ்க்கையிலிருந்து நம்மைத் துண்டித்த
ஜன்னலின் இரும்புக் கம்பிகளோ
எங்கள் வீட்டின் மீது குவிக்கப்பட்டிருந்த கண்காணிப்போ
பதுங்கிப் பதுங்கி வந்த காலடியோசைகளோ
பசியில் பிளந்த வாய்க்குள் நான் சரிந்து விழுந்ததோ

என்னை வீழ்த்தவில்லை.
இல்லை. என்னை வீழ்த்தியது
நான் உரிமை கொண்டாட முடியாத தெரு
அவசரமாகத் தயாரிக்கப்பட்ட பாடத் திட்டத்தினூடே
நான் கற்றுக்கொண்ட இரவல் மொழி.
எங்களுக்குத் சொந்தமில்லாத தீர்க்கரேகைகளில்
தனித்து நிற்கும் நிச்சயமற்ற உருவம்தான்
என்னை வீழ்த்தியது.
அது கிறீன்விச் தீர்க்கரேகை பூஜ்யம் டிகிரி
எதற்கும் அருகிலில்லை.
என்னை வீழ்த்தியது இந்த அந்நிய மழை
சொற்களை மறந்து
துழாவிச் செல்லும் நினைவு
வெகு தூரத்திலுள்ள நண்பர்கள்
எங்களுக்கிடையே உள்ள இந்த அடாத பெருங்கடல் -
எனக்கு வந்து சேராத
நான் எதிர்பார்த்திருந்த கடிதங்களை ஈரமாக்குகின்ற
இந்த அடாத பெருங்கடல்.

சிலி

பாப்லோ நெரூடா

பாப்லோ நெரூடா (Pablo Neruda, 1904-1973): உலகப் புகழ்பெற்ற இருபதாம் நூற்றாண்டுக் கவிஞர் பாப்லோ நெரூடா, தமது பத்தாம் வயதிலேயே கவிதைகள் எழுதினார். யதார்த்தவாதம், ஸர்ரியலிஸம் முதலிய பல உத்திகளைத் தம் கவிதைப் படைப்புகளில் பயன்படுத்தினார். அரசியல், பண்பாடு, வரலாறு, காதல் என அவர் எண்ணற்ற கருப்பொருள்களைக் கவிதைகளில் கையாண்டார். உறுதியான சோசலிசவாதியான அவர், 1973 இல் சிலியில் இராணுவப் பாசிச ஆட்சி ஏற்பட்டதால் மனம் உடைந்து இறந்து போனார்.

மறப்பதற்கில்லை

இத்தனை நாள் எங்கிருந்தாய் என
நீ கேட்பாயேயானால்
நான் சொல்ல வேண்டியிருக்கும்:
"நடக்கின்ற பல விஷயங்கள்"
பூமியைக் கருமையாக்கும் கற்களைப் பற்றி
நான் சொல்ல வேண்டி வரும்
தனது காலப் போக்கிலேயே அழிந்துவிட்ட
நதியைப் பற்றி நான் சொல்ல வேண்டி வரும்,
எனக்கு ஏதும் தெரியாது -
பறவைகள் இழந்ததைத் தவிர,
நான் விட்டுச் சென்ற கடலைத் தவிர,
அல்லது அழுதுகொண்டிருந்த எனது சகோதரியைத் தவிர.
இத்தனை இடங்களும் என் மனதில் கூடி வருவது ஏன்?
நாள்கள் ஒன்றோடொன்று கலப்பது ஏன்?
இருண்ட இரவுகள் நமது வாய்களுக்குள் வட்டமிடுவது ஏன்?
நான் எங்கிருந்து வருகிறேன் என
நீ கேட்பாயேயானால், அநேகமாக
உடைந்து போன பொருள்களை,
வேதனை ததும்பும் பாண்டங்களை,
மண்ணோடு மண்ணாக மக்கிப் போய்விட்ட

பெரும் விலங்குகளை
வைத்துக்கொண்டே நான் பேச வேண்டியிருக்கும்
நொந்து போன என் இதயத்தை வைத்துக்கொண்டு.
ஒன்றையொன்று கடந்து சென்றுவிட்ட
நினைவுகள் அல்ல இவை
நமது மறதிக்குள் உறங்கிவிட்ட மஞ்சள் பாரித்த
புறாவும் அல்ல.
கண்ணீர் வழியும் முகங்கள் இவை
நமது தொண்டையில் இறங்கும் விரல்கள்
மண்ணில் விழும் இலைகள்:
நமது துக்கம் தோய்ந்த இரத்தத்தால் கொழுத்துப் போன
மாலை நேர இருள் இது.
இதோ, ஊதாப் பூக்கள், கோடைக்காலக் குருவிகள்
நாம் நேசிக்கும் அனைத்தும்
ஒன்றன்பின் ஒன்றாக இனிய செய்திகளை
அறிவிக்கும் அனைத்தும்.
அவற்றினூடாகச் செல்லும் காலம், இனிமை.
இந்தப் பற்களைக் கடந்து நம்மால்
வெகுதூரம் செல்ல முடியாதுதான்:
மௌனம் என்னும் உமியைக் கொரித்து
நேரத்தை ஏன் வீணாக்க வேண்டும்?
என்ன பதில் அளிப்பது என்பது எனக்குத் தெரியவில்லை.
இறந்து போனவர்களோ ஏராளம்
சிவப்புக் கதிரவன் உடைத்த மடைகளும் ஏராளம்
ஓடுகளை உடைத்துக் கொண்டிருக்கும் தலைகள் ஏராளம்
முத்தமிடும்போது மூடிக் கொள்ளும் கைகள் ஏராளம்
நான் மறக்க விரும்பும் விஷயங்களும் ஏராளம்.

சிலி

பாப்லோ நெரூடா

மச்சு பிச்சுவில் சில நினைவலைகள்[1]

என்னோடு சேர்ந்து பிறக்க எழுந்து வா, என் சகோதரனே
பரவலாக விதைக்கப்பட்ட உன் துக்கத்தின்
அடியாழங்களிலிருந்து
உன் கையை எனக்குக் கொடு
பாறைகளின் ஆழங்களிலிருந்து நீ திரும்பிவரப் போவதில்லை
புதையுண்ட காலத்திலிருந்து நீ திரும்பிவரப் போவதில்லை
உணர்ச்சியற்றுப்போன உனது குரல்
திரும்பிவரப் போவதில்லை
துளைக்கப்பட்ட உனது கண்கள் திரும்பிவரப் போவதில்லை
பூமியின் ஆழங்களிலிருந்து என்னைப் பார்:
தொழிலாளியே, நெசவாளியே, அமைதியான ஆட்டிடையனே
குலச் சின்னங்களைப் பாதுகாப்பவனே
ஒத்துவராத சாரத்தில் நிற்கும் கொத்தனே
ஆண்டெஸ் மலைகளின் கண்ணீர்க் குடத்தைச் சுமப்பவனே
விரல்கள் நசுக்கப்பட்ட பொற்கொல்லனே
விதையின் மீது நின்று நடுங்கிக் கொண்டிருக்கும் உழவனே
உனது களிமண்ணோடு களிமண்ணாகிவிட்ட குயவனே
புதைக்கப்பட்ட உனது தொன்மைத் துயரங்கள்
அனைத்தையும்
இந்தப் புதிய வாழ்க்கைக் கோப்பைக்குக் கொண்டு வா
உனது இரத்தத்தையும் தழும்புகளையும் எனக்குக் காட்டு
என்னிடம் சொல்: இங்குதான் நான் தண்டிக்கப்பட்டேன்
நான் தோண்டியெடுத்த இரத்தினக்கல்
ஒளிராமல் இருந்ததற்காக
நான் உழுத பூமி உரிய காலத்தில்
தானியத்தைத் தராததற்காக.
எனக்குச் சுட்டிக் காட்டு: நீ விழுந்த பாறையை
அவர்கள் உன்னை அறைந்த மரத்தை.
தொன்மையான சக்கிமுக்கிக் கற்களை உரசி

எனக்காக ஒளியேற்று
தொன்மையான விளக்குகளை
உனது காயங்களில் நூற்றாண்டுகளாக
ஒட்டிக்கொண்டிருக்கும் சவுக்குகள்
இரத்தக் கறைகளால் பிரகாசிக்கும் கோடரிகள்
செத்துப்போன உனது வாயினூடாக நான் பேச வந்துள்ளேன்
மௌனமான, கிழிந்துபோன உதடுகள் அனைத்தையும்
பூமியினூடே இணைக்க வந்துள்ளேன்
ஆழங்களிலிருந்து இரவு நெடுக என்னிடம் பேசுங்கள்
நாம் இங்கு ஒன்றாக நிலை நிறுத்தப்பட்டிருப்பதுபோல
எல்லாவற்றையும் எனக்குச் சொல்லுங்கள்
ஒவ்வொரு சங்கிலியாக
ஒவ்வொரு கண்ணியாக
படிப்படியாக
நீங்கள் ஒளித்து வைத்திருந்த கத்திகளைக் கூராக்கி
என் மார்பின் மீது என் கையின் மீது வையுங்கள்
மஞ்சள் நிற மின்னலின் ஆற்றைப்போல்
புதைக்கப்பட்ட வேங்கைகளின்ஆற்றைப்போல்
என்னை அழ விடுங்கள், மணிகள், நாள்கள்,
அறிவற்ற யுகங்கள், நட்சத்திற்குரிய நூற்றாண்டுகள்
எனக்குக் கொடுங்கள் மௌனத்தை, தண்ணீரை,
நம்பிக்கையை
எனக்குக் கொடுங்கள் போராட்டத்தை, இரும்பை,
எரிமலைகளை
காந்தக் கற்களைப் போல் உங்கள் உடல்களை
எனது உடலுடன் ஒட்ட வையுங்கள்
வாருங்கள் எனது இரத்த நாளங்களுக்கு எனது வாய்க்கு
பேசுங்கள் எனது சொற்களூடாக எனது இரத்தத்தினூடாக.

1 *பெரு நாட்டில் ஆண்டெஸ் மலைப் பகுதியில் அமெரிந்தியர்களில் நாகரிக வளர்ச்சியின் சின்னமாக இருந்த 'மச்சு பிச்சு' கட்டடங்களின் சிதிலங்கள் தூண்டிய நினைவலைகள் இவை. நெருடாவின் 'மச்சு பிச்சு' நெடுங்கவிதையின் கடைசிப்பகுதி.*

சிலி

பாப்லோ நெரூடா

தீவுகளைக் கைப்பற்ற அவர்கள் வருகின்றனர் (1493)

அந்தக் கொலைகாரர்கள்
தீவுகளைப் பாழ்நிலமாக்கினர்
குவானாஹானிதான்[1] சித்திரவதை வரலாற்றில்
முதல் பலி
மண்ணின் குழந்தைகள் தமது புன்னகை
உடைத்தெறியப்பட்டதைக் கண்டனர்
மானைப்போல மருண்டு நிற்கும் தம் பாங்கு
தகர்த்தெறியப்படுவதைக் கண்டனர்
மரணப் பாதையின் இறுதிவரை
அவர்கள் புரிந்துகொள்ளவேயில்லை.
அவர்கள் கோழிகளைப் போலக் கட்டிவைக்கப்பட்டு
வதைக்கப்பட்டனர்,
தீயிலிடப்பட்டு எரிக்கப்பட்டனர்,
கடித்துக் குதறப்பட்டுப் புதைக்கப்பட்டனர்.
காலம் மீண்டும் நடனமாடி வந்தபோது,
தென்னை மரங்களுக்கிடையே ஆடிக்கொண்டு வந்தபோது
அந்தப் பச்சை மண்டபம் வெறிச்சோடிக் கிடந்தது.
விட்டு வைக்கப்பட்டவை
சிலுவை வடிவத்தில்
இறுக்கமாகப் பிணைக்கப்பட்ட
எலும்புகள் மட்டுமே
எல்லாம் கர்த்தரின் அதிமிகு மகிமைக்கே
மனிதரின் அதிமிகு மகிமைக்கே
சோடாவென்டோவின்[2] பசுமையான தோப்புகள்
பிரதானமான மண் குழிகள் தொடங்கி
பவளத் திட்டுகள் வரை
நார்வயெஸின்[3] கத்தி செதுக்கிக்கொண்டே சென்றது
இங்கொரு சிலுவை, அங்கொரு ஜெபமாலை
இங்குச் சிலுவையில் கட்டி வைக்கப்பட்டு

நெருப்பு மேடையின் மீது எரிக்கப்பட்ட கன்னி[4]
ஒளிரும் கூபா, கொலம்பஸின் இரத்தினம்
தனது ஈரமணலில்
அவனது கொடியைப் பெற்றுக்கொண்டது
அவனது முழங்காலையும்தான்.[5]

1 குவானாஹானி (Guanahani): இன்று தென்னமெரிக்காவிலுள்ள ஹெய்தி, டொமினிகள் குடியரசு ஆகிய இரண்டு நாடுகளும் உள்ள தீவிற்கு அங்கிருந்து பூர்வ குடிகள் (டெய்னோக்கள்) வழங்கிய பெயர். 1492 இல் கொலம்பஸூம், அவனது ஆள்களும் ஸான்ட்டா மரியா, பின்ட்டா, நினா எனப் பெயரிடப்பட்ட மூன்று கப்பல்களில் ஸ்பெயினிலிருந்து புறப்பட்டு இந்தத் தீவுக்குத்தான் முதன்முதலில் வந்து சேர்ந்தனர். வந்து சேர்ந்தவுடனேயே அங்கிருந்த மக்களை இனக்கொலை செய்யத் தொடங்கினர். கொலம்பஸ் அங்கு காலடி வைத்த ஐம்பதாண்டுகளுக்குப் பிறகு ஒரு டெய்னோ கூட உயிரோடிருக்கவில்லை.

2 குவானஹானியில் இருந்த இடம்.

3 கொலம்பஸின் கையாள்.

4 நெருப்பு மேடையில் எரிக்கப்பட்ட கன்னி, ஆங்கிலேயரின் ஆக்கிரமிப்பை எதிர்த்துப் போராடிய பிரெஞ்சு வீராங்கனை ஜோன் ஆஃப் ஆர்க். ஆனால் இங்கு நெரூடா, ஜோன் ஆஃப் ஆர்க்குடன் ஒப்பிடுவது டெய்னோ இனத்தின் தலைவியாக (அரசியாக) இருந்த அனகோவ்னா (Anacaona) என்பவளைத்தான். அவள் கொலம்பஸின் ஆள்களால் கைது செய்யப்பட்டு நெருப்பு மேடையில் உயிரோடு எரிக்கப்பட்டாள்.

5 கூபா (Cuba) தீவுக் கரையில் இறங்கியதும், கொலம்பஸ் முழங்கால் மண்டியிட்டுக் கர்த்தரை வணங்கினான்.

சிலி

வயலெட்டா பர்ரா

வயலெட்டா பர்ரா (Violeta Parra), தென்னமெரிக்காவின், குறிப்பாக சிலியின், மரபான நாட்டார் இசை வடிவங்களில் நவீன பாடல்களை இணைத்து இசையமைக்கும் மரபை உண்டாக்கியவர்களின் முன்னோடி. அறிவொளி மிக்க, கற்றறிந்தவர்களும் இசையில் நாட்டம் கொண்டிருந்தவர்களுமடங்கிய ஓர் இசைக் குடும்பத்தில் பிறந்து, கம்யூனிஸ்ட் தொழிலாளியொருவரைத் திருமணம் செய்து கொண்ட வயலெட்டா பர்ரா எழுதி, மெட்டமைத்துப் பாடிய பல பாடல்கள் இன்றும் தென், வட அமெரிக்காவில் மட்டுமின்றி, ஐரோப்பிய நாடுகள், ஜப்பான், ஃபிலிப்பைன்ஸ், தென் கொரியா போன்ற ஆசிய நாடுகள் முதலியவற்றிலும் பல்வேறு பாடகர்களால் பாடப்பட்டு வருகின்றன. இவற்றில் மிகச் சிறப்பானதாகக் கருதப்படுவது 'வாழ்க்கையே உனக்கு நன்றி' என்னும் பாடல். இந்தப் பாடலைப் பிரபல்யப்படுத்தியவர்களிலொருவர் ஆர்ஜெண்டினா நாட்டைச் சேர்ந்த இடதுசாரிப் பாடகர் மெர்சிடெஸ் ஸோஸா.

வாழ்க்கையே உனக்கு நன்றி

எனக்கு எத்தனையோ கொடுத்த வாழ்க்கைக்கு நன்றி
அது எனக்கு இரண்டு ஒளிக்கதிர்களைத் தந்தது
அவை திறக்கையில் கறுப்பு எது, வெள்ளை எது எனத்
துல்லியமாக அடையாளங் காண முடியும்
மேலே கவிந்துள்ள வான்வெளியின்
நட்சத்திர மண்டலத்தையும்
மக்கள்திரளினரிடையே
நான் காதலிக்கும் அவரையும்.

எனக்கு எத்தனையோ கொடுத்த வாழ்க்கைக்கு நன்றி.
எனக்கு அது ஒரு காதைக் கொடுத்துள்ளது
அந்தக் காது தனது அகலம் முழுவதையும் விரித்து
இரவும் பகலும் சிள்வண்டுகளையும்
பாடும் பறவைகளையும்,
சம்மட்டிகளையும் விசையாழிகளையும்

செங்கற்களையும் புயல்களையும் பதிவு செய்கின்றது
கூடவே எனது நேசத்துக்குரியவரின்
மென்மையான குரலையும்.

எனக்கு எத்தனையோ கொடுத்த வாழ்க்கைக்கு நன்றி
எனக்கு அது ஒலிகளையும்
அகரவரிசைகளையும் தந்துள்ளது .
அவற்றைக் கொண்டு நான் சிந்தித்து அறிவிக்கிறேன்:
'அம்மா', 'நண்பர்', 'சகோதரர்' என்னும் சொற்களை
ஒளிரும் வெளிச்சத்தையும்
காதல் வெளிப்படும் ஆன்மாவின் மார்க்கத்தையும்.

எனக்கு எத்தனையோ கொடுத்த வாழ்க்கைக்கு நன்றி
களைத்துப்போன எனது கால்களுடன்
நடப்பதற்கான ஆற்றலை அது தந்தது.
அவற்றைக் கொண்டு நகரங்களுக்கும் குட்டைகளுக்கும்
பள்ளத்தாக்குகளுக்கும் பாலைவனங்களுக்கும்
மலைகளுக்கும் சமவெளிகளுக்கும்
உங்கள் வீட்டுக்கும் உங்கள் தெருவுக்கும்
உங்கள் முற்றத்துக்கும்
ஊடாகச் சென்றுள்ளேன்.

எனக்கு எத்தனையோ கொடுத்த வாழ்க்கைக்கு நன்றி
அது எனக்கு ஓர் இதயத்தைத் தந்தது
அந்த இதயம் என் உடலை அதிர்வுறச் செய்கின்றது
மானுட மூளையின் விளைபொருளை நான் பார்க்கையில்,
தீயதிலிருந்து மிகவும் விலகியுள்ள நல்லதை நான்
பார்க்கையில்,
உனது கண்களின் தெளிவுக்குள் நான் பார்க்கையில்...

எனக்கு எத்தனையோ கொடுத்த வாழ்க்கைக்கு நன்றி
அது எனக்கு சிரிப்பைத் தந்தது
அது எனக்கு ஏங்கித் தவிக்கும் வேட்கையைத் தந்தது
அவற்றைக் கொண்டு
மகிழ்ச்சியையும் வேதனையையும் வேறுபடுத்துகிறேன் -
இவைதாம் எனது பாட்டுகளை
உங்கள் பாட்டையும் - அதுவும் அதே பாட்டுதான்
ஒவ்வொருவரின் பாட்டையும் - அது எனது பாட்டேதான்
கட்டுவதற்கான இரண்டு பொருள்கள்.

சிலி

விக்டர் ஹாரா

விக்டர் ஹாரா (Victor Jara, 1932-1973): சிலி நாட்டில் பிறந்து தென்னமெரிக்காவின் மிகப் புகழ்பெற்ற இடதுசாரிப் பாடகராகவும் கவிஞராகவும் திகழ்ந்த அவர், சிலியின் கம்யூனிஸ்ட் கட்சியில் உறுப்பினராக இருந்தார். மார்க்ஸிய சோசலிஸ்ட்டான ஸால்வடோர் அஜெண்டெவின் தலைமையில் இருந்த இடதுசாரி மக்கள் முன்னணி ஆட்சி, 1973 இல் சிஐஏவின் உதவியுடன் நடந்த இராணுவப் புரட்சியால் அகற்றப்பட்டவுடன் கைது செய்யப்பட்டுக் கொல்லப்பட்ட பல்லாயிரக்கணக்கானோரில் ஹாராவும் ஒருவர்.

சுதந்திரத்தைப் பற்றிப் பேசுபவர்கள்[1]

நமது உழைக்கும் மக்களின் இரத்தத்தைக் கொண்டு
எனது நாட்டை மீண்டும் கறைபடியச் செய்கின்றனர்
ஆனால் அவர்களது கைகளிலோ
குற்றத்தின் முத்திரை பதிக்கப்பட்டுள்ளது.
அவர்கள் நமது குழந்தைகளைத்
தாய்மார்களிடமிருந்து பிரித்து
கிறிஸ்து சுமந்த சிலுவையைப்
புதிதாகக் கட்டமைக்க விரும்புகிறார்கள்.

கடந்த நூற்றாண்டுகளிலிருந்து தாம் சுவீகரித்த இகழை
மறைக்கப் பார்க்கிறார்கள்
ஆனால் கொலைகாரர்களின் அடையாளத்தை
அவர்களது முகங்களிலிருந்து துடைத்துவிட முடியாது
ஆயிரமாயிரம் பேர் ஏற்கெனவே தங்கள் இரத்தத்தைத்
தியாகம் செய்துள்ளனர்
ஆறாய்ப் பெருகியோடும் அந்த இரத்தம்
ரொட்டித் துண்டுகளைப் பெருகச் செய்துள்ளது.

இப்போது நான் எனது குழந்தையோடும் சகோதரனோடும்
நாமெல்லோரும் நாள் தோறும் கட்டிக் கொண்டிருக்கும்
புதிய உலகத்தில் வாழ விரும்புகிறோம்.

துன்பத்தின் எஜமானர்களே
உங்கள் அச்சுறுத்தல் என்னை மிரளச் செய்யவில்லை
நம்பிக்கை நட்சத்திரம் எப்போதும் எங்களுடையதுதான்.

மக்கள் என்னும் காற்று என்னை அழைக்கின்றது
மக்கள் என்னும் காற்று என்னைச் சுமக்கின்றது
அது எனது இதயத்தை நாலாபுறமும் தூவுகின்றது
எனது தொண்டையினூடாக செய்தி பரப்புகிறது
ஆகவே மரணம் என்னைத் தூக்கிச் செல்லும் வரை
கவிஞனின் குரல் கேட்கப்படும்
மக்களின் சாலை வழியாக
இப்போதும் எப்போதும்.

1 ஸ்பெயினின் ஏழை உழவர் குடும்பத்தில் பிறந்து, ஆடுமாடுகளை மேய்க்கும் வேலையில் ஈடுபடுத்தப்பட்ட மிகுயெல் ஹெர்னாண்டெஸ் (Miguel Hernandez), மிகுந்த இடையூறுகளுக்கிடையே பள்ளிக் கல்வி கற்றதுடன், இளம் வயதிலிருந்தே கவிதைகளை எழுதுவதில் அக்கறை செலுத்தினார். உலகப் புகழ் பெற்ற ஸ்பானிய நாடக ஆசிரியரும் கவிஞரும் ஸ்பானியப் பாஸிஸ்டுகளால் படுகொலை செய்யப்பட்டவருமான ஃபெடெரிகோ கார்ஸியா லோர்காவின் (Federico Garcia Lorca) கவனத்தை மட்டுமின்றி இலத்தின் அமெரிக்காவின் பாபெரும் கவிஞர்களான ஓவ்டேவியா பாஸ் (Octavia Paz), பாப்லோ நெரூடா ஆகியோரின் பாராட்டுகளையும் பெற்ற ஹெர்னாண்டெஸ், பாஸிஸ்டுகளுக்கு எதிராக ஆயுதமேந்திப் போராடியவர். பாஸிஸ்டுகளால் கைதுசெய்யப்பட்டு, கடும் சித்திரவதைக்குள்ளாகி, சிறையில் அடைக்கப்பட்ட அவர் தமது 31 ஆம் வயதில் சிறையில் காலமானார். அவர் எழுதிய ஒரு கவிதை சிறு மாற்றங்களுடன் விக்டர் ஹாராவால் பாடப்பட்டு வந்தது.

சிலி

விக்டர் ஹாரா

அமந்தா, உன்னை நினைக்கிறேன்[1]

அமந்தாவை நினைக்கின்றேன்
ஈரமான தெரு
மேன்யுவெல் வேலை செய்து வந்த
தொழிற்சாலைக்கு ஓடிக்கொண்டிருக்கிறாள்
விரிந்த புன்னகை, தலைமுடியில் மழை நீர்
எதுவும் உனக்கு ஒருபொருட்டல்ல
ஏனெனில் விரைவில் அவனுடன் சேர்ந்துவிடுவாய்
உனக்குக் கிடைத்துள்ளன ஐந்து நிமிடங்கள்
வாழ்க்கை முழுவதுமே அந்த ஐந்து நிமிடங்களில்.

வேலைக்குத் திரும்பிச் செல்ல அழைக்கும் சங்கொலி
நீ நடந்து கொண்டிருக்கிறாய்
எல்லாவற்றையும் மேலும் ஒளிமிக்கதாய்ச் செய்து கொண்டு
அந்த ஐந்து நிமிடங்கள் உன்னை மலர வைக்கின்றன
ஐந்து நிமிடங்களுக்கும் கூடுதலான நேரத்தை
அமந்தாவுடன் கழிப்பதற்காக
மேன்யுவெல் மலைகளுக்குத் திரும்பிச் செல்கிறான்
தொழிலாளர்களின் உரிமைகளுக்காக
மற்றவர்களுடன் சேர்ந்து போரிட.
ஐந்து நிமிடங்களுக்குப் பின் கொல்லப்பட்டான்
வேலைக்குத் திரும்பிச் செல்ல அழைக்கும் சங்கொலி
பலர் திரும்பி வரவில்லை, மேன்யுவெலும்தான்.

1   ஆஸ்துமா நோயால் அவதியுற்று வந்த தமது மகள் அமந்தாவுக்கு ஹாராவால் அர்ப்பணம் செய்யப்பட்ட இந்தக் கவிதை, உண்மையில் அவளைப் பற்றிய கவிதையல்ல. மாறாக, தொழிலாளி வர்க்கத்தைப் பற்றிய பாடல். இங்கு மேன்யுவலும் அமந்தாவும் முறையே ஆலைத் தொழிலாளர்களுக்கும் அவர்களது துணைவியார்களுக்குமான உருவகங்களாக அமைகின்றனர்.

சிலி

விக்டர் ஹாரா

எனது வேலைக்குப் போகும் வழியில்[1]

எனது வேலைக்குப் போகும் வழியில்
உன்னை நினைக்கின்றேன்.
நகரத்தின் தெருக்களினூடே
உன்னை நினைக்கின்றேன்.
புகை படிந்த ஜன்னல்களுக்கு ஊடாகத் தெரியும்
முகங்களைப் பார்க்கையில் -
அவர்கள் யார், எங்கு செல்கிறார்கள்
என்பது எனக்குத் தெரியாது -
என் வாழ்க்கையின்,
எதிர்காலத்தின் தோழியே உன்னையும்
கசப்பான நேரங்களையும்
உயிரோடு இருப்பதன் மகிழ்ச்சியையும்
நினைக்கின்றேன்
ஒரு கதையின் தொடக்கத்தை,
அதன் முடிவை அறியாமல்
படைத்துக் கொண்டு.

நாள் வேலை முடிந்து
மாலை நேரம் நாம் கட்டிய கட்டடங்களின் மீது
தனது நிழல்களை விரித்து வருகையில்
நண்பர்களிடையே விவாதித்துக் கொண்டும்
இந்த நேரத்தையும்
எதிர்காலத்தையும் பற்றிய விஷயங்களை
அலசிக் கொண்டும் வேலையிலிருந்து
திரும்பி வருகையில்
என் அன்பே, எனது வாழ்க்கையின்,
எதிர்காலத்தின் தோழியே
உன்னை நினைக்கின்றேன்.

நான் வீட்டுக்கு வருகையில் நீ அங்கு இருக்கிறாய்
நாம் இருவரும் சேர்ந்து

நமது கனவுகளை நெய்கின்றோம்
கதையின் தொடக்கத்தை,
அதன் முடிவை அறியாமல்
படைத்துக் கொண்டு.

1 சிலியில் ஸால்வடோர் அஜெண்டெவின் தலைமையிலிருந்த இடதுசாரிக் கூட்டணியை ஆதரித்து கருத்துப் பரப்புரை செய்து வந்த ரொபெர்ட்டொ அஹுமடா என்னும் கட்டடத் தொழிலாளி, வீட்டுக்குத் திரும்பிச் செல்வதற்காக வலதுசாரிச் சக்திகளின் குடியிருப்புகளின் வழியாக நடந்து வந்து கொண்டிருந்தபோது அந்தக் குடியிருப்புகளின் மாடிகளிலொன்றிலிருந்து சுடப்பட்ட துப்பாக்கிக் குண்டுகளுக்குப் பலியானார். அந்தத் தொழிலாளியும் அவரது குடும்பத்தினரும் ஹாராவுக்கு நன்கு அறிமுகமானவர்களாக இருந்தனர். ரொபெர்ட்டோவின் மரணம் ஹாராவை மிகவும் உலுக்கியது. அவரது நினைவைப் போற்றும் வகையில் ஒரு பாடலை இயற்றினார் ஹாரா. ரொபெர்ட்டோ தமது மனைவியுடன் பேசுவது போன்று வடிவமைக்கப்பட்டிருந்தது அந்தப் பாடல். 'எனது வேலைக்குப் போகும் வழியில்' (Cuando voy al trabjo) என்னும் பாடல், ரொபொர்ட்டாவைப் பற்றிய பாடல் மட்டுமல்ல; தொழிலாளி வர்க்கத்தின் மீது ஹாராவுக்கிருந்த அளவற்ற பற்றையும் பாசத்தையும் வெளிப்படுத்தக்கூடிய பாடலும்தான்.

சிலி

விக்டர் ஹாரா

கொள்கை அறிக்கை[1]

பாடுவது எனக்குப் பிரியமானது என்பதாலோ
எனக்குக் குரல் வளம் இருப்பதாலோ
நான் பாடுவதில்லை.
எனது கிதாரிடம் உணர்ச்சியும் அறிவும் இருப்பதால்
பாடுகிறேன்.
மண்ணின் இதயமும் புறாவின் சிறகுகளும்
கொண்டது எனது கிதார்
மகிழ்ச்சியையும் துயரத்தையும்
ஆசீர்வதிக்கும் புனித நீர் அது.
வயெலெட்[2] கூறுவது போல
எனது பாடலுக்குக் குறிக்கோள் உண்டு
கடினமாக உழைக்கும் கிதார்
வசந்தத்தின் நறுமணம் கமழும் கிதார்.

எனது கிதார் செல்வந்தர்களுக்கானது அல்ல, இல்லை
நிச்சயமாக இல்லை
எனது பாடல் நட்சத்திரங்களை அடைவதற்காக
நாம் கட்டிக் கொண்டிருக்கும் ஏணி.
ஏனெனில், பாடல் பொருள் கொள்வது
தனது பாடலை உளப்பூர்வமாகப் பாடிக் கொண்டே
மரிக்கின்ற ஒருவனின் நாளங்களில்
அது துடிக்கும்போதுதான்.

எனது பாடல் நொடியில் தோன்றி மறையும்
பாராட்டுக்கானது அல்ல
வெளிநாட்டுப் புகழைப் பெறுவதற்கானதுமல்ல
அது இந்தக் குறுகிய நாட்டுக்கானது
புவியின் அடியாழங்களுக்கேயானது
அங்கேதான் எல்லாமே
ஓய்வு கொள்ள வந்து சேருகின்றன
அங்கேதான் எல்லாமே தொடங்குகின்றன

தீரமிக்கதாய் இருந்த பாடல்
அங்கேதான்
என்றென்றும் புதிய பாடலாகவே இருக்கும்.

1 1973 செப்டம்பர் 3 இல் எழுதப்பட்டு, தலைப்பிடப்படாமல் இருந்தது இந்தப் பாடல். எட்டு நாள்களுக்குப் பின் சிஐஏவின் உதவியுடன் பாசிஸ இராணுவத் தளபதி பினோஷெவின் இராணுவப் புரட்சி நடந்த போது விக்டர் ஹாராவும் கைது செய்யப்பட்டுக் கொல்லப்பட்டார். கொல்லப்படுவதற்கு முன், சிலியின் தலைநகரமான ஸாண்டியாகோவிலுள்ள விளையாட்டு மைதானத்தில் காவலில் வைக்கப்பட்டிருந்த போது, அவர் பாடிய பாடல்களிலொன்றான இது அவரது கொள்கை அறிக்கையாக அமைந்துவிட்டது.

2 வயலெட்டா பர்ரா.

சிலி

விக்டர் ஹாரா

மைதானத்தில்[1]

நாம் ஐயாயிரம் பேர் இங்கிருக்கின்றோம்
நகரத்தின் இந்தச் சிறு பகுதியில்
ஐயாயிரம் பேர்
நகரங்களிலும் நாடு முழுவதிலும்
நாம் எத்தனை பேர் இருக்கின்றோம்?
இங்கு நாம், விதைகளை விதைக்கின்ற,
தொழிற்சாலைகளை இயக்குகின்ற
பத்தாயிரம் கைகள்.
பசிக்கும், குளிருக்கும், பீதிக்கும், வலிக்கும்
தார்மிக நிர்பந்தத்திற்கும், அச்சத்திற்கும்,
புத்தி பேதலிப்புக்குமுள்ளான மனிதர்கள்தாம் எத்தனை?
நட்சத்திர மண்டலத்திற்குள் மறைந்தவர்கள் போல
நம்மில் அறுவர் தொலைந்து போயினர்.
ஒருவர் மரணமடைந்தார்,
இன்னொருவர் அடித்துக் கொல்லப்பட்டார் -
மானுடப் பிறவியை இப்படி அடித்துக் கொல்வது
சாத்தியம் என்று நான் ஒரு போதும் நம்பியதில்லை.
மற்ற நால்வரும் தமக்கேற்பட்ட அச்சத்திற்கு
முடிவு கட்ட விரும்பினர்.
ஒருவர் சூன்யத்திற்குள் குதித்தார்
மற்றொருவர் சுவரின் மீது தமது தலையை மோதி
சாவைத் தழுவினார்.
ஆனால் அவர்கள் அனைவரின் கண்களிலுமே
நிலைகுத்தியிருந்தது மரணத்தின் பார்வை
பாசிசத்தின் முகம் தட்டியெழுப்பியுள்ள பீதிதான் என்னே!
எதைப் பற்றியும் கடுகளவும்கூடப் பொருட்படுத்தாது
பிசகின்றி வெட்டும் கத்தியைப் போலத்
துல்லியமாக அவர்கள்
தங்கள் திட்டத்தை நிறைவேற்றுகிறார்கள்.
அவர்களைப் பொறுத்தவரை

இரத்தம் பதக்கத்திற்கு ஈடானது.
படுகொலை வீரச் செயலுக்கு ஈடானது.
கடவுளே, நீங்கள் படைத்த உலகம் இதுதானா?
உங்களது ஏழு நாள் அற்புதங்கள், உழைப்பு ஆகியவற்றின்
விளைபொருள் இதுதானா?
இந்த நான்கு சுவர்களுக்குள்,
வெறும் எண்ணைத் தவிர வேறொன்றுமில்லை
இம்மியளவும் வளராத,
மெல்ல மெல்ல சாவை மட்டுமே விரும்புகிற எண்.
ஆனால் எனது மனச்சான்று திடீரென
என்னைத் தட்டி எழுப்புகின்றது
இங்கு வீசும் அலைக்கு இதயத் துடிப்பு இல்லை என்பதை
இயந்திரங்களின் நாடித் துடிப்பு மட்டுமே உள்ளது என்பதை
பிரசவம் பார்க்கும் செவிலியர்கள் போல
இன்முகங் காட்டும்
இராணுவம் இருப்பதைக் கான்கின்றேன்.[2]
மெக்ஸிகோவும் கூபாவும் உலகமும்
இந்த அக்கிரமத்திற்கு எதிராக
உரத்த குரல் எழுப்பட்டும்.

எதையும் உற்பத்தி செய்யாத பத்தாயிரம் கைகள் நாம்
நமது தாயகத்தில் நாம் எத்தனை பேர் இருக்கின்றோம்?
நமது தோழர் குடியரசுத் தலைவரின் இரத்தம்
குண்டுகளையும் இயந்திரத் துப்பாக்கிகளையும்விட
அதிகமான வலுவோடு தாக்கத் தொடங்கும்.
அதைப் போலவே மீண்டும் நமது முஷ்டியும்.

பாடுவது எத்தனை கடினம்
பயங்கரத்தை நான் பாடியே ஆக வேண்டும் என்ற போதும்
நான் வாழும் வாழ்க்கையாக பயங்கரம்
நான் மரணித்துக் கொண்டிருக்கும் பயங்கரம்
இத்தனைக்கும் மத்தியில்,
மௌனமும் கூக்குரலும் எனது பாடலை முடிக்கும்
எல்லையற்ற இந்தப் பல தருணங்களில்
நான் என்னைக் காண்பது எவ்வளவு கடினம்
நான் காண்பது நான் என்றுமே காணாதவை
நான் உணர்ந்தவை, உணர்பவை
தக்க தருணத்தைப் பிறப்பிக்கும்.

1 ஹாரா கொல்லப்படுவதற்கு ஓரிரு நாள்களுக்கு முன்பு, அவர் காவலில் வைக்கப்பட்டிருந்த விளையாட்டு மைதானத்தில் கிடைத்த துண்டுத் தாளொன்றில் தமது கடைசிப் பாடலை எழுதியிருந்தார். தம்மைக் கொலை செய்யப்படுவதற்கு இராணுவத்தினர் எந்த நேரத்திலும் வருவார்கள் என்பதால் அந்தக் காகிதத் துண்டைத் தமது தோழரொருவரிடம் கொடுத்திருந்தார். அந்தத் தோழர் அதைத் தமது காலணியோடு அணியும் ஸாக்ஸில் மறைத்து வைத்திருந்தார். ஆனால், அவரும் கைது செய்யப்பட்டு சித்திரவதை செய்யப்படும்போது அந்தக் காகிதம் இருப்பது கண்டுபிடிக்கப்பட்டுவிட்டது. ஆனால், இதற்கிடையில் அந்தக் கவிதை அவரது தோழர்கள் சிலரால் பிரதியெடுக்கப்பட்டுப் பாதுகாக்கப்பட்டிருந்தது. இரகசியமாகக் கடத்தி வரப்பட்ட அந்தப் அந்த பிரதிகளிலொன்று சிலியின் கம்யூனிஸ்ட் கட்சிக்கும் போய்ச் சேர்ந்தது. அதில் சிறு திருத்தங்கள் செய்து 'மைதானத்தில்' (In the Stadium) என்னும் தலைப்பில் வெளியிட்டது அந்தக் கட்சி.

2 *Violence is the midwife of democracy in Chile* என்று வலதுசாரிப் பிற்போக்காளர்கள் கூறிவந்ததால், அதை இங்கு முரண் நகையாக விக்டர் ஹாரா பயன்படுத்துகிறார் என்று ஊகிக்க இடமுண்டு.

சிலி

ஏரியெல் டோர்ஃப்மன்

ஏரியெல் டோர்ஃப்மன் (Ariel Dorfman): 1942 இல் சிலியில் பிறந்த டோர்ஃப்மன், புகழ்பெற்ற நாடகாசிரியர், கவிஞர், மனித உரிமைச் செயலார்வலர். இவரது 'மரணமும் கன்னியும்' (The Death and the Maiden) என்னும் நாடகம், உலகப் புகழ்பெற்ற திரைப்பட இயக்குநர் ரோமன் போலான்ஸ்கியால் திரைப்படமாக்கப்பட்டுள்ளது. டோர்ஃப்மன் தற்போது அமெரிக்காவில் வசிக்கின்றார்.

மரணத்தின் மறுபக்கத்திலிருந்து பாப்லோ பிகாஸ்ஸோ காலின் பவுலிடம் கூறும் வார்த்தைகள்[1]

ஆம், இங்கும்கூட, வேறெங்கிலும்விட இங்கே
நாங்கள் விட்டு வந்த உலகில்
என்ன நடக்கிறது
நீங்கள் என்ன செய்து கொண்டிருக்கிறீர்கள் என்பதை
நாங்கள் அறிவோம் பார்க்கிறோம்

எங்கள் நேரத்தில் வேறெதை நாங்கள் செய்ய முடியும்?
ஆம், அங்குதான் இருந்தீர்கள் திருவாளர் செயலர்
அவர்களே
உங்களை இப்படித்தான் அழைக்கிறார்கள்
என நினைக்கிறேன்
அங்குதான் நீங்கள்
எனது குவெர்னிகாவின் முன் நின்று கொண்டிருந்தீர்கள்
அது ஒரு நகல்தான்
ஆனால் 1937 இல் வானத்திலிருந்து
ஆண்களுக்கும் பெண்களுக்கும்
குழந்தைகளுக்கும் அந்தக் குழந்தைக்கும்
இழைக்கப்பட்டது என்ன என்பதைப் பற்றிய
எனது பார்வைதான் அந்த நகலிலும்

உண்மையில் அதன் எதிரே நீங்கள் நின்று
கொண்டிருக்கவில்லை
எங்கள் குவெர்னிகா மீது திரை போர்த்தப்பட்டிருந்தது
நீங்கள் பேசுவதற்காகத் திரை போர்த்தப்பட்டிருந்தது
அங்கே ஐ.நா. கட்டடத்தில்
இராக்கைப் பற்றி நீங்கள் பேசுவதற்காக
குவெர்னிகாவால் மன அமைதி குலையாமலிருப்பதற்காக

அது ஏன் உங்கள் மன அமைதியைக் குலைக்க வேண்டும்
உங்கள் மனதைக் கலக்கமடையச் செய்ய வேண்டும்
அந்தத் திரையை அகற்ற வேண்டும் என்று
அந்தச் சித்திரம் வெளிப்படுத்தப்பட வேண்டும் என்று
நீங்கள் ஏன் கேட்கவில்லை?

வீறிட்டு அலறுதலை
குதிரை மீண்டும் மீண்டும் செத்துக் கொண்டிருப்பதை
பெண்ணும் குழந்தையும் மீளாச் சாவில் ஆழ்ந்ததை
இந்த இருளில் நான் பாலூட்டி வளர்த்துக் கொண்டிருக்கும்
குழந்தையை
நீங்கள் பேசுகையில்
நீங்கள் பேசுகிறீர்கள்
ஏன் சுட்டிக் காட்டவில்லை?

இராக்கும் இதைத்தான் செய்துள்ளது என்று
நீங்கள் ஏன் கூறவில்லை?
இதிலிருந்துதான் உலகைக் காப்பாற்ற
நாங்கள் முனைகின்றோம் என
நீங்கள் ஏன் கூறவில்லை?
உங்கள் தரப்பு நியாயத்தை எடுத்துரைக்க
குவெர்னிகாவை ஏன் நீங்கள் பயன்படுத்தவில்லை?

அந்தத் தாய்
அந்தப் படிமத்திலிருந்து பாய்ந்து வந்து
இல்லை, இதோ இவர்தாம்
இதோ இவர்கள்தாம்
தொலைவிலிருந்து குண்டு வீசப் போகிறவர்கள்
குழந்தையைக் கொல்லப் போகிறவர்கள்
இல்லை இல்லை இல்லை
இவர்தாம், இவர்கள்தாம், இவர்கள்

தொலைவிலிருந்து குண்டு வீசப் போகிறவர்கள்
எங்களை எப்போதும் தங்கள் பார்வையிலிருந்து விலக்கி வைத்து
சாவுக்குள் வைத்து, பார்வையிலிருந்து விலக்கி
எனச் சொல்வாள்
என்று அஞ்சினீர்களா?

முதல் மணி நேரத்தில்
வானத்திலிருந்து
மூவாயிரம் குருயிஸ் ஏவுகணைகள்
பாக்தாதில் சுழன்று சுழன்று விழும்
பத்தாயிரம் குவெர்னிகாக்கள்
பாக்தாதில் சுழன்று சுழன்று விழும் என்பதை
எதிர்வரும் நாள்களில்
இந்தக் குதிரை உலகிற்குக் காட்டும் என்று
நீங்கள் அஞ்சினீர்களா?

எனது கலை
அறுபத்தைந்தாண்டுகளுக்குப் பின்பு
நான் இப்போதும் சொல்லிக் கொண்டிருப்பது
இப்போதும் சொல்லப்பட்டு வரும் கதை
இப்போதும் அபாயகரமானதாக உள்ள கலா தரிசனம்
இறந்தவரின் கண்ணைப் போல
இறந்தவரிடமிருந்து உங்களைப் பார்த்துக் கொண்டிருக்கும்
கண்ணைப் போல
இன்னும் தொங்கிக் கொண்டிருக்கும் மின்சார பல்பு
உங்களுக்கு அச்சமூட்டியதா?
கவனம்
இருளில் உள்ள குழந்தையின் கண்
கவனம்

நீங்கள் எங்களுடன்
குழந்தையுடனும் என்னுடனும்
குழந்தையுடனும் பெண்ணுடனும்
இங்கே இந்தப் பக்கம்
நீங்கள் எங்களுடன் சேர்வீர்கள்

விரைவில் எங்களுடன் சேர்வீர்கள்
இங்கு நீங்கள் பயணித்து வருவீர்கள்
நம் எல்லோரையும் போல

அதனால்தான் என் மீது
உங்களுக்கு அச்சமா?

எங்களுடன் சேருங்கள்
எங்களுக்கு அருகில் இருந்து
எப்போதோ இராக்கில் இறந்துபோனவர் மட்டுமின்றி

இறந்தவர் அனைவருடனும் அருகில் இருந்து
பார்த்துக் கொண்டிருப்பதில்
பார்த்துக் கொண்டிருப்பதில்
பார்த்துக் கொண்டிருப்பதில்
நித்தியத்தின் எஞ்சிய பகுதியைச் செலவிடுங்கள்

இதனால்தான் அந்தக் கண் மீது
உங்களுக்கு அச்சமா?

நீங்கள் விட்டு வந்த உலகை
இமைகள் மூடாதபடி அகலத் திறந்து வைக்கப்பட்ட
உங்கள் கண்களால்
பார்த்துக் கொண்டிருப்பது

நமக்குள்ள நேரத்தில்
செய்வதற்கு வேறொன்றுமில்லை

உலகில் குவெர்னிகா ஏதும் இல்லாது போகும் வரை
உயிர்த்திருப்பவர்கள் புரிந்து கொள்ளும் வரை
பார்த்துக் கொண்டிருக்கும்படி
எங்களுக்கு அருகிலிருந்து பார்த்துக் கொண்டிருக்கும்படி
தண்டிக்கப்பட

பிறகு, திருவாளர் செயலர் அவர்களே
அதன் பிறகு
குவெர்னிகா எதுமில்லாத உலகம்
அதன் பிறகு
ஆம், பிறகு
நீங்களும் நானும்
ஆம், பிறகு
ஓய்வு கொள்ளலாம்
நீங்களும் நானும்
திரை போர்த்து மூடப்பட்டுள்ள குழந்தையும்.

1 2003 ஆம் ஆண்டு, பிப்ரவரி 5 இல் அன்றைய அமெரிக்க வெளியுறவு அமைச்சர் காலின் பவுல், இராக் மீது ஆக்கிரமிப்புப் போர் நடத்துவதற்கான ‘முகாந்திரங்கள்’ அடங்கிய உரையை ஐ.நா. அவையில் நிகழ்த்துவதற்காக வந்த போது அவருக்கு எந்தவித உறுத்தலும் ஏற்படாமிலிருக்கும் பொருட்டு ஐ.நா. அலுவலகக் கட்டடச் சுவர்களை அலங்கரித்து வந்த ஓவியங்களிலொன்றான பிக்காஸோவின் ‘குவெர்னிகா’ திரை போட்டு மூடப்பட்டது (ஸ்பெயினிலுள்ள குவெர்னிகா என்னும் சிறு நகரத்தின் மீது ஜெனரல் ஃப்ராங்கோவின் பாசிச விமானப் படைகள் குண்டு வீசிப் பேரழிவை உண்டாக்கியதற்கு எதிர்ப்புத் தெரிவிக்கும் பொருட்டு பிக்காஸோ தீட்டிய ஓவியம் அது). அந்த நிகழ்வு தொடர்பாக ஏரியெல் டோர்ஃப்மனால் எழுதப்பட்ட கவிதை இது.

பிக்காஸோவின் குவெர்னிகா ஓவியம்

பெரு

ஹாவியெர் ஹெராட்

ஹாவியெர் ஹெராட் (Javier Heraud): பெருநாட்டின் தலைநகரான லிமாவில் 1942 இல் பிறந்த ஹெராட், தமது பத்தொன்பதாம் வயதில் சினிமாப் புகைப்படக்கலை கற்க கூபா சென்றார். கூபப் புரட்சியின் தாக்கம் பெற்றுப் பெரு நாட்டிற்குத் திரும்பிய அவர் பெரு தேசிய விடுதலை இராணுவத்தில் சேர்ந்தார். 1963 ஆம் ஆண்டு அரசுத் துருப்புகளால் சுட்டுக் கொல்லப்பட்டார்.

கவிதைக் கலை

உண்மையில் -
வெளிப்படையாகச் சொல்வதென்றால் -
கவிதை கடினமான தொழில்
இலையுதிர் காலத்தின் லயத்திற்கேற்ப
கவிதையின் வெற்றி தோல்வி
(இளமையில்
உதிரும் மலர்கள் யாவும்
ஒன்று சேர்க்கப்படாதபோது
கவிஞன்
இரவெல்லாம் கண்விழித்து எழுதுவான்
சிலசமயம் நூற்றுக்கணக்கான
பயனற்ற தாள்களை நிரப்பியவாறு.
அவன் பீற்றிக் கொள்ளலாம்:
“நான் எழுதுவதைத் திருத்துவதே இல்லை
எனது தெருவோர சைப்ரஸ் மரங்களால்
உதறிவிடப்படும்
வசந்தகாலம்போல்
கவிதைகள் நழுவுகின்றன
என் கைகளிலிருந்து”)
ஆனால் காலம் செல்லச் செல்ல
உருண்டோடும் ஆண்டுகள்
காதோரம் நரைவிழச் செய்யச் செய்ய

குயவனின் கலையாகும் கவிதை:
கைகளால் சுடப்படும் களிமண்
தீக்கொழுந்தால் வடிவம் பெறும் களிமண்.
கவிதையோ அற்புதமான மின்னல்
மௌனச் சொற்களாலான மழை
இதயத் துடிப்புகளாலும் நம்பிக்கைகளாலும் ஆன காடு
ஒடுக்கப்பட்ட மக்களின் கீதம்
விடுதலை பெற்ற மக்களின் புதிய பாடல்.
காதல், மரணம்
மானுடத்தின் விமோசனம்.

பெரு
ஹாவியெர் ஹெராட்

கெரில்லாப் போராளியின் வார்த்தைகள்

வானத்திலுள்ள ஒரு வாள் போல
எனது நாடு அழகானதாய் இருப்பதால்
இப்போது அது இன்னும் பெரியதாய்
மேலும் அழகுள்ளதாய் இருப்பதால்
துணிந்து சொல்கிறேன்
அதை என் உயிரைக் கொடுத்துக் காப்பாற்றுவேன்
துரோகிகள் எதைச் சொன்னாலும்
அதைப் பொருட்படுத்த மாட்டேன்
உருக்கினாலான தடித்த கண்ணீரால்
பாதையை அடைத்துள்ளோம்
எங்கள் வானம் எங்களுடையது
எங்கள் அன்றாட உணவு எங்களுடையது
கோதுமையை விதைத்து
அறுவடை செய்தது நாங்கள்
நிலமும் எங்களுக்கே சொந்தம்
எப்போதுமே அது எங்களுடையதுதான்,
கடலும்
காடுகளும்
பறவைகளும்.

பெரு

ஹாவியெர் ஹெராட்

ஈக்கள்

சரி ஈயே
நீ பறக்கிறாய் சரி
காற்றில் நீயாகவே எழும்பி
விறைப்பாகச் சிறகை விரித்து
விரைவாகத் திரும்பி
சுவர்களில் உன் நிழலால் கோலமிடுகிறாய்
என்னைப் பார்த்துச் சிரிக்கிறாய்
உன்னை நான் பார்ப்பது கூட இல்லை
என் மூக்கின் மீது அமர்கிறாய்
எனது தலைப் பக்கமாகக் குறுநடை போடுகிறாய்
என் தோள்மீது அமர்கிறாய்
என் கையை மெதுவாக நகர்த்தி
உன்னை நசுக்க நான் முயற்சி செய்வது
ஈயே, உனக்கு வேடிக்கை போலும்,
நீயோ உட்காருகிறாய் என் ரொட்டியின் மீது,
சூடாக்கப்பட்ட என் ரொட்டித் துண்டுகள் மீது,
எனது புத்தகங்கள் மீது
அவை அங்கு உனக்காகவே இருக்கின்றன.
பயங்கரமான நோய்களை நீ கொண்டு வருகிறாய்
என அவர்கள் என்னிடம் சொல்கின்றனர்.
ஆனால் நான் அதை நம்பவில்லை.
நான் சிறுநீர் கழிக்கச் செல்கையில்
மீண்டும் நீ வருகிறாய் சிறகுகளைப் பரப்பிக்கொண்டு.
நீ செத்துவிடுவதைப் பார்ப்பதற்காகவே
சில முட்டாள்கள் ஈயடிப்பானை வாங்குகின்றனர்
அல்லது பழைய செய்தித்தாளைச்
சுருட்டி வைத்துக் கொண்டு
உன்னைத் துரத்துகின்றனர்.
அது சோம்பேறிகளுக்கான வேலை.
ஈயே உன்னைக் கொல்வது

உன்னைவிடப் பெரிய விலக்குகளைப் பயமுறுத்தாது
ஏன், நாய்களைக்கூட அச்சுறுத்தாது
ஆனால் நீ இதைத் தெரிந்துகொள்ள வேண்டும்
என்பது என் விருப்பம்
ஒருநாள் என்னால் இவ்வுலகிலுள்ள வல்லுநர் அனைவரையும்
வரவழைக்க முடியுமென்றால்
உன்னையும் உன் காதலிகள் அனைவரையும்
ஒரேயடியாக ஒழித்துக் கட்டுவதற்கு
உன் அளவிற்கு ஒரு சிறிய பறக்கும் யந்திரத்தை
எல்லோரும் சேர்ந்து உருவாக்குமாறு அவர்களுக்கு
ஆணையிடுவேன்
ஏனெனில் எனக்குத் திரும்பத் திரும்ப ஒரே ஆசை
உனக்கு நான் உணவு தரக் கூடாது என்னும் ஆசை
கிராமப்புறத்தில் என்னை அவர்கள் வெட்டிப் பிளந்து
எனது உடலைச் சூரியனின் கீழ் விட்டுச் செல்லும்போது
எனது குடல்களின் மீது நீ இருப்பதைப் பார்க்க
எனக்கு விருப்பமில்லை.

எல் ஸால்வடோர்

கிளாடியா லார்ஸ்

கிளாடியா லார்ஸ் (Claudia Lars, 1899-1974): மத்திய அமெரிக்காவின் தலைசிறந்த கவிஞர்களில் ஒருவராகக் கருதப்படும் இவர் தனது கடைசிக்காலத்தில் எல் ஸால்வடோர் ஆட்சியாளர்களின் ஒடுக்குமுறைகளையும் அவற்றின் விளைவுகளையும் கண்டித்துப் பல கவிதைகள் எழுதினார். இப்பெண் கவிஞர் ஒடுக்குமுறைகளுக்கு அடிபணியாத பல இளம் கவிஞர்களை ஊக்குவித்தார்.

துணுக்குகள்

முகமூடி அணிந்த மனிதர்கள்
கிணற்றில் உண்மையைத்
தூக்கி ஏறிவதைக் கண்டேன்
நான் அதற்காக அழத் தொடங்குகையில்
அதை எங்கெங்கும் கண்டேன்

⚫

இயந்திரத் துப்பாக்கிகளால்
காயப்படுத்தப்பட்ட
அந்தக் குற்றமில்லா மனிதன்
அந்த எளிய சவப்பெட்டியில் -
பயத்தை மறந்தவாறு.
அவனை நினைக்கையில்
எனது எழுபதாண்டுக் காலக்
குழந்தைப் பருவத்தை
மீட்க முடியாதவாறு இழந்து விட்டேன்

⚫

புரட்சியாளர்களின் காலடி ஓசையும்
எந்தவொரு சிறைச்சாலையிலும் மனிதர்களை
உயிரோடு புதைத்தலும்
என் காதுகளுக்கு மெல்லவே எட்டின.
காது கேளாதவரின் சொகுசான புகலிடத்தில்
நான் வீணாக்கிய வருடங்களுக்காக
இன்று வெட்கப்படுகிறேன்.

எல் ஸால்வடோர்

ரோக் டால்ட்டன் கார்ஸியா

ரோக் டால்ட்டன் கார்ஸியா (Roque Dalton Garcia): 1935 இல் பிறந்த ரோக் டால்ட்டன், எல் ஸால்வடோர் நாட்டில் மிகவும் போற்றப்படுகிற கவிஞர். எல் ஸால்வடோர் பல்கலைக்கழகத்தில் 'பல்கலைக்கழக இலக்கிய வட்டம்' என்னும் அமைப்பைத் தோற்றுவித்த அவர் தந்த ஊக்கத்தின் காரணமாக எண்ணற்ற கவிஞர்கள் தம் நாட்டு சர்வாதிகாரிகளை எதிர்த்து ஒடுக்கப்பட்ட மக்களுக்காகப் பாடத் தொடங்கினர். மக்கள் புரட்சிகர இராணுவத்தை (ERP) நிறுவியவர்களில் அவரும் ஒருவர். அதன் காரணமாகச் சிறைத் தண்டனை பெற்றதும் உண்டு. சிறையிலிருந்து தப்பி வெளிநாட்டில் தஞ்சம் புகுந்து பின்னர் தாய்நாடு திரும்பியபோது, ERPயின் ஒருபிரிவால் சோவியத் – கூபா - சி.ஐ.ஏ. ஏஜண்ட் என்னும் அவதூறுமிக்கக் குற்றச்சாட்டுக்கு உட்படுத்தப்பட்டு நியாயமற்ற முறையில் சுட்டுக் கொல்லப்பட்டார்.

...வரவர இறந்தவர்கள்

வரவர இறந்தவர்கள்
அவ்வளவு பணிவாக இருப்பதில்லை
என்னதான் நடக்கிறது?
இவர்கள் பழங்காலத்தில் இறந்தவர்களைவிட
மிகவும் வித்தியாசமானவர்கள்
இன்று இவர்களிடம் குதர்க்கம் நிறைந்துள்ளது -
கேள்விகள் கேட்கின்றனர்
தாங்கள்தாம் பெரும்பான்மையினர் என்பதை
உணரத் தலைப்பட்டுள்ளனர்
என எனக்குப் படுகிறது.

எல் ஸால்வடோர்

ரோக் டால்ட்டன் கார்ஸியா

எதிரிக் கவிஞனின் கொள்கை அறிக்கை

தரம், செயல்திறன், மேதைமை,
படைப்பாற்றல், வெற்றி ஆகியன கவிஞனுக்குத் இருந்தாலும்
பூர்ஷ்வா வர்க்கத்தைப் பொருத்தவரை அவன்
சேவகனாகவோ
கோமாளியாகவோ
அல்லது
பகைவனாகாவோ
மட்டுமே இருக்க முடியும்.

கோமாளி, தனக்குள்ள 'சுதந்திர'த்தின் வரம்புகளுக்கு மேல் சிறந்ததெதையும் கையாளாத 'சுயேச்சையான சேவகன்'; 'பூர்ஷ்வா வர்க்கத்துக்கு நிச்சயமாக நுண்ணுணர்வு இருக்கிறது' என்னும் சொற்களை அவன் ஒரு நாள் மக்கள் முகத்தில் வீசியடிப்பான். நேர்மையாகச் சொல்வதானால், இந்த சேவகனால் அடியாளின் அல்லது அமைச்சரின், அல்லது வெளிநாட்டில் பணி புரியும் கலாசாரப் பிரதிநிதியின் சீருடைகளை அணிந்து கொள்ள முடியும்; தனது மிக மேன்மையான சீமாட்டியுடன் படுக்கைக்குச் செல்வதற்காகப் பட்டுப் பைஜாமாக்களை அணிந்து கொள்ளவும் முடியும்.

எதிரிக் கவிஞனோ எல்லாவற்றுக்கும் மேலாக எதிரிக் கவிஞன்தான். அவன் கேட்கும் சன்மானம் முகஸ்துதியோ, டாலர்களோ அல்ல; மாறாக, ஒடுக்குமுறைகள், சிறைகள், துப்பாக்கிக் குண்டுகள். அவனிடம் சீருடைகளோ, சூட்டு கோட்டுகளோ, மாலை நேர ஆடைகளோ இல்லை. ஒவ்வொரு நாளும் அவனிடமுள்ள பொருள்கள் குறைந்து கொண்டே போகின்றன. கடைசியில் அவனிடம் எஞ்சியிருப்பது இரண்டே இரண்டு சட்டைகள், ஒட்டுப்போட்டவை, ஆனால் உண்மையான கவிதையைப் போலத் தூய்மையானவை.

எல் ஸால்வடோர்

மெர்ஸிடெஸ் டுராண்ட்

மெர்ஸிடெஸ் டுராண்ட் (Mercedes Durand, 1933-1999): மரபுக் கவிதைகளை எழுதிவந்த இக் கவிஞர் பின்னர் தமது நாட்டின் நிலைமைகள் பற்றியும் அரசாங்கத்தின் ஒடுக்குமுறை பற்றியும் எழுதத் தொடங்கினார்.

முப்பதாயிரம் உழவர்கள்

முப்பதாயிரம் உழவர்கள் சாவதைப் பார்த்துவிட்டுத்
தமது இருக்கையில் அமர்ந்தார்
அன்று அவரது இரவு உணவு -
மூலிகை ரசம், அவித்த பறங்கிப் பூக்கள்
எலுமிச்சைச் சாறு...
அவர் ஒரு தியோசஃபிஸ்ட்[1]
சைவ உணவு மட்டுமே உண்பவர்
கீழ்த்திசைப் பண்பாடுகளை ஆராய்பவர்
பில்லிசூன்யத்தின் நுணுக்கங்களை அறிந்தவர்
அழகிய வண்ணக் குப்பிகளில்
தண்ணீரை நிரப்பிச் சூரிய ஒளியில் வைத்து
வேடிக்கை பார்ப்பவர்
எறும்போ கொசுவோ சிலந்தியோ
சாவதைக் காணப் பொறுக்காதவர்
அவர் யாரையும் நேரிட்டுப் பார்த்ததில்லை
அவர் வழிபட்டதோ
ஹிட்லரை, முஸோலினியை.

---

1 கர்னல் ஆல்காட், அன்னிபெஸன்ட் ஆகியோரால் சென்னையில் நிறுவப்பட்ட பிரம்ம ஞான சபை (Theosophical Society) கோட்பாடுகளைப் பின்பற்றுபவர்.

எல் ஸால்வடோர்

டிமாஸ் காஸ்டஜோன்-மரியானோ எஸ்பினோஸா

டிமாஸ் காஸ்டஜோன்–மரியானோ எஸ்பினோஸா (Dimas Castellon-Mariano Espinoza): 1950 இல் பிறந்த இவர் நடிகர், நாடகாசிரியர், எல் ஸால்வடோர் புரட்சிகர இயக்கத்துக்கு உதவுகின்ற பரிசோதனை நாடகங்களைத் தயாரித்தவர்.

பாடல்

(பெயரில்லாத நாடகத்திலிருந்து)

அவர்கள் தங்கள்
கடவுளைக் கொண்டு வந்தனர்
சிலுவையுடன்.
சிலுவையைக் கொண்டு
தலைகளை வெட்டினர்.

எங்கள் நகரங்களை அழித்தனர்
தங்கத்தையும்
பச்சை மணிக் கல்லையும்
கைப்பற்றினர்.

பாடல் எங்கே
பச்சை மணிக் கல் எங்கே
நிலமும் மகிழ்ச்சியும் எங்கே.

நான் இனி
பாடிக்கொண்டே வேலை செய்வதில்லை
விளைச்சலில் திருச்சபைக்குப்
பத்தில் ஒரு பங்கு
அரசனுக்கு ஐந்தில் ஒரு பங்கு
திருச்சபைக்குப் பத்தில் ஒரு பங்கு
அரசனுக்கு ஐந்தில் ஒரு பங்கு

அவர்களுக்குக் கனிகள் சொந்தம்
எங்களுக்கு பசி மட்டும்.

எல் ஸால்வடோர்

ரோஜர் லிண்டோ

ரோஜர் லிண்டோ (Roger Lindo): 1955 இல் பிறந்த இவர் மிகவும் நுட்பமான தத்துவக் கவிதைகளை எழுதியவர். பத்திரிகையாளராகப் பணிபுரியும் லிண்டோ புலம் பெயர்தல், கல்வி, பண்பாடு, பொருளாதாரம் முதலிய பல்வேறு விஷயங்களைப் பற்றி எழுதுகின்றவர். அதேசமயம் அரசியல் தளத்திலும் புரட்சியாளராகப் பணியாற்றி வந்தவர்.

எனது பெரும் பலவீனங்களிலிருந்து

எனது பெரும் பலவீனங்களிலிருந்து
மறைந்து ஒளியும் நான்
போராட்டத்தின் அன்றாடக் குறைபாடுகளை
எனக்கு நானே விளக்கிக் கொள்வேன்
நான் வகிக்கும் பாத்திரம் பற்றிய
தெளிந்த உணர்வுடன்.
என்றாலும் அனைத்தையும் சொல்ல மனமில்லாத
எனது நிலை பற்றிச் சிறிது கவலை கொள்வேன்.
வியப்பு தரும் நளினத்துடன்
இந்தக் காட்சியில் நான் நுழைகிறேன்
அடையாளந் தவறித் தோட்டாக்களின் கொடுக்குகள்
என் மீது உரசிச் சீண்டிப் பார்ப்பதை
உணர்கிறேன்
இந்தப் பெருங் குழப்பத்தை உணர்ந்துள்ளேன்
இது உறுதி
இங்கு நான், வளையாதவனாய்.
நான் என்னையே கரம் பிடித்து அழைத்துச்
சென்றுள்ளேன்
எந்தவொரு நியாயவாதமும் எடுபடாத
மூலை முடுக்குகளுக்கு -
ஒருவிதத் திறமையான, தீங்குசெய் நோக்கம்கொண்ட
போதனை மூலம்
இத்தகைய செயல்களை எனக்கு நானே

ஆலோசனைகளாக விளக்கிக் கொண்ட பின்னர்
இப்போதுள்ள ஒரே துயரம்
எண்ணற்ற விளக்குகளின் விளைவு
அல்லது
எண்ணற்ற முகங்களில் காணப்படும் மயக்கம்
நான்
என்னை நானே மனிதத்தன்மையற்றவனாக்குவதில்
ஓரளவு பழகிப் போய் விட்ட மனிதன்
அனைத்தும் இழந்த நிலையில் பெரும் முயற்சியுடன்
என்னை நான் மீட்டு
உலகிற்கு நன்மைசெய் நோக்குடன்
உலகத்தைத் தொட்டுணரத் தொடங்கினேன்.
ஆனால் எல்லாவற்றையும் சரி செய்து விடலாம்
இந்த வகையில் நீ எனக்குப்
பெரும் துணை
நான் முன் சொன்னது போல
குழம்பியே பழக்கப்பட்டவன் நான்
இந்தக் குழம்பிய நிலையை
மிகவும் தெளிந்த நிலையென்று
தவறாகப் புரிந்துகொண்டவன்
நான் உன்னை அநேகமாகப்
புறக்கணிப்பேன் -
அடிப்படைக் கடமைக்கான முக்கியப் பொறுப்பை
எவ்வாறு ஏற்றுக்கொள்வது என்பதை அறியாதவனாய்
ஒருவேளை நான் உனது புன்னகையில்
இந்த ஈடுபாட்டின் பதற்றம் தரும்
ஆழமான அம்சத்தை
மெல்லிய உருமாதிரிபோல
புதிதாய் வார்த்தெடுப்பேன்
என்பதனால்:
இவ்வாறு கூறலாம் -
மிகத் தெளிவான, என்னை நான் அர்ப்பணித்துக் கொள்ளும்
இந்தத் தேர்வின் பிரதிபலிப்பு நீ
கவிதையில் வார்க்கப்பட்டு
மேலும் பெரிதாக்கப்பட்ட
பிரதிபலிப்பு நீ.

நிகராகுவா

ஜியகோன்டோ பெல்லி

ஜியகோன்டோ பெல்லி (Giacondo Belli): 1948 இல் பிறந்த இந்தப் பெண் கவிஞர் நாவலாசிரியருமாவார். நிகாரகுவாவில் அமெரிக்க ஆதரவுடன் ஆட்சி புரிந்த கொடுங்கோலன் ஸமோஸாவுக்கு எதிராகப் போராடிய ஸான்டினிஸ்டா இயக்கத்தில் முழுமூச்சுடன் பங்கேற்ற பெல்லி, ஸான்டினிஸ்டாப் புரட்சி அரசாங்கம் சிஐஏவின் துணையுடன் கவிழ்க்கப்பட்ட பிறகு அமெரிக்காவில் குடியேறினார். தற்போது சிறந்த நாவலாசிரியராக விளங்கும் இவர், தற்போதைய நிகராகுவா அரசாங்கத்தை (அதில் பழைய ஸாண்டினிஸ்டா இயக்கத்தைச் சேர்ந்த டேனியல் ஓர்டெகா முக்கியப் பதவி வகிக்கின்றார்) விமர்சித்து வருகிறார்.

அக்விலா Z என்னும் இராணுவ நடவடிக்கை[1]

அவர்கள் நவம்பரில் வருவர்
என் அன்பே
உனது திறந்த பாதங்களின்மீது
உனது கரிய சருமத்தின்மீது
உனது சோளக் கொல்லைகள்மீது
அவர்கள் துப்பாக்கிகளை முடுக்கிவிடுவர்.
அவர்கள் நவம்பரில் வருவர்
என் அன்பே
கொடுங்கோலனின் வெறுப்பைப் பெருக்குவதற்கு
தங்கள் வெறுப்புகளை அவர்கள் ஒன்றிணைத்துள்ளனர்
வெயிலில் காய்ந்த உனது குடல்களைக் கிழித்தெறிய
அவர்கள் தம் கரங்களில் கூர்நகங்களைப் பொருத்தியுள்ளனர்
உனக்குரியதைத் தவிர வேறெதையும் கேட்காத நீ
உனது தொய்ந்து போன முதுகில்
ஐந்து இராணுவங்களின் சுமையைத் தாங்க வேண்டும்.
அவர்கள் நவம்பரில் வருவர்
என் அன்பே
அதுவரை பதுங்கு குழிகள் தோண்ட

நமக்கு அவகாசம் உண்டு
பல்கிப் பெருகவும்
ஆறுகளில் மரங்களில்
பிற கரங்களை ஈன்றெடுக்கும் கரங்களில்
மறு பிறப்பெடுக்க
நமக்கு அவகாசம் உண்டு அதுவரை.
அவர்கள் நவம்பரில் வருவர்
என் அன்பே
மத்திய அமெரிக்காவெங்கும்
எழுப்புவோம் நம் போர்க் குரலை
சகோதரப் படைகள் நமது நாட்டில்
நம்மைக் கொல்லாமல் இருக்க
தடைச்சுவர்கள் எழுப்புமாறு மக்களுக்கு
அறைகூவல் விடுப்போம்.
நவம்பரில் அவர்கள் வருவார்களா
என் அன்பே
நிகராகுவாவின் வேதனை
மத்திய அமெரிக்காவின் மனசாட்சியை உறுத்துமா?
தங்கள் பெயரால் எங்களைக் கொலை செய்ய
தம் நாட்டு அரசுகளை அம்மக்கள் அனுமதிப்பரோ?
நவம்பரில் அவர்கள் வருவார்களா
என் அன்பே?

1. 1976 ஆம் ஆண்டு CONDECAC (மத்திய அமெரிக்க பாதுகாப்பு இராணுவம்) என்னும் அமைப்பில் உறுப்பியம் வகித்த நாடுகளின் இராணுவங்களின் பிரதிநிதிகள் நிகராகுவாவின் தலைநகர் மானாகுவாவில் நடத்திய கூட்டத்தில், 'அக்விலா Z (Aguila Z)' என்ற இராணுவ நடவடிக்கையை குவாதமாலா, எல் சால்வடோர், ஹோண்டுராஸ் ஆகிய நாட்டு அரசுகளின் பங்கேற்புடன், பனமா, கோஸ்டாரீக்கா ஆகிய நாடுகளைப் பார்வையாளராகக் கொண்டு, நிகராகுவாவில் நடத்த முடிவு செய்யப்பட்டது.

எல் ஸால்வடோர்

எர்னெஸ்ட்டோ க்யுட்டிரெஸ்

எர்னெஸ்ட்டோ க்யுட்டிரெஸ் (Ernesto Gutierrez): நிகாராகுவாவில் பிறந்த இந்தக் கவிஞர், சமகால மத்திய அமெரிக்கக் கவிஞர்களில் குறிப்பிடத்தக்கவர். ஸாண்டினிஸ்டாப் புரட்சி அரசாங்கத்தில் அமைச்சராக இருந்த கத்தோலிக்க பாதிரியார்.

எனது நாடு எவ்வளவு சிறியது

அரசாங்கத்தின் அதிகாரத்தைப் பாதுகாக்க
இரண்டாயிரம் காவலர்கள் போதும் என்றளவுக்கு
எனது நாடு அத்தனை சிறியது.
தனிப்பட்ட வாழ்வு
அரசாங்கத்துக்கு ஆதரவாகவோ
எதிர்ப்பாகவோ இருக்குமளவுக்கு
எனது நாடு அத்தனை சிறியது.
எங்கள் நாட்டு அதிபரே தெருச் சண்டைகளைத்
தாமே நேரில் வந்து தீர்க்குமளவிற்கு
எனது நாடு அத்தனை சிறியது.
காவலரின் துப்பாக்கியுடன்
எந்த மடையனும்
இந்த நாட்டை ஆளமுடியும் என்றளவுக்கு
எனது நாடு அத்தனை சிறியது.

ஆர்ஜென்டினா

யுவான் கெல்மன்

யுவான் கெல்மன் (*Juan Gelman, 1930-2014*): ஆர்ஜென்டினாவின் இடதுசாரி இயக்கத்துடன் 1940களிலிருந்தே தொடர்பு கொண்டிருந்தவர். இலத்தின் அமெரிக்க நாடுகள் தவிர, ஆப்பிரிக்கா, சீனா ஆகியவற்றிற்கும் பயணங்கள் மேற்கொண்டவர். தமது கவிதைப் பயிற்சி சீனத்தில்தான் முதிர்ச்சி பெற்றது எனக் கருதியவர். 1970களில் ஆர்ஜென்டினாவில் இராணுவ ஆட்சி நிறுவப்பட்டதும், மெக்ஸிகோவுக்குச் சென்று அந்த நாட்டின் குடியுரிமை பெற்று வாழ்ந்தவர். அவரது கவிதைகள் இருபது தொகுதிகளாக வெளிவந்துள்ளன.

வரலாறு

வரலாற்றைப் படிக்கையில்
தேதிகள், சண்டைகள்,
கல்லில் பொறிக்கப்பட்ட கடிதங்கள்,
புகழ்பெற்ற சொற்றொடர்கள்
'புனித மணம் கமழும்' புகழேந்திகள்.
நான் பார்ப்பதோ
இருண்ட, வைரம் பாய்ந்த,
சுரங்கம் தோண்டுகிற, ஆடைகள் தைக்கின்ற
அடிமைகளின் கைகள்
உலகின் பிரகாசத்தை, அதன் சாகசத்தைப்
படைக்கும் கரங்கள்.
அவர்கள் மாண்டு விட்டனர்
அவர்களின் விரல் நகங்களோ
இன்னும் வளர்கின்றன.

கூபா

செ குவாரா

செ குவாரா (Ernesto Che Guevara De la Sarna): 1973 இல் பொலிவியக் காடுகளில் படுகொலை செய்யப்பட்ட மாபெரும் இலத்தின் அமெரிக்கப் புரட்சியாளர் செ குவாரா கலை, இலக்கியத்தில் ஆழ்ந்த ஈடுபாடு கொண்டிருந்தவர்.

ஃபிடலுக்கு ஒரு பாடல்

சூரியன் உதிப்பான் என்றாய் நீ
வா, யாரும் செல்லாத பாதையில்
போகலாம் நாம்
உனக்குப் பிரியமான
அந்தப் பச்சை முதலையை விடுவிக்க.
கிளர்ச்சி என்னும் தூமகேது
முட்டிச் செல்லும் நம் நெற்றியைக்கொண்டு
அவமானங்களைத் துடைத்தெறிந்துகொண்டே
செல்வோம் வா
வெற்றி பெறுவோம் அல்லது
சாவைக் கடந்து செல்வோம்.
முதல் துப்பாக்கி வேட்டில்
புதிய வியப்புடன்
கானகம் முழுவதும் விழித்தெழும்
அங்கே அப்போது அமைதியாக உனது படை
உன்னருகே நாங்கள்.
உனது குரல் நாற்றிசைக் காற்றைத் துளைத்து
நிலச் சீர்திருத்தம், நீதி, உணவு, விடுதலை
என முழங்கும் போது
சேர்ந்து குரல் கொடுக்க
உன்னருகே நாங்கள்.
கூபாவின் அம்பு முனை துளைத்த காயங்களை
அக்கொடிய விலங்கு நக்கும் வேளையில்
பெருமித நெஞ்சத்துடன்
உன்னருகே நாங்கள்.

வெகுமதிகள் பெற்றுத் தத்தித் தத்திக் குதிக்கும்
அந்த அலங்கரிக்கப்பட்ட அற்பப் பூச்சிகளால்
எங்கள் நேர்மை குலைந்து விடும் என எண்ணாதே
எங்களுக்கு வேண்டியது
அவர்களது துப்பாக்கிகள், தோட்டாக்கள்,
ஒரு பாறாங்கல்
வேறேதும் அல்ல.
உருக்கு எங்களை வழிமறிக்கும்போது
நாங்கள் கேட்கப் போவது
கூபாவின் கண்ணீரால் நெய்த போர்வை
அமெரிக்க வரலாறு நோக்கிப் பயணிக்கும்
எங்கள் கெரில்லாக்களின் சடலங்கள் மீது போர்த்த
வேறேதும் அல்ல.

கூபா

நிக்கோலஸ் கியென்

நிக்கோலஸ் கியென் (Nicolás Cristóbal Guillén Batista, 1902-1989): சோசலிச கூபாவின் புகழ்பெற்ற தேசியக் கவிஞர். இவரது கவிதைகளில் கறுப்பின மக்களின் பண்பாடும் வேட்கைகளும் பிரதிபலிக்கப்படுவதைக் காணலாம். நாட்டார் பாடல்களின் தாக்கமும் இவர் கவிதைகளில் உண்டு.

வருகை

நமது பாடல்
நமது எளிய பாடல்
ஆன்மாவின் சருமத்திற்குக் கீழ் உள்ள
தசை போன்றது.
நாங்கள்
காலையில் மூடுபனியைக் கொண்டு வருபவர்கள்
இரவு நேரத்திற்கு நெருப்பைக் கொண்டு வருபவர்கள்
கறுப்பு உடல்களுக்கேவுரிய
வெட்டி யெடுக்கப்பட்ட நிலாத்துண்டைப் போன்ற
கத்தியைக் கொண்டு வருபவர்கள்.
சதுப்பு நில முதலைகளைக் கொண்டு வருபவர்கள்
எங்கள் வேட்கைகளை விடுவிக்கும் வில் நாணை,
எனது வெப்பப் பிரதேசத்தின் இடுப்பை
தூய ஆன்மாவைக்
கொண்டு வருபவர்கள் நாங்கள்.
ஆ! தோழர்களே! இங்கே நாம்!
காட்டுத் தேனீக்களின் அடைகளைப் போல
நுட்பமான வேலைப்பாடுடைய மாளிகைகளுடன்
நகரம் காத்திருக்கிறது
மலைகளில் மழை பொழியாத பொழுது
வற்றிக் கிடக்கும் ஆறுகளைப் போல்
நகரத்தின் தெருக்கள்,
நகரத்து வீடுகள்

சாளரங்களின் பீதி நிறைந்த கண்களுடன்
எங்களை உற்றுப் பார்க்கின்றன.
மூத்த குடிகள் நமக்குப்
பாலும் தேனும் தருவர்
பச்சை இலைகள் கொண்டு மகுடம் சூட்டுவர்.
ஆ! தோழர்களே! இங்கே நாம்!
வெய்யிலில் எமது வியர்வை தோய்ந்த சருமம்
தோற்கடிக்கப்பட்டவர்களின் ஈரமான முகங்களைப்
பிரதிபலிக்கும்
இரவு நேரத்தில், எமது நெருப்புச் சுவாலைகளின்
நுனிகளில் நட்சத்திரங்கள் ஒளிரும்போது எமது சிரிப்பு
நதிகளையும் பறவைகளையும்
விழிப்புறச் செய்யும்.

கூபா
நிக்கோலஸ் கியென்

வியர்வையும் சவுக்கடியும்

சூரியன் வெள்ளென எழுந்து
வெறுங்காலுடனிருந்த நீக்ரோவைக் கண்டது
அடித்து நொறுக்கப்பட்ட அவனது உடல்
அம்மணமாய், கரும்புத் தோட்டத்தில்.

சவுக்கடி
வியர்வையும் சவுக்கடியும்.

காற்று கடந்து சென்றது வீறிட்டலறியபடி:
ஒவ்வொரு கையிலும் என்ன ஒரு கறுப்பு மலர்!
இரத்தம் சொன்னது அவனிடம்: வா போகலாம்!
அவன் சொன்னான் இரத்தத்திடம்: வா போகலாம்!

அவன் அங்கிருந்து சென்றான், வெறுங்காலுடன்.
நடுங்கியபடி, கரும்புத் தோட்டம்
அவனுக்கு எதிரே பாதையைத் திறந்துவிட்டது.

அதன் பிறகு வானம் மௌனமாயிற்று,
வானத்தின் கீழே ஓர் அடிமை
ஆண்டையின் இரத்தத்தில்
முழுமையாகத் தோய்ந்தபடி.
சவுக்கடி,
வியர்வையும் சவுக்கடியும்.
ஆண்டையின் இரத்தத்தில்
முழுமையாகத் தோய்ந்தபடி.
சவுக்கடி,
வியர்வையும் சவுக்கடியும்.
ஆண்டையின் இரத்தத்தில்
முழுமையாகத் தோய்ந்தபடி.

கூபா

நிக்கோலஸ் கியென்

என்ன நிறம்[1]

அந்த உன்னதமான போதகரிடம் இருந்தது
என்னவொரு வெண்மையான ஆன்மா
என்று அவர்கள் சொல்கிறார்கள்
அவரது தோல் அப்படிக் கறுப்பு,
அவர்கள் சொல்கிறார்கள்
அப்படிக் கறுப்பு நிறம்
அதன் உட்புறமோ வெண்பனி
வெள்ளை லைலாக் மலர்
கறந்த பால்
பருத்தி
அப்படிப்பட்ட களங்கமின்மை
அவரது மாசற்ற உட்புறத்தில்
ஒரு கறையும் இருக்கவில்லை.

(சுருக்கமாகச் சொன்னால்
இது அருமையான கண்டுபிடிப்பு:
"வெள்ளை ஆன்மாவைக் கொண்ட கறுப்பர்"
என்ன அறிவார்வம்.)
இருப்பினும் இதை இன்னொரு வகையிலும் சொல்ல முடியும்:
எப்படிப்பட்ட வலுவான கறுப்பு ஆன்மா
அந்த மென்மையான போதகரிடமிருந்தது
எப்படிப்பட்ட பெருமிதமான கறுப்பு வேட்கை
அவரது திறந்த மனதில் எரித்து கொண்டிருந்தது.
எப்படிப்பட்ட தூய கறுப்புச் சிந்தனைகளை
அவரது வளமான மூளை ஊட்டி வளர்த்தது.
எப்படிப்பட்ட கறுப்பு அன்பு
வண்ணமில்லாமல் வழங்கப்பட்டது.
இப்படி ஏன் இருக்கக் கூடாது?
அந்த தீரமிக்க போதகருக்குக்
கறுப்பு ஆன்மா,

கரியைப் போன்று கறுப்பானது
ஏன் இருந்திருக்க முடியாது.

1 *1968இல் மார்ட்டின் லூதர் கிங் ஜூனியர் கொல்லப்பட்டதையொட்டி ரஷியக் கவிஞரும் நிக்கோல்ஸ் கியோனின் நெருக்கமான நண்பருமான யெவ்கெனி யெவ்டுஷெங்கோ அனுப்பியிருந்த தந்திச் செய்தியைப் படித்த பிறகு எழுதப்பட்ட கவிதை. தமது இரங்கற் செய்தியில் யெவ்டுஷெங்கோ குறிப்பிட்டிருந்தார்: "அவரது தோல் கறுப்பு, ஆனால் மிகத் தூய்மையான ஆன்மாவைக் கொண்டது, பனிக்கட்டி போன்று அத்தனை வெண்மையானது".*

கூபா
நிக்கோலஸ் கியென்

கரும்பு

நீக்ரோ
கரும்புத் தோட்டங்களில்.

வெள்ளைக்காரன்
கரும்புத் தோட்டங்களுக்கு மேலே.

பூமி
கரும்புத் தோட்டங்களுக்குக் கீழே.

இரத்தம்
வழிந்தோடுகிறது நம்மிடமிருந்து.

கூபா

ரொபெர்ட்டோ ஃபெர்னாண்டெஸ் ரெட்டமார்

ரொபெர்ட்டோ ஃபெர்னாண்டெஸ் ரெட்டமார் (Roberto Fernandez Retamar): 1930 இல் பிறந்த ரெட்டமார், கூபாவில் பாட்டிஸ்டாவின் சர்வாதிகாரம் தலைதூக்கிய பிறகு அமெரிக்கா சென்று 1959 ஆம் ஆண்டு நிறைவேறிய புரட்சிக்குப் பிறகு தாயகம் திரும்பினார். கடந்த காலம், நிகழ்காலம், எதிர்காலம் ஆகிய அனைத்துக்குமான சாட்சியாகத் தம்மைக் காணும் இவர் கூபாவின் புரட்சிப் பண்பாட்டை முழுவதுமாக ஏற்றுக் கொண்டவர். இருபதாம் நுற்றாண்டின் மிகச் சிறந்த இலத்தின் அமெரிக்க அறிவாளிகளொருவராகக் கருதப்படும் இவரது கவிதைகள் பல தொகுதிகளாக வெளிவந்துள்ளன.

இருளைச் சபிப்பதைக் காட்டிலும் மெழுகுவத்தியை ஏற்றிவைப்பது மேல்

கதைகளில் வரும் போர் வீரன் போல
பயத்தை அறியாதவர்களல்லர் நாங்கள்
ஆனால் நாங்கள் அங்கிருந்தோம் -
எங்களது எளிமையான இடத்தில்
அழிவையும் குற்றத்தையும் அம்பலப்படுத்த
ஆனால் எல்லாவற்றையும்விட -
நெருப்பால் அழிக்கப்பட்ட நகரங்களுக்கு அப்பால்
தாட்சண்யமற்ற நேர்த்தியான ஆயுதங்களால்
அழிக்கப்பட்ட நகரங்களுக்கு அப்பால்
இந்த மக்களுக்குள்ள போர்க்குணத்தின் கம்பீரத்தை
அவர்களின் வெற்றிகரமான உறுதிப்பாட்டை
வெளிப்படுத்த.
ஊளையிடும் புள்ளி விவரங்களை, பேய்களை,
பயங்கரங்களை உருவாக்கும் சோதனைக் கூடங்களைவிட
எண்களுக்கும் காற்றுக்கும்தான்
தெளிந்த சிந்தனை நிரம்பிய எனது மக்கள்
நெருக்கமானவர்கள்

இந்த மண்ணில் விடாப்பிடியாகப் போராடி
வெற்றி கண்ட இப்புது மனிதர்கள்
வாழ்க்கைக்கு அர்த்தமுள்ளதை
உத்தரவாதம் செய்வர்.
கடந்து செல்லும் நேற்றைய முகங்களில்
நாளைய முகங்களில்
இந்த அர்த்தத்தைக் கண்டறிவோம்
அமைதியான நம்பிக்கையுடன்
இருளில் எரியும் மெழுகுவத்தியாய்
இந்த முகங்களில்
காலம்.

குவாதாமாலா

ஓட்டோ ரெனே காஸ்டில்லோ

ஓட்டோ ரெனே காஸ்டில்லோ (*Otto Rene Castillo, 1934-1967*): மாணவப் பருவத்திலிருந்தே இடதுசாரி அரிசியலில் ஈடுபட்டிருந்த அவர், குவாதமாலா நாட்டு அதிபர் யாகோபோ அர்பென்ஸின் (*Jacobo Arbenz*) ஆட்சி 1954 இல் சி.ஐ.ஏ. சதியின் மூலம் கவிழ்க்கப்பட்டதையடுத்து எல்–ஸால்வடோருக்குப் புலம் பெயர்ந்தார். மிகுந்த இன்னல்களுக்கிடையிலும் விடாமுயற்சியுடன் படிப்பைத் தொடர்ந்த அவர், பரிசோதனை நாடகக் குழுவை அமைத்தார். முற்போக்கு மாணவர் பத்திரிகைகளுக்கு ஆசிரியராக இருந்தார். மத்திய அமெரிக்கா முழுவதிலும் புரட்சியாளராகவும் கவிஞராகவும் செல்வாக்கு செலுத்திவந்த அவர், குவாதமாலாப் பல்கலைக்கழகத்தில் சட்டமும் கிழக்கு ஜெர்மனியிலுள்ள லீப்ஸிய்க் பல்கலைக்கழகத்தில் இலக்கியமும் சினிமாப் புகைப்படக் கலையும் கற்றார். 1966 இல் குவாதமாலா அரசாங்கத்தால் மீண்டும் கைதுசெய்யப்பட்டு நாடு கடத்தப்பட்டார். விரைவில் நாடு திரும்பிப் புரட்சிகர ஆயுதப் படைகளில் (Revolutionary Armed Forces-FAR) சேர்ந்து அதில் கருத்துப் பரப்புரைத் துறை இயக்குநராகப் பணிபுரிந்தார். 1987 இல் அவரது கெரில்லாக் குழுவை மறைந்திருந்து தாக்கிய அரசாங்கப்படை அவரையும் அவரது தோழர் ஒருவரையும் சிறைப்பிடித்து நான்கு நாள்கள் விடாது சித்திரவதை செய்து பின்னர் இருவரையும் உயிரோடு எரித்துக் கொன்றது.

புரட்சி

பார்க்க முடியாதவர்கள்
எங்களைக் குருடர்கள் என அழைக்கிறார்கள்
ஆனால் வரப்போகும் நாள்களின்
வண்ணத்தைப் பார்ப்பது எப்படி என்பதை
நீ எங்களுக்குக் காட்டியிருக்கிறாய்
காது கேளாதவர்கள்
எங்களைச் செவிடர்கள் என அழைக்கிறார்கள்
ஆனால் மானுடப் பிரிவின்

மிருதுவான ஒலியை எங்கெங்கும் கேட்பது எவ்வாறு என்பதை
நீ எங்களுக்குக் காட்டியிருக்கிறாய்.
கோழைகள்
எங்களைக் கோழைகள் என அழைக்கிறார்கள்
ஆனால் உன் துணையுடன் நாங்கள்
இருட்டினை எதிர் கொள்கிறோம்
அதன் முகத்தை மாற்றி அமைக்கிறோம்.
குற்றவாளிகள்
எங்களைக் குற்றவாளிகள் என அழைக்கிறார்கள்
ஆனால் உன் துணையுடன் நாங்கள்
குற்றங்களுக்கு
விபசாரத்துக்கு
பசிக்கு
முற்றுப்புள்ளி வைக்கிறோம்.
மனிதனின் இதயத்திற்கு நாங்கள்
கண்களை
குரலை
ஆன்மாவை
வழங்குகிறோம்.
இனவெறியர்கள்
எங்களை மானுட விரோதிகள் என அழைக்கிறார்கள்
ஆனால் உன் துணையுடன் நாங்கள்
ஆலிங்கன நகரத்தில்
வெறுப்புக்கு பொது சமாதியை
வழங்குகிறோம்.
எங்களை எத்தனையோ பெயரிட்டு அவர்கள்
அழைக்கிறார்கள்
அப் பெயர்களைச் சொல்பவர்களோ
ஒன்றை மறந்துவிடுகிறார்கள்:
நாளை அவர்களது பேரக் குழந்தைகள்
குதூகலத்துடன்
புரட்சி என்னும் உன் பெயரின்
நட்சத்திர ஒளி தெறிக்கும் எழுத்துகளுடன்
காதல் வயப்படுவர் என்பதை.

குவாதாமாலா

ஓட்டோ ரெனே காஸ்டில்லோ

அரசியலற்ற அறிவாளிகள்

1

ஒரு நாள்
எமது நாட்டின் அரசியலற்ற அறிவாளிகளை
எமது மக்களில் உள்ள மிகமிகச் சாமான்யர்கள்
கேள்வி கேட்பர்
எமது நாடு தன்னந்தனியாக
சிறு தீ போல மெல்ல அணைந்து அழிந்து போகையில்
நீங்கள் என்ன செய்தீர்கள் எனக் கேட்பர்
அவர்களின் உடைகளைப் பற்றி
மதிய உணவிற்குப் பின் அவர்கள் போடும்
குட்டித் தூக்கம் பற்றி
யாரும் அவர்களைக் கேட்கப் போவதில்லை
'வாழ்க்கையின் வெறுமை' பற்றிய இந்த
அறிவாளிகளின் வெற்றுவாதங்களைத்
தெரிந்து கொள்ள
யாருக்கும் விருப்பமில்லை
அவர்கள் எந்த வழியில் தங்கள் செல்வத்தைத்
திரட்டிக் கொண்டனர்
என்பதை யாரும் பொருட்படுத்தப் போவதில்லை
கிரேக்க இதிகாசங்கள் பற்றி,
அவர்களுள் யாரோ ஒருவன்
ஒரு கோழையின் மரணத்தைத்
தழுவத் தொடங்குகையில்
அவர்களுக்கு ஏற்படும் சுயவெறுப்பு பற்றி
யாரும் கேள்விகள் கேட்கப் போவதில்லை.
அப்பட்டமான பொய்யின் நிழலில் பிறந்த
அவர்களது அபத்தமான நியாயவாதங்கள் பற்றி
யாரும் எதையும் கேட்கப் போவதில்லை.

2
அந்த நாளில் சாமான்யர்கள் வருவர்
அரசியலற்ற அறிவாளிகளின்
நூல்களிலும் கவிதைகளிலும் இடம் பெறாதவர்கள்
ஆனால் அவர்களுக்கு ரொட்டியும் பாலும்
முட்டையும் ஆப்பமும்
கொண்டு வந்தவர்கள்
அவர்களுக்கு ஆடைகள் தைத்துக் கொடுத்தவர்கள்
அவர்களது வாகனங்களை ஓட்டியவர்கள்
அவர்களது தோட்டங்களையும் நாய்களையும்
பராமரித்தவர்கள்
அவர்களுக்கு ஊழியம் செய்தவர்கள்
அவர்கள் கேட்பர்:
ஏழைகள் வாடியபோது என்ன செய்தீர்கள் நீங்கள்
ஏழைகள் உள்ளத்தில் பரிவும் ஜீவனும்
அடங்கியொடுங்கிய போது
என்ன செய்தீர்கள் நீங்கள்?

3
எனது இனிய நாட்டின்
அரசியலற்ற அறிவாளிகளே
உங்களிடம் விடை ஏதும் இருக்காது
மௌனக் கழுகு ஒன்று
உங்கள் குடல்களைக் கொத்தித் தின்னும்
உங்கள் மனவேதனை
உங்களது ஆன்மாவை அரித்தெடுக்கும்
வெட்கத்தால் நீங்கள் வாயடைத்துப் போவீர்கள்.

பராஹுவே

எல்வியோ ரொமெரோ

எல்வியோ ரொமெரோ (Elvio Romero, 1926-2004): பராஹுவேயில் இராணுவத் தளபதி ஜெனரல் ஸ்ட்ரோஸ்னர் (General Strossner) ஆட்சியைக் கைப்பற்றிக் கம்யூனிஸ்ட் கட்சியைத் தடை செய்த பிறகு ஆர்ஜென்டினாவில் தஞ்சம் புகுந்த எல்வியோ ரொமெரோ. ஸ்ட்ரோஸ்னரின் ஆட்சி கவிழ்ந்த பிறகு தாயகம் திரும்பி, பராஹுவெ நாட்டின் தூதராகப் பணியாற்றினார்.

ஒரு நாட்டைத் தேடி

*அந்த இடத்துக்கு மீண்டும் வந்தேன்
பாலத்தில் மாற்றம் ஏதும் இல்லை
அதன் இளமைக் காலத்தில் அதனிடம்
தண்ணீர் பாட்டிசைத்தது
அங்குதான் உன் கரம் பற்றினேன்
எனது நிழலில் உன் ஆனந்தத்தை
அரவணைத்தேன்.
அந்த நாள்களில்
நம் பாதையில் நம்மைப் பின்தொடர்ந்த
பச்சை இறகாய், தாயத்தாய்
நமக்குத் தோன்றியது பாலம்
இரவு தன் அந்தரங்கங்களை வளர்த்த இடம் அது
புதர்களிலிருந்து வந்த எதிரொலியை
முடிவில்லா இரவை, யாரோ அடிக்கும் சீழ்க்கையை
கதவுத் துவாரத்தில் சாவி திருப்பப்படும் ஓசையை
தமது எல்லைகளை ஆராயும் நமது இதயங்களின்
திடுக்கடைந்த துடிப்புகளை
நாம் பிடித்து விடலாம் என்றெண்ணிய இடம் அது.
தோல்வி கண்டவர் நேற்றுக் கடந்துசென்ற பாலத்தை
நிச்சயமாக நாளையும் மனிதர் கடந்து செல்வர்
அப்போது அவர்கள் கரங்களில் கொடிகள்,
உதடுகளில் பாடல்கள்,
பெருமிதத்துடன், மீண்டும் பிறந்தவராய்,*

கடந்த காலத்தில் தலைகுனிந்தது போலன்றித்
தலை நிமிர்ந்தவராய்ப் புறப்படுவர்
கைகளில் ஏந்திய இளங்காலை ஒளி
நம்பிக்கை நட்சத்திரம்
காலைப் பொழுதின் தெளிந்த தோரணங்கள்
உன்னை நான் நேசித்த அந்தப் பாலத்தில்
எதுவுமே மாறாத அந்தப் பாலத்தில்
எனது நிழலை உனது ஆனந்தம்
அரவணைத்த அந்தப் பாலத்தில்.

அயர்லாந்து
பேட்ரிக் கால்வின்

பேட்ரிக் கால்வின் (Patrick Galvin, 1927-2011): கவிஞர், பாடகர், நாடகாசிரியர், திரைப்படக் கதாசிரியர் எனப் பன்முக ஆளுமை கொண்டிருந்தவர்.

அயர்லாந்து மண்ணில் உள்ள பிரிட்டிஷ் படைவீரனுக்கு ஒரு கடிதம்

படைவீரனே
இங்கு வரவேண்டும் என நீ யாரையும் கேட்கவில்லை
அது எங்களுக்குத் தெரியும்.
நீ ஆணைகளுக்கு அடிபணிகிறாய்
அது எங்களுக்குத் தெரியும்.
உனக்கு மனைவி
காதலி
தாய் உண்டு
அது எங்களுக்குத் தெரியும்.
உனக்குக் குழந்தைகள் உண்டு
அதுவும் எங்களுக்குத் தெரியும்.
ஆனால் படை வீரனே
எங்கு நீ நிற்கிறாயோ
அங்கே உனக்கு மரணம் நிச்சயம்
எங்கு நீ நடக்கிறாயோ
அங்கே உனக்கு மரணம் நிச்சயம்
எங்கு நீ நடக்கிறாயோ
அங்கே ஏற்படும் உனக்கொரு எரிகின்ற காயம்
எங்கு நீ உறங்குகிறாயோ
அங்கு உனக்கு அமைதியே இல்லை
இரத்த வெள்ளத் தீய கனவினூடே
விம்மித் தணிகிறது பூமி
படை வீரனே
நீ மடிந்தால்
நாய்கள்தான் உன்னைப் புதைக்கும்

இந்த மண்ணிற்கு நீ வந்த போது
புரிந்துகொள்ள வந்ததாகக் கூறினாய் நீ.
படைவீரனே, உனது புரிதல் எங்களுக்குச்
சலிப்பூட்டியிருக்கிறது
ஐரிஷ் மண்ணில் உள்ள பிரிட்டிஷ் துருப்புகளும்
கதவுகளை நீங்கள் தட்டுவதும்
தலைகளில் இடிக்கும் துப்பாக்கிக் கட்டையும்
சிறைகளும் நச்சு வாயுவும்
இருண்ட மூலைகளில் எங்கள் மீது விழும் அடி உதைகளும்
எங்களுக்குச் சலிப்பூட்டியிருக்கின்றன.
படை வீரனே
ஐரிஷ் மக்களின் எலும்புகளுக்கு
நீ கொண்டு வரும் சமாதானம்
எங்களுக்குச் சலிப்பூட்டியிருக்கிறது.
எங்கள் இல்லங்களில் வெடிக்கும் குண்டுகள்
தெருக்களில் குவிந்து வரும் இடிபாடுகள்
நெடுங்கால நண்பர்களின் மரணங்கள்
கண்ணீர்கள், ஈமச் சடங்குகள்
எங்களுக்குச் சலிப்பூட்டியுள்ளன.
படைவீரனே
இந்த மண்ணிற்கு நீ வந்தபோது
புரிந்துகொள்ள வந்ததாகக் கூறினாய்.
இதுதானா உன் புரிதல்?
நாங்கள் இங்கு கனவு காண்கிறோம்.
இந்த பூமி எங்கள் பூமி எனக்
கனவு காண்கிறோம்.
கத்தோலிக்கரும் புரொடெஸ்டண்டுகளும்
கடவுள் நம்பிக்கையுள்ளவரும் இல்லாதவரும்
ஒரு நாள் இங்கு கூடி
ஐரிஷ் ஆண்களாய் ஐரிஷ் பெண்களாய்
கனவு காண்பர்.
மரணமே இல்லாத
பசுமையானதொரு பூமியை
இறங்கி வரும் நிசப்தத்தை
சமாதானம் என்றொரு நிசப்தத்தை
நாங்கள் கனவு காண்கிறோம்
இந்தக் கனவை நாங்கள் காண்பதற்குப்

படை வீரனே
நீ வேண்டியதில்லை.
இதுதான் எங்களது புரிதல்.
வீட்டுக்குப் போ படை வீரனே
நீ இங்கிருப்பது
காற்றை நாசப்படுத்துகிறது
உனது புன்முறுவல்
எங்களை அலங்கோலப்படுத்துகிறது
வீட்டுக்குப் போ படை வீரனே
உன்னைப் பிணமாக நாங்கள்
உன் வீட்டுக்கு அனுப்புவதற்கு முன்.

இத் தொகுப்பிலுள்ள தமிழாக்கங்களுக்கான ஆங்கில மொழியாக்கங்கள் இடம் பெற்றுள்ள ஏடுகள், நூல்கள், வெளியீடுகள், இணையதளங்கள்:

1. *பத்து மாதங்கள் பத்து நாட்கள் (யாரோ)* From Truth unites: Essays in Tribute to Samar Sen, Calcutta, **1986.**
2. *உங்களால் முடியுமானால்... (யாரோ)* From Truth Unites: Essays in Tribute to Samar Sen, Calcutta, 1986.
3. *இன்று வசந்தம்தான் (சுபாஷ் முகோபாத்யாய)* From The Economic Times, New Delhi, 12.6.1992.
4. *சிவப்பு ரோஜாவுக்கான... (சுபாஷ் முகோபாத்யாய)* From Mainstream, New Delhi, 30.1.1993.
5. *நீராவுக்கு... (சுனில் கங்கோபாத்யாய)* From City of Memories, Translated by kalian Ray and Bonnie MeDougall, Viking/ Penguin, London, 1991.
6. *மக்களின் உயிர் மூச்சைக் கொண்டு (சிவசாகர்)* From Adhikar Raksha, CPDR Bulletin, Bombay, 1981.
7. *அலைகளை வென்று கரையை அடைய... (செரபண்ட ராஜு)* From Truth Unites: Essays in Tribute to Samar Sen, Calcatta, 1986.
8. *பாக்கியசாலிகள் (வரவர ராவ்)*, Mainstream, New Delhil, December 1996.
9. *நாங்களோ பலர் (சிவிக் சந்திரன்)* From Truth Unites: Essays in Tribute to Samar Sen, Calcutta, 1986.
10. *இப்போது வீட்டுக்குச் செல்வது கடினமானது (சுர்ஜித் பத்தார்)* From Truth Unites: Essays in Tribute to Samar Sen, Calcutta, 1986.

11. *வெயிலிலும் நிழலிலும் (அவதார் சிங் பாஷ்)* From In Memory of Paash: Storms Never Know Defeat, Ed. Dr. Chaman Lal, et. al., Lokgeet Prakashan, Sirhind,Punjab, 1990.

12. *நீலமலைத் தொடர்கள்... (ஈஸ்டரின் கைர்)* From Army Atrocities in Naga Areas, PUDR Report, New Delhi, October 1987.

13. *குழப்பம் (நீரவ் பட்டேல்)* From Nirav Patel,What did I do to be so, Black and Blue?, Published by Ramesh Chandran Parmar, 8, Mamohar Nagar Society, Ahmedabad.

14. *பிரேதப் பரிசோதனை (நீரவ் பட்டேல்)* From Neerav Patel,What did I do to be so, Black and Blue? , Published by Ramesh Chandra Parmar, 8, Manohar Nagar Society, Ahmedabad.

15. *கார்ல் மார்க்ஸ் (நாராயண் சூர்வே)* From 'On the Pavements of Life' quoted in Untouchables: Voices of the Dalit Liberation Movement, Ed. Barbara Joshi, Zed Press, London, 1986.

16. *பெயரற்றவர்கள் (ஜோதி லஞ்சேவர்)* From Culture, Religion and Society, Essays in Honour of Richard W. Taylor, CISRS, Bangalore, 1996.

17. *யசோதரா (ஹீரா பன்ஸோடெ)* From Arjun Dangle(Ed), Poisoned Bread, Translations from Modern Marathi Dalit Literature, Orient Longman, Madras, 1992.

18. *ஓ, மாமனிதனே (ஹீரா பன்ஸோடெ)* From Culture, Religion and Society, Essays in Honour of Richard W. Taylor, CISRS, Bangalore, 1996.

19. *இப்போது எனக்காக (பாஹினிபாய் சௌதரி)* From Susie Tharu and K.Lalitha (Ed), Women Writing in India, Oxford University Press, Madras, 1991

20. *கடவுள் (அர்ச்சனா வர்மா)* From Manushi, New Delhi, No. 56, January-February 1990.

21. *என்னால் தண்ணீர் குடிக்க முடிவதில்லை (யாரோ),* From Kashmir Conflict TimeLine, http://www.angelfire.com/rebellion/kashmirconflict/nuclear.htm, Accessed on 1.10.2010

22. *ஒரு பாடல் (ஆஃப்கானிஸ்தான்)* From The Penguin Book of Women Poets, London, 1981.

23. *நம்மில் ஒருவன் (பராக்ரம கொடித்துவாக்கு)* From Lanka Guardian, Colombo, No.2, No.19, February 1990.

24. *எனது நேப்பாளிச் சொற்கள் (மோகன் கொய்ராளா)* From Index on Censorship, London, Vol 19, No.8, September 1990.

25. *அம்மா (ஷம்ஷுர் ரஹ்மான்)* From Mainsteam, New Delhi, February 24, 1990.

26. *சுதாங்ஷு (ஷம்ஷுர் ரஹ்மான்)* From The illustrated Weekly of India, Bombay, 3.6.1991

27. *ஒரு பறவையில் அகால மரணம் (ரபீந்திர கோபே)* From The illustrated Weekly of India, Bombay, 3.6.1991

28. *சாட்சியம் (ஸயிதா கஸ்தர்)* From Manushi, New Delhi, No.34, 1986.

29. *ஒரு கதை (கிஷ்வர் நஹித்)* From Manushi,New Delhi, No.37, 1986.

30. *அந்தப் பெண்ணல்ல நான் (கிஷ்வர் நஹீத்)* From Beyond Belief, Lahore, 1990

31. *உருவம் (ஃபெமியா ரியாஸ்)* From Beyond Belief, Lahore, 1990.

32. *மறைந்துபோன இரத்தத்தைத் தேடி (ஃபெய்ஸ் அஹ்மத் ஃபெய்ஸ்)* From Faiz Ahmed Dais, The Rebel's Silhoutte, Translated by Agha Shahid Ali, Oxford University Press, Madras 1991.

33. *நாம் தூக்கிலிடப்பட்ட போது (ஜூலியஸ் மற்றும் எதெல் ரோஸென்பெர்க்கின் கடிதங்களைப் படித்த பிறகு (ஃபெய்ஸ் அஹ்மத் ஃபெய்ஸ்)* From The Rebel's Silhoutte Translated by Agha Shahid Ali, Oxford University Press, Madras, 1991

34. *செய்ய வேண்டியது என்ன என்பதை எங்களுக்கு நீங்கள் சொல்லுங்கள் (ஃபெய்ஸ் அஹ்மத் ஃபெய்ஸ்)*, From An Anthology of International Poetry, Edited by Ilya Kaminsky and Susan Harris for Words Without Borders, Harper Collins, New York, 2010.

35. *பகல் பொழுதைத் தாண்டிச் செல்... (சிவாய் அப்பின்)* From Lotus: Afro-Asian Writings, Quarterly Review of The Permanent Bureau of Afriro-Asian Writers, Cairo, No.13-3, July-September 1972

36. *மூன்று குறுங்கவிதைகள் (மா ஸேதுங்)* From Nineteen Poems of Mao Tsetung, Foreign Language Publishers, Peking, 1958.

37. *மாணவர் (செங்மின்)* From Mainstream, New Delhi, July 27, 1989.

38. *பதில் (பெய்-டாவோ)*, From Bei Dao, The August Sleepwaler, Anvil Pres Poetry Ltd., London, 1988.

39. கெரில்லாப் போராளி (ஜோஸ் மா ஸிஸோன்) From Prison and Beyond, Selected Writings and Poems by Jose Ma Sison, (publisher and year of publication not known).

40. காட்டிற்கு இன்னும் மந்திரசக்தி (ஜோஸ் மா ஸிஸோன்) From Prison and Beyond, Selected Writings and Poems by Jose Ma Sison, (publisher and year of publication not known).

41. விலங்குகள் பூச்சிகள் சட்டம் 1984 (செசில் ராஜேந்திரா) Fron Lanka Guardian, Colombo, Vol.5 No.1, May 1, 1982.

42. தாயாக இருப்பது குறித்து (செ லான் வியென்) From Lotus, No.26-4, October-December 1975.

43. காவல் (லூ ட்ரோங் லு) From Lotus, No.26-4, October-December 1975.

44. பிரார்த்தனையில் பிணைக்கப்பட்ட கரங்கள் From Christian Worker (I Quarter), Colombo, 1982.

45. எனது கவிதைப் பயணங்களினூடாக (நபில் ஜனாபி) From Index on Censorship, Vol.18 No.1, January, 1984.

46. இரவின் விரல்கள் (சாதிக் அல்-சயிக்) From Index on Censorship, London Vol.21. No.6.

47. காலத்தின் முடிவில் ஓர் இராக்கிய மனிதன் - ஒரு சித்திரிப்பு ஸர்கான் பௌலொஸ்) http://www.jadaliyya.com/pages/index/28/-a-portrait-of-an-iraqi-person-at-the-end-of-time, Accessed on April 23, 2014.

48. போரின் குழந்தை [போர்க்காலத்தில் பிறந்து இறந்த குழந்தைக்காக] (ஸர்கான் பௌலோஸ்) http://www.jadaliyya.com/pages/index/2786/sargon-boulus_the-child-of-war, Accessed on April 23, 2014.

49. கடிதம் வந்தது (ஸர்கான் பௌலோஸ்) http://www.banipal.co.uk/selections/56/78/sargon-boulus/, Accessed on April 23, 2014.

50. பிணம் (ஸர்கான் பௌலோஸ்) http://www.jadaliyya.com/pages/index/224/the-corpse-by-sargon-boulus, Accessed on April 23, 2014.

51. கடல் வழியாக பெரூட்டைச் சென்றடைய ஒரு முயற்சி (ஸர்கான் பௌலோஸ்) http://photography.jadaliyya.com/pages/index/17959/sargon-boulus_an-attempt-to-reach-beirut-by-sea, Accessed on April 23, 2014

52. கடவுளை நோக்கிய பயணம் *(நஸிர் அல்-மலய்க்கா)* From Adrienne Rich, *A Human Eye, Essays on Art in Society 1997-2008*, W.W. Norton & Company, New York, 2009.

53. லோர்காவுக்கு ஓர் இரங்கற் பா *(அப்டல் அல்-வஹ்ஹாப் அல்-பய்யாட்டி)* From Yair Huri, mailto:yairhuri@bgu.ac.il, " In Your Name this Death is Holy":Federico García Lorca in the Works of Modern Arab Poets, Ben Gurion Universitytrove.nla.gov.au/work/29133327 accessed on 25.5.2006.

54. முத்திரை *(மொஹம்த் அல் மகூத்)* http://www.jadaliyya.com/pages/index/3293/tattoo-by-muhammad-al-maghut

55. அரசனும் குருவியும் *(நிஸார் கப்பானி)* From Dolares Stephen Feria, Red Pencil, Blue Pencil, Kalikasan Press, Manila, 1991.

56. கவிதை *(நிஸார் கப்பானி)* http://www.poemhunter.com/nizar-qabbani/, Accessed on 12.8.2016.

57. பிரிவு *(ஷேர்கோ பெகாஸ்)* From Index On Censorship, London, Vol.17, No.1, January, 1984.

58. வேர்கள் *(ஷெர்கோ பெகாஸ்)* From Index On Censorship, London, Vol.17, No.6, June-July 1988.

59. இங்கிருந்து போக உத்தேசம் *(தாமியா காமிஸ்)* From Index On Censorship, London, Vol.15, No.9, October,1986.

60. உலகின் இதயம் *(நுஜூம் அல்-கனெம்)* http://www.banipal.co.uk/selections/80/236/nujoom-al-ghanem-nujum-al-ghanim/, Accessed on April 23, 2014

61. இதயத்தின் ஆழத்திலிருந்து *(ஆபிரஹாம் ஸுட்ஸ்கேவர்)* From American Journal of Poetry, November-December 1988.

62. சவப்பெட்டியில் நான் *(ஆபிரஹாம் ஸுட்ஸ்கேவர்)* From American Journal of Poetry, November-December 1988.

63. பெய்ட் ஹானூன் *(மர்வான் மஹ்கூல்)* http://www.banipal.co.uk/selections/83/268/marwan--makhoul/Accessed on April 13, 2015.

64. அடையாள அட்டை *(மஹ்மூத் தார்விஷ்)* From Afrar Inquiry, London, January 1986.

65. கடைசி வானத்திற்குப் பின் *(மஹ்மூத் தார்விஷ்)* From Third World Resurgence, Penang, No.1, September. 1990.

66. பலியானவன் எண் 48 *(மஹ்மூத் தார்விஷ்)* Dolares Stephen Feria, Red Pencil, Blue Pencil, Kalikasan Press, Manila, 1991.

67. மண்ணின் கவிதை (மஹ்மூத் தார்விஷ்) From Dolares Stephen Feria, Red Pencil, Blue Pencil, Kalikasan Press, Manila, 1991

68. என்றென்றும் கள்ளிச் செடிகள் (மஹ்மூத் தார்விஷ்) http://www.aljadid.com/content/cactus-forever, Accessed on 20.8.2008

69. காஸாவுக்கான மௌனம் (மஹ்மூத் தார்விஷ்) https://arablit.org/2012/11/15/silence-for-the-sake-of-gaza-mahmoud-darwish/, Accessed on 4.5.201570.

70. மனிதனைப் பற்றி (மஹ்மூத் தார்விஷ்) www.poemhunter.com/mahmoud-darwish, http://www.poemhunter.com/mahmoud-darwish%20,%20Accessed, on 20.8.2008.

71. இரண்டாவது ஒலிவ மரம் (மஹ்மூத் தார்விஷ்)https://arablit.org/2016/03/13/on-mahmoud-darwishs-birthday-a-new-translation-of-the-second-olive-tree/, Accessed on April 4, 2016.

72. நான் வேடனாக இருந்தால் (மஹ்மூத் தார்விஷ்) https://arablit.org/2016/03/13/on-mahmoud-darwishs-birthday-a-new-translation-of-if-i-were-a-hunter/, Accessed on April 4, 2016.

73. மற்றவர்களை நினை (மஹ்மூத் தார்விஷ்) https://electronicintifada.net/blogs/shahd-abusalama/think-others-gazas-darkness-mahmoud-darwishs-words-provide-inspiration, Accessed on 10.8.2016.

74. ஓ காஃபிர் காசிமே (முஹமத் தார்விஷ்) https://arablit.org/2016/03/13/on-mahmoud-darwishs-birthday-a-new-translation-of-dying-for-free/> Accessed on April 4, 2016.

75. இலவச மரணம் (மஹ்மூத் தார்விஷ்) https://arablit.org/2016/03/13/on->mahmoud-darwishs-birthday-a-new-translation-of-dying-for-free/, Accessed on April 4, 2016

76. எனது தாய் (மஹ்மூத் தாவிஷ்) http://poemsintranslation.blogspot.in/2009/12/mahmoud-darwish-to-my-mother-from.html, Accessed on 20.8.2008.

77. ஒரு பிரார்த்தனையும் ஒரு கவிதையும் (மஹ்மூத் தார்விஷ்) https://www.opendemocracy.net/author/mahmoud-darwish, Accessed on 20.6.2006.

78. யூதப் படை வீரனுக்கு (மஹ்மூத் தார்விஷ்) https://electronicintifada.net/content/mahmoud-darwish-palestines-prophet-humanism/7665, Accessed on 20.8.2008.

79. *தெளிந்த வானமும் பச்சைத் தோட்டமும் (மஹ்மூத் தார்விஷ்)* From Mahmoud Darwish, A Clear Sky And A Green Garden in A River Dies of Thirst Journals, Translated by Catherine Cobham, Archipelago Books 232 Third Street, Suite A111 Brooklyn, NY 11215, 2009.

80. *போர். (தாலியா தாஹா)* http://www.banipal.co.uk/selections/83/269/dalia-taha/, Accessed on April 3, 2015

81. *சமாதானம் (ஸாமி அல்-காஸிம்)* http://www.elliottcolla.com/blog/2014/8/22/samih-al-qasim-two-poems, Accessed on 10.7.2016

82. *ராஃபா நகரக் குழந்தைகள் (ஸாமி அல்-காஸிம்)* http://www.elliottcolla.com/blog/2014/8/22/samih-al-qasim-two-poems, Accessed on 10.7.2016

83. *பாலஸ்தினப் புனிதப் பயணத்துக்கான பாடல் (டேவ் வாலிஸ்)* From Lanka Guardian, Colombo, Nol.1, No.13, Nov.1, 1978.

84. *குழந்தைப் பருவத்திற்கான பாடல் (ஹுஸெய்ன் பர்கூட்டி)* From third world resurgence, penang, Malaysia, no.11, 1991.

85. *கண்டனம் (ரசித் ஹுஸெய்ன்)* From Mainstream, New Delhi, January 26, 1991.

86. *இருபதாண்டுகளுக்குப் பிறகு (ஃபத்வா டுக்வான்)* From The Penguin Book of Women Poets, London, 1981.

87. *மாரடைப்பு (நஸிம் ஹிக்மெத்)* From An Anthology of International Poetry, Edited by Ilya Kaminski and Susan Harris for the Words Without Borders, Harper Collins, New York, 2010.

88. *ஹிரோஷிமா (நஸிம் ஹிக்மெத்)* http://www.poemhunter.com/poem/hiroshima-child/, http://lyricstranslate.com/en/nazim-hikmet-lyrics.html

89. *உள்ளே தள்ளப்பட்டதிலிருந்து (நஸிம் ஹிக்மெத்)* From An Anthology of International Poetry, Edited by Ilya Kaminski and Susan Harris for the Words Without Borders, Harper Collins, New York, 2010.

90. *சிறையில் காலம் கழிக்கப்போகிறவர்களுக்கு ஒரு வார்த்தை (நஸிம் ஹிக்மெத்)* From the Marxist internet Archives, Accessed on 20.8.2016.

91. *இரும்புக் கூண்டிலுள்ள சிங்கம் (நஸிம் ஹிக்மெத்)* Nazim Hikmet Archive in Marxist Internet Archive. Accessed on 20.8.2016.

92. *அகதிகள் (நெஸ்வாட் ஸெவிக்)* From Index of Censorship. London, Vol.16, No.9, Oct. 1987.

93. பாதுகாப்பிடத்தின் பாடல் (ஈராஜ் ஜன்னட்டி அட்டே) From Index on Censorship, London, Vol.17, No.9, Jan. 1988.

94. சின்னக் கரீம் (ஈராஜ் ஜன்னட்டி அட்டே) From index on Censorship, London, Vol.17, No.9, Jan. 1988.

95. வேட்டைக்காரன் இறக்கும்போது (பழங்கால யொருபா கவிதை) From Poems From Black Africa, ed. Wole Soyinka, Heinemann, London, 1987.

96. வாழ்க்கை பலவிதம் (யொருபா நாட்டார் பாடல்) From Chinweizu(ed), Voices From Twentieth Century Africa: Griots and Town Criers, Faber and Faber, London, 1988.

97. நண்பர்கள் (கெமால் அல்-கிசௌலி) From Index On Censorship, London, No.1, 1993.

98. சிறையில் (கெமால் அல்-கிசௌலி) From index on Censorship, London, No.1, 1993.

99. ஜான் (கெமால் அல்-கிசௌலி) From Index On Censorship, London, Nno.1, 1993.

100. என்னை மன்னித்து விடுங்கள் (இஸ்மெய்ல் ஸஹூர்ரென்) From Wole Soyinka(ed), Poems of Black Africa, Heinemann, London, 1987.

101. கவிதைக் கலை (ஜோர்ஜ் ரெபெலோ), From Robert Marquez(Ed), Latin American Revolutionary Poetry, Monthly Review Press, New York, 1971.

102. தங்கமென மின்னும் (ஜுவெனெல் புக்கானெ) From Mainstream, New Delhi, August 5, 1989.

103. புல் வளரும் (ஜொனாதன் காரியாரா) From Wole Soyinka (Ed), Poems From Black Africa, Heinemann, London, 1987.

104. கடவுளே உமக்கு நன்றி (பெர்னார்ட் டாடீ) From Wole Soyinka (Ed), Poems From Black Africa, Heinemann, London, 1987.

105. இரவு (அகஸ்ட்டினோ நெட்டோ) From Wole Soyinka (Ed), Poems From Black Africa, Heinemann, London, 1987.

106. மேலை நாகரிகம் (அகஸ்ட்டினோ நெட்டோ) From Chinweizu (Ed), Voices From Tentieth Century Africa: Griots and Town Criers, Faber and Faber, London.1988.

107. காதலும் எதிர்காலமும் (ஃபெர்னாண்டெஸ் அந்தோனியோ) From Lotus, No.13-3, July 1972.

108. ஒரு நெடிய பகல் பயணம் (ஒனெஸிமோ ஸில்வெய்ரா)
From Wole Soyinka (Ed), Poems From Black Africa, Heinemann, London, 1987.

109. இலையுதிர்கால வானம் (ஹோலோகொவ்டொவ்), From Lotus, N.13-3, July 1972.

110. மண்டெலாவின் பிரசங்கம் (க்யோரோபெட்ஸெ கோஸிட் ஸிலே) From Wole Soyinka (Ed), Poems From Black Africa, Heinemann, London, 1987.

111. தென்னாப்பிரிக்கக் குடியுரிமை பெற ஒரு விண்ணப்பம். (கேரன் ப்ரெஸ்) From Karan Press, Home, P.O.Box 1384, Sea Point, 8060, South Africa.

112. அவளைத் தேடிக் கொண்டிருக்கிறான் (கேரன் ப்ரெஸ்), From Karan Press, Home, P.O.Box 1384, Sea Point, 8060, South Africa.

113. பத்தொன்பதாம் நூற்றாண்டின் நன்றியுணர்வு. (கேரன் ப்ரெஸ்) From Karan Press, Echo Location - A Guide to Sea Point for Residents and Visitors, Gecko Poetry, Umbile, Durban, South Africa.

114. பேச்சு மொழி (அன்ட்யே க்ரோக்) From Antje Krog, Down to Last Skin, Random House, Johnannesbourg, South Africa, 2000.

115. இனியது உன் கடிதம் (ப்ரெய்ட்டன் ப்ரெய்ட்டன் பாஹ்) From True Confessions of an Albino Terrorist, Faber and Faber, London, 1987.

116. எனது சொந்த மண்ணுக்குத் திரும்புதல் (எய்ம் செசேர்) From Aime Cesaire, Return to My Native Land, Penguin, London, 1978.

117. ஒப்புதல் வாக்குமூலம் (ரெனெ தெபெத்ரெ) From Robert Marquez (Ed), Latin American Revolutionary poetry, Monthly Review Press, New York, 1971.

118. தொன்மையான கல் (ரோஸாரியோ காஸ்டெஜானோஸ்) From The Penguin Book of Women Poets, London, 1981.

119. புலம்பெயர்ந்து வாழ்தல் (மரியா யூஜெனியா ப்ரேவோ கால்டெராரா) From Index on Censorship, London, Vol.21, No.6.

120. மறப்பதற்கில்லை (பாப்லோ நெருடா) From Pablo Neruda Selected Poems- Bilingual Edition, Edited by Nathanie Tarn, Penguin, London, 1979.

121. மச்சு பிச்சுவில்... (பாப்லோ நெரூடா) From Mark Eisner(Ed), The Essential Neruda: Selected Poems, City Lights Books, San Francisco, USA, 2004.

122. தீவுகளைக் கைப்பற்ற வருகிறார்கள் (பாப்லோ நெரூடா) From Third World Resurgence, Penang, Malaysia, December 1991.

123. வாழ்க்கையே உனக்கு நன்றி (வயலெட்டா பர்ரா) From-Tracy Charles, Violeta Parra &the concept of cultural discourse, tracycharles.blogspot.com/2007/01/violeta-parra-concept-of-cultural.htm

124. சுதந்திரத்தைப் பற்றிப் பேசுபவர்கள் (விக்டர் ஹாரா) From Joan Hara, An Unfinished Song: Life of Victor Hara, Jonathan Cape, New York, 1997.

125. அமந்தா, உன்னை நினைக்கிறேன் (விக்டர் ஹாரா) From Joan Hara, An Unfinished Song: Life of Victor Hara, Jonathan Cape, New York, 1997.

126. எனது வேலைக்குப் போகும் வழியில் (விக்டர் ஹாரா) From Joan Hara, An Unfinished Song: Life of Victor Hara, Jonathan Cape, New York, 1997.

127. கொள்கை அறிக்கை (விக்டர் ஹாரா) From Joan Hara, An Unfinished Song: Life of Victor Hara, Jonathan Cape, New York, 1997

128. மைதானத்தில் (விக்டர் ஹாரா) From Joan Hara, An Unfinished Song: Life of Victor Hara, Jonathan Cape, New York, 1997.

129. மரணத்தின் மறுபக்கத்திலிருந்து பாப்லோ பிகாஸ்ஸோ (ஏரியெல் டோர்ஃப்மன்) காலின் பவுலிடம் கூறும் வார்த்தைகள் https://www.opendemocracy.net/article/pablo_picasso_has_words_for_colin_powell_from_the_other_side_of_death, Accessed on 1.3.2003.

130. கவிதைக் கலை (யோவியெர் ஹெராட்) From Latin American Revolutionary Poetry, Ed. Robert Marquez, Monthly Review Press, New York, 1971.

131. கெரில்லாப் போராளியின் வார்த்தைகள் (யோவியெர் ஹெராட்) From Mirrors of War: Literature and Revolution in El Salvador, Edited by Bariela Yanes et al, Translated by Keith Ellis, Monthly Review Press, New York,1985.

132. ஈக்கள் (யோவியெர் ஹெராட்) From Our World: Guerilla Poems from Latin America, Translated by Edward Domer and Gordon Brotherston, Cape Goliard Press, London, 1968.

133. துணுக்குகள் *(கிளாடியா லார்ஸ்)* From Mirrors of War: Literature and Revolution in El Salvador, Edited by Bariela Yanes et al, Translated by Keith Ellis, Monthly Review Press, New York, 1985.

134. வரவர இறந்தவர்கள் *(ரோக் டால்ட்டன் கார்சியா)* From Lanka Guardian, Colombo, Vol.4, No.16, Jan 1982.

135. எதிரிக் கவிஞனின் கொள்கை அறிக்கை *(ரோக் டால்ட்டன்)* From Mirrors of War: Literature and Revolution in El Salvador, Edited by Bariela Yanes et al, Translated by Keith Ellis, Monthly Review Press, New York, 1985.

136. முப்பதாயிரம் உழவர்கள் *(மெர்ஸிடிஸ் டுரான்ட்)* From Mirrors of War : Literature and Revolution in El Salvador, Edited by Bariela Yanes et al, Translated by Keith Ellis, Monthly Review Press, New York, 1985.

137. பாடல் [பெயரில்லாத ஒரு நாடகத்திலிருந்து] *(டிமாஸ் காஸ்டஜோன்-மரியானோ எஸ்பினோஸா)* From Mirrors of War: Literature and Revolution in El Salvador, Edited by Bariela Yanes et al, Translated by Keith Ellis, Monthly Review Press, New York, 1985.

138. எனது பெரும் பலவீனங்கலிலிருந்து *(ரோஜர் லிண்டோ)* From Mirrors of War: Literature and Revolution in El Salvador, Edited by Bariela Yanes et al, Translated by Keith Ellis, Monthly Review Press, New York, 1985.

139. அக்விலா Z... *(ஜியாகோண்டா பெலி)* From Nicargua: Song and Struggle, Pamphlet issued by the Nicaragua Solidarity Committee of Minnesota, 1979.

140. எனது நாடு எவ்வளவு சிறியது *(எர்ஸ்ட்டோ க்யுட்டிரெஸ்)* Nicargua: Song and Struggle, Pamphlet issued by the Nicaragua Solidarity Committee of Minnesota, 1979.

141. வரலாறு *(யுவான் கெல்மன்)* From. Robert Marquez(Ed), Latin American Revolutionary Poetry, Monthly Review Press, New York, 1971.

142. ஃபிடலுக்கு ஒரு பாடல் *(செ குவாரா)* From Our Word: Guerrilla Poems from Latin America, CapeGoliard press, London, 1968.

143. வருகை *(நிக்கோலஸ் கியேன்)* From Mainstream, New Delhi, August 19, 1989.

144. வியர்வை, சவுக்கடி *(நிக்கோலஸ் கியென்)* From Nicholas Guillin, Cuba Negre, Translated from the Spanish by Langston Hughes and Ben Frederic Carruthers, Marxist Internet Archive, Accessed on 8.1.2002.

341

145. என்ன நிறம் *(நிக்கோலஸ் கியென்)* From Guillen: Man-making Words, Selected Poems of Nicolas Guillen, Translated, Annotated, with on Introduction by Robert Marquez and oavid Arthur McMurray, Editorial de Artey Literatura, La Babana, 1973.

146. கரும்பு *(நிக்கோலஸ் கியென்)* Nicholas Guillin, Cuba Negre, Translated from the Spanish by Langston Hughes and Ben Frederic Carruthers, Marxist Internet Archive, Accessed on 8.1.2002.

147. இருளைச் சபிப்பதைக் காட்டிலும் *(ரொபெர்ட்டோ ரெட்டமார்)* From Robert Marquez(Ed), Latin American Revolutionary Poetry, Monthly Review Press, New York, 1971.

148. புரட்சி *(ஓட்டோ ரெனே காஸ்ட்டில்லோ)* From Robert Marquez(Ed), Latin American Revolutionary Poetry, Monthly Review Press, New York, 1971.

149. அரசியலற்ற அறிவாளிகள் *(ஓட்டோ ரெனே காஸ்ட்டில்லோ)* From Robert Marquez (Ed), Latin American Revolutionary Poetry, Monthly Review Press, New York, 1971.

150. ஒரு நாட்டைத் தேடி *(எல்வியோ ரொமேரோ)* From Index on Censorship, London Vol. 16 No. 3, March 1987.

151. அயர்லாந்து மண்ணில் உள்ள... *(பேட்ரிக் கால்வின்)* From the Pamphlet "Freedom Struggle in Ireland' issued by Sinn Fein, Dublin (year of publication not given).

கடைசி வாளத்துக்கு அப்பால்